D1772384

கோடூரக் கொலை வழக்குகள்

வைதேகி பாலாஜி

12 வருடங்களாக திருப்பத்தூர், அகமதாபாத், சென்னை ஆகிய நீதிமன்றங்களில் வழக்கறிஞராக, குடும்ப நல ஆலோசகராகச் செயல்பட்டுவருகிறார். கடந்த ஐந்து வருடங்களாகப் பிரபல தமிழ் இதழ்களில் சட்டத்தொடர் எழுதி வருகிறார். உணரமுடியாத உணர்வுகள், வெண்ணிலவே ஓடி விடு, மாமியார்தான் என் தாய், தீயில் பூத்த பூ ஆகிய நான்கு படைப்புகள் இவரது எழுத்தில் வெளி வந்துள்ளன. இவரது கவிதைகளைப் பாராட்டி பாரத பிரதமர் நரேந்திர மோடி கடிதம் எழுதியுள்ளார். கடந்த ஐந்து வருடங்களாகக் கிராமப் புறப் பெண்களுக்கு சட்ட ரீதியான ஆலோசனைகளை வழங்கி வருகிறார்.

கொடூரக் கொலை வழக்குகள்

வழக்கறிஞர் **வைதேகி பாலாஜி**

கிழக்கு

கொடூரக் கொலை வழக்குகள்
Kodoora Kolai Vazhakkugal
Vaidegi Balaji ©

First Edition: January 2017
144 Pages
Printed in India.

ISBN: 978-81-8493-712-1
Kizhakku - 968

Kizhakku Pathippagam
177/103, First Floor,
Ambal's Building, Lloyds Road
Royapettah, Chennai 600 014.
Ph: +91-44-4200-9603
Email : support@nhm.in
Website : www.nhm.in

◼ kizhakkupathippagam
◨ kizhakku_nhm

Author's Email: vaidegibala@gmail.com

Kizhakku Pathippagam is an imprint of New Horizon Media Private Limited

This book is sold subject to the condition that it shall not, by way of trade or otherwise, be lent, resold, hired out, or otherwise circulated without the publisher's prior written consent in any form of binding or cover other than that in which it is published and without a similar condition including this the rights under copyright reserved above, no part of this publication may be reproduced, stored in or introduced into a retrieval system, or transmitted in any form or by any means (electronic, mechanical, photocopying, recording or otherwise), without the prior written permission of both the copyright owner and the above-mentioned publisher of this book.

சமர்ப்பணம்

கிரேட்லேக்ஸ் மேலாண்மை கல்லூரி தாளாளர்
பத்மஶ்ரீ பாலா பாலச்சந்திரன்,
முதன்மை நிர்வாக இயக்குனர் திரு.V.சங்கரன்,
துணை தாளாளர் திரு. வைத்தி ஜெயராமன்,
நிர்வாக இயக்குனர் திரு.K.சுபாஷ்
ஆகியோருக்கு

உள்ளே ...

முன்னுரை	....	08
1. ஆட்டோ சங்கர்	....	11
2. பூலான் தேவி	....	24
3. வீரப்பன்	....	46
4. சீமா மற்றும் ரேணுகா	....	71
5. டாக்டர் சோம்நாத் பரிதா	....	85
6. 'சயனைட்' மல்லிகா	....	94
7. அஜ்மல் கசாப்	....	106
8. நொய்டா தொடர் படுகொலை	....	134

முன்னுரை

இறைவன் ஒவ்வொரு உயிரையும் படைக்கும்போதே இறுதி நாளை முடிவு செய்து பூமிக்கு அனுப்பிவைக்கிறான். அந்தப் பரம ரகசியம் அவனுக்கு மட்டுமே தெரியும். சாகும் நாளைத் தெரிந்துகொண்டால் வாழும் நாள் நரகமாகிவிடும் என்பதின் பொருளை அனுபவபூர்வமாக தொண்ணூற்றி ஒன்பது சதவீத மனிதர்கள் அறிந்திருக்க வாய்ப்பில்லை. எனினும் அதை அறிந்தவர்கள் ஒரு சிலர் இருக்கிறார்கள். ஆனால், அவர்கள் மீது நாம் பரிதாபமே கொள்ளமுடியாது. ஏனென்றால் அவர்கள் மனித இனத்தின் களங்கங்கள்; விலங்கு நிலையில் இருந்து மேலே எழாதவர்கள்; நீதிமன்றத் தீர்ப்பைக் கையில் வைத்துக் கொண்டு மரண நாளை விரல்விட்டு எண்ணிக்கொண்டு இருக்கும் அவர்கள் தூக்குத் தண்டனை பெற்ற கைதிகள்.

கடவுள் கொடுத்த உயிரைப் பறிக்க சட்டத்துக்கு உரிமையில்லை; மரணதண்டனையைச் சட்டத்திலிருந்தே அப்புறப்படுத்து என்று ஒரு சாரர் கூக்குரலிட்டாலும், சில அரிதான நிகழ்வுகளைப் பார்த்தால் அது அவசியம்தானோ என்று நம்மை ஒரு நிமிடம் யோசிக்க வைத்து விடும். மரண நாளை நிமிடங்களோடும் நொடிகளோடும் தெரிந்துக் கொண்டு வாழ்வது மரணத்தைவிடக் கொடுமையானதுதான். எல்லா கிரிமினல் வழக்குகளிலும் மரணதண்டனை விதிக்கப்படுவதில்லை. குற்றத்தின் உச்சகட்ட தண்டனையாகத்தான் மரணதண்டனை வழங்கப்படுகிறது. குற்றவாளியைத் தூக்கு மேடைக்குக் தூக்கிக் கொண்டு சென்று நிறுத்தும் சட்டம்தான் கடைசி நேரத்தில் பிழைத்துப் போ என்று கருணை காட்டி அங்கிருந்து தூக்கி கீழே வீசிவும் செய்கிறது.

கொலை என்றாலே பயம் காட்டும், தொடர்கொலை என்றாலோ திகிலூட்டும். இந்தப் புத்தகத்தில் உள்ளவை கட்டுக்கதையல்ல கற்பனையும் அல்ல, நிஜத்தில் நடந்தவை. நம் ஈரக்குலையை நடுங்கச் செய்யும் கொடூரக் கொலைகள். தமிழ்நாடு மட்டுமல்ல இந்திய

அளவில் சட்ட சாம்ராஜ்யத்தில் முக்கியமான கிரிமினல் வழக்கு களாகக் கருதப்படும் வழக்குகள் இந்நூலில் இடம்பெற்றிருக்கின்றன.

இந்த கிரிமினல் குற்றங்கள் நடைபெறும்போது அந்த இடத்தில் அவர்களுடன் நாம் பயணித்திருக்கவில்லை; அதனால் அவர்கள் எதிராளியின் வயற்றில் குத்திவிட்டு ரத்தம் சொட்டும் கத்தியைக் கையில் வைத்திருந்ததை நான் கண்கூடாக கண்டேன் என்று ஆணித்தரமாக அடித்து சொல்ல இயலாது. அதே சமயம் இந்த நூலில் எழுதப்பட்டிருக்கும் எந்த வழக்கையும் என் கற்பனையின் நிழல்கூடத் தொடவில்லை. முழுக்க முழுக்க வழக்குகளின் உண்மைத்தன்மை சிதைந்து விடாதபடியும் நீதிமன்றத்தின் தீர்ப்புகளின் அடிப்படையிலும் எழுதியிருக்கிறேன். சட்ட எண்கள், வழக்கறிஞர்களின் கலைச்சொற்கள், சிக்கலான வாக்கியத்தில் அமைந்த தீர்ப்புகள் என்று எழுதி, படிப்பவர்களைக் கொடுமைப்படுத்தாமல் எளிய நடையில் இந்த புத்தகத்தை எழுதியிருக்கிறேன்.

ஆட்டோ சங்கர் ஒவ்வொரு கொலையையும் எப்படிச் செய்தான்... ஏன் செய்தான் என்பதை எழுதும்போது எனக்கே பல முறை குலை நடுங்கியது. பூலான் தேவியை பற்றி நிச்சயம் விரிவாக இங்கு பேசியாகவேண்டும். பெமாய் என்ற ஊரில் வசித்த உயர்தட்டு ஆண் வர்க்கத்தினர் பலரைக் கொன்று குவித்தவர் என்ற குற்றச்சாட்டை முதுகில் சுமந்தவர், கடைசிவரைக்கும் இந்த வழக்குக்காக நீதிமன்ற வாசலையே மிதிக்கவில்லையென்பது ஆச்சரியம். தன்னை உயர் சாதியினர் அப்படியெல்லாம் கற்பழிக்கவே இல்லை என்று பூலான் தேவியே சொல்கிறாரே என்பது அதைவிடப் பேராச்சரியம்!

கழுத்துக்கு கத்தி வந்தாலே தாங்காது. கத்தியையே ஆடையாக அணிந்துகொண்டு வாழ்ந்தவர் பூலன். சம்பல் காட்டுக் கொள்ளைக்காரி, முதலமைச்சர் முன்னிலையில் பொது மேடையில் சரணடைந்த துணிச்சல்காரி. கொலைகாரியாக சட்டத்தின் முன்னால் நிற்க வேண்டியவர் எப்படி நாடாளுமன்ற உறுப்பினராகத் தேர்ந்தெடுக்கப்பட்டார்? முடிவைப் படம் பிடிக்காமல் எடுக்கப்பட்ட திரைப்படத்தைப்போல இறுதி வரை உண்மை என்னவென்று பிடிபடாமலேயே அந்தக் கொலை வழக்கு திக்குமுக்காடி கொண்டிருக்கிறது.

அடுத்தது வீரப்பன்! மூன்று மாநில அரசுகளுக்குச் சவாலாக இருந்தவன். வீரப்பனைப் பிடிக்க கர்நாடகா, தமிழ்நாடு இரண்டு அரசுகளும் பணத்தை வாரி இறைத்தார்கள். தந்தக் கடத்தல், சந்தனக் கடத்தல், ஆள் கடத்தல் என கடத்தல் மன்னனாகவும் கொலைகாரனாகவும் வனத்துக்குள் ஆட்சி செய்த வீரப்பனின் மீது குவிந்திருந்த வழக்குகள் ஒன்றுக்குக்கூட அவன் நீதிமன்றப் படிக்கட்டை மிதித்தது இல்லை. ஆனால் கடைசியில் காவல்துறை

யிடம் அகப்பட்டுக்கொண்டான். அப்போதாவது நீதிமன்றத்துக்கு சென்றானா? வீரப்பனைப் பிடிக்கப் போன காவலருக்குக் கோவில் கட்டிக் கும்பிடும் ஊரும் உள்ளது. பெண்களை மதிக்கும் அவனை காவல்தெய்வமாக ஏற்று அவனுக்குச் சிலை வைத்து கும்பிடும் ஊர்களும் உள்ளன. வீரப்பன் நல்லவனா கெட்டவனா?

பெண்கள் என்றால் எந்தத் தவறு செய்தாலும் மன்னித்துவிடுவதுதான் பொதுவாக மக்களின் வழக்கம். ஆனால், சீமா ரேணுகா சகோதரிகள் செய்த குற்றத்தைப் படித்துப் பார்த்தால் அவர்களைத் தேடிக் கொலை செய்ய நீங்களே புறப்பட்டுவிடுவீர்கள்.

வாழ் நாள் முழுவதும் நோயாளிகளுக்கு சிகிச்சை அளித்த புகழ் பெற்ற மருத்துவர் தன் மனைவியைத் துண்டு துண்டாக வெட்டி கொன்று 20 டிபன் பாக்ஸ்களில் அடைத்துவைத்ததைக் கேட்டால் உங்களுக்கு தலையே சுற்றும். அதைவிட அப்படியொரு படுகொலையைச் செய்தவர் எந்தச் சலனமும் இல்லாமல் மருத்துவமனைக்குச் சென்று தன் பிறந்தநாளை கேக் வெட்டிக் கொண்டாடியும் இருக்கிறார் என்பதைப் படித்தால் மயங்கியே விழுந்துவிடுவீர்கள்.

பக்தியைக் காரணம் காட்டி அற்ப பணத்துக்காகக் கொலை செய்த ‘சயனைட்’ மல்லிகா, சின்னஞ்சிறுமிகளைச் சிதைத்து பின் வெட்டிக் கொன்று தின்ன சுரேந்தர் கோலி போன்றவர்களின் வழக்கைப் படித்தால் மனிதர்கள் காட்டுமிராண்டி நிலையில் இருந்து முன்னேறியதாகச் சொல்வதெல்லாம் பொய்யோ என்று அஞ்ச வைக்கும். அதிலும் முன் பின் தெரியாத அப்பாவி மக்களை காக்காய் குருவி சுடுவதுபோல் சுட்டுத் தள்ளிய பயங்கரவாதிகளைப் பற்றிய வழக்கும் அதில் பிடிபட்ட அஜ்மல் கசாபின் வாழ்க்கையும் அவர்கள் அந்தப் படுகொலையைச் செய்த விதமும் உங்களை அப்படியே உறைந்துபோகவைத்துவிடும். ஒரு தேசத்தின் மீதான பக்தி என்பது இன்னொரு தேசத்தின் மீதான வெறியாக இந்த அளவுக்கு வெளிப்படுமா என்று மனித இனத்தையே தலைக்குனியவும் ஆத்திரப் படவும் வைக்கின்றன அந்த சம்பவங்கள்.

இந்தப் புத்தகத்தில் இடம்பெற்றுள்ள கொலைகள் எல்லாமே மனித நாகரிகத்தின் மீது கறுப்பு (சிவப்பு) சாயத்தைப் பூசி அழிக்கக் கூடியவை. திருடனாய்ப் பார்த்துத் திருந்தாவிட்டால் திருட்டை ஒழிக்க முடியாது என்பதுபோல் கொலைகாரனாகப் பார்த்துத் திருந்தா விட்டால் கொலைகளைத் தடுத்து நிறுத்த முடியாது என்று நம்மை யெல்லாம் அஞ்சி நடுங்கச் செய்யும் கொடூரக் கொலைகளின் அணி வரிசை இந்தப் புத்தகம்.

- வைதேகி பாலாஜி

1

ஆட்டோ சங்கர்

பிரபலங்களில் இரண்டு வகை உண்டு. தங்கள் உழைப்பால், விடாமுயற்சியால் வெற்றிபெற்று காலம் காலமாக மக்கள் மனதில் நீடித்து இருப்பவர்கள் முதல் வகையினர். சட்ட விரோத செயல்களைச் செய்து அதன் மூலம் மக்களின் மனத்தை முள்ளால் குத்திக்கொண்டிருப் பவர்கள் இரண்டாம் வகையினர். இதில் கௌரி சங்கர் இரண்டாம் ரகம். 1988 களில் சத்தமில்லாமல் ஆறு படுகொலைகளைச் செய்தவன். இந்தியா முழுவதும் ஒரே நாளில் பிரபலமான அன்றைய தடாலடி வில்லன். இன்றைய தேதியில் தமிழ்நாட்டில் நிறைவேற்றப்பட்ட கடைசி மரண தண்டனை ஆட்டோ சங்கருடையதுதான்.

அப்போதைய நாளேடுகள், வார, மாத இதழ்களில் முறுக்கு மீசையுடன் பெல்ஸ் பேண்ட், சட்டையில் இருந்த ஆட்டோ சங்கரின் புகைப்படங்கள் வெளிவந்து பிரபலமடைந்தான். நம் அண்டை மாநிலமான கேரளாதான் கௌரி சங்கரின் பூர்விகம். 1954ல் பிறந்தான். வேலூர் மாவட்டம் காங்கேயநல்லூர் என்ற கிராமத்தில் பெற்றோருடன் வசித்துவந்தான். கௌரி சங்கரின் தாயும் தந்தையும் ஆளுக்கொரு வாழ்க்கைத் துணையைத் தேர்ந்தெடுத்துக்கொண்டனர். பெற்ற பிள்ளைகளைப் பற்றிக் கொஞ்சம்கூடக் கவலையில்லாமல் தங்கள் தேவைகளை மட்டும் பிரதானப்படுத்தி அவர்கள் எடுத்த முடிவுதான் பிற்பாடு ஆட்டோ சங்கரைப் பாதித்ததா? திசைகாட்டி இல்லாமல் தத்தளிக்கும் கப்பலைப்போல அவனுடைய வாழ்க்கை தவறான பாதையில் சென்றதற்கு பெற்றோரின் முடிவுதான் காரணமா?

தொடக்கத்தில் கௌரி சங்கர் பிரகாசமானவன்தான். அறிவாளியாகவும், நன்றாகப் படிக்கக்கூடியவனாகவும், ஆங்கிலம் பேசும் திறன் பெற்றவனாகவும் இருந்தான். பிறகு பிழைப்பு தேடி சென்னை வந்தான். பதினெட்டு வயதுக்கு முன்பே காதல் திருமணம் நடந்து முடிந்துவிட்டது. வந்தோரையெல்லாம் வாழவைத்த சென்னை ஆட்டோ சங்கரையும் திருவான்மியூர் பெரியார் நகரில் வரவேற்று வாழவைத்தது.

பெயிண்டராக சங்கரின் வேலை ஆரம்பமானது. துடைப்பானைக் கையிலெடுத்து சுவருக்கு வண்ணமடிக்கும் வேலையைச் செய்யத் தொடங்கினான். அதை மட்டுமே இறுதிவரை அவன் செய்திருந்தால் அவனுடைய வாழ்க்கை அழகோவியமாக மாறியிருக்கும். ஆனால், அந்த வேலை அவனைத் திருப்திபடுத்தவில்லை. துரித வேகத்தில் பணம் சம்பாதிக்க விரும்பினான். அதையே தனது கனவாகக்கொண்டு, தகாத வேலைகளில் இறங்க ஆரம்பித்தான்.

மற்றொரு பக்கம், திருவான்மியூர் பகுதியில் இளம்பெண்கள் பலரைக் காணவில்லை என்று காவல் நிலையத்தில் புகார் கொடுத்திருந்தார்கள் தங்கள் மகள்களைத் தொலைத்த சில பெற்றோர். ஆனால் காவலர்கள் ஆரம்பத்தில் இந்தப் புகார்களைப் பெரிதுபடுத்தவில்லை. பிறகு வேறு சில தகவல்கள் அவர்களுக்குக் கிடைத்தன. இளம்பெண்கள் ஆட்டோவில் கடத்தப்படுவதாகப் புகார்கள் வந்தன. காவலர்கள் தங்கள் தேடலை முடுக்கிவிட்டனர்.

ஒருநாள் சம்பத் என்பவரின் மனைவி தன்னுடைய கணவனைக் காணவில்லை என்று புகார் கொடுக்க வந்தார். கௌரி சங்கராக இருந்த மர்ம மனிதனை ஆட்டோ சங்கராக இன்று அனைவரும் அறியவும் அவனுக்கு மரணதண்டனை கிடைக்கவும் காரணமான துருப்பு சீட்டு சம்பத்தின் மனைவி கொடுத்த புகார் தான். அதைப் பின்னர் பார்ப்போம்.

பெயிண்டராக ஆரம்பித்த கௌரி சங்கரின் தொழில் ஆட்டோ ஓட்டுனராக அடுத்த கட்டத்துக்கு நகர்ந்தது. ஆனால், ஆட்டோ ஓட்டி சம்பாதிக்கும் பணமும் கௌரி சங்கருக்குப் போதுமானதாக இருக்க வில்லை. அவனுடைய கனவோடு ஒப்பிடும்போது வருமானம் குறைவாகவே இருந்தது. அப்போதுதான் ஒருவனுடைய அறிமுகம் ஆட்டோ சங்கருக்குக் கிடைத்தது. அந்த ஒருவன் எப்படிப்பட்டவன் தெரியுமா? திருவான்மியூரில் இருந்து கோவளத்துக்குச் சாராயம் விற்றுக்கொண்டிருந்தவன். தனது கள்ளச்சாராயக் கடத்தல் வேலைக்கு சங்கரின் உதவியை அவன் நாடினான்.

ஏற்கெனவே பணக்காரக் கனவில் இருந்த சங்கர் உடனடியாக இதற்கு ஒப்புக்கொண்டான். தனது ஆட்டோவைக் கள்ளச் சாராயக் கடத்தலுக்குப் பயன்படுத்தவும் ஒப்புக்கொண்டான்.

பணமே பிரதானம் என்று ஆனபிறகு நீதி, நியாயம் என்றெல்லாம் பார்க்கமுடியுமா என்ன? திருவான்மியூரிலிருந்து கோவளம்வரை கள்ளச் சாராயம் எடுத்துப்போக சங்கரின் ஆட்டோ ஜோராகப் பயன்படுத்தப்பட்டது. அதில் அவனும் ஈடுபட்டான். பின்வாசல் வழியாகப் பணம் பாய்ந்துவரத் தொடங்கியது.

சாராயம் குடித்த போதையைவிட பணம் கொடுத்த போதை சங்கரை வெகுவாகச் சாய்த்துவிட்டது. முழுக்க முழுக்கத் தனது ஆட்டோவைக் கடத்தலுக்குப் பயன்படுத்தத் தொடங்கினான். அவனும் அதில் முழுமையாகத் தன்னை ஈடுபடுத்திக்கொள்ளத் தொடங்கினான். கள்ளச் சாராயத்தைக் காவலர்களின் அனுமதி இல்லாமல் எப்படிக் கடத்தமுடியும்? எனவே அவர்களுக்கு புட்டிகள் செல்லத் தொடங்கின. ஒரு கட்டத்தில் பெண்களையும் காவலர் களுக்கு அனுப்பிவைக்கத் தொடங்கினார்கள்.

அதற்காக அண்டை மாநிலத்திலிருந்து அழகிகளை அழைத்துவந்தார் கள். அந்தப் பொறுப்பும் சங்கருக்கு வந்துசேர்ந்தது. திருநீர்மலை முதல் ஆந்திராவரை சாராய வியாபாரம் சூடு பிடித்தது. இந்த வியாபாரம் தடையின்றித் தொடர்வதற்கு அழகிகள் தொடர்ச்சியாகத் தேவைப்பட்டனர். ஒவ்வொருமுறையும் அவர்களை அழைத்து வருவதும் கொண்டுசென்றுவிடுவதும் சிரமமாக இருக்கவே நிரந்தர மாக இரண்டு, மூன்று பேரை அழைத்துவந்து அடைக்கலம் கொடுத்தனர்.

ஆபிசர்களுக்கு சப்ளை செய்தது போக, எஞ்சியிருக்கும் நேரத்தில் அழகிகள் இவர்கள் வசமாயினர். குட்டி, புட்டி, பணம், பகட்டு எல்லாம் ஒரு சேரக் கிடைத்தன. சங்கரின் கூட்டாளியாக அவன் தம்பியே சேர்ந்துகொண்டான். தம்பியுடையான் படைக்கு அஞ்சான், மலையேற போனாலும் மச்சான் துணை வேணும் போன்ற பழமொழிகள் சங்கருக்குக் கச்சிதமாகப் பொருந்தின. தம்பி மோகனோடு மைத்துனர் எல்டினும் சங்கருடன் சேர்ந்துகொண்டான்.

புறம்போக்கு நிலத்தில் ஒரு வீடுகட்டி அதில் பிராத்தல் தொழிலில் ஈடுபட்டான் சங்கர். பிரபலமான ஐந்து அழகிய பெண்களுடன் இதர பெண்களும் தொழிலில் ஈடுபடுத்தப்பட்டனர். தொழிலுக்காக அழைத்துவரப்படும் பெண்களில் அழகான பெண்கள் இருந்தால் அவர்கள் சங்கரின் சொத்து. அவர்களைத் தொழிலில் ஈடுபடுத்தாமல்

அந்தபுரத்துக்குச் சொந்தமாக்கிவிடுவான். அப்படி அவனது மனைவிகள் பட்டியலில் இணைந்தவர்தான் சுமதி. அவளுக்குத் தனியாக வீடு எடுத்துக்கொடுத்துத் தங்கவைத்தான். முதல் மனைவி சண்டையிட்டதால் இரண்டாவது மனைவியை மருதீஸ்வரர் நகரில் குடிவைத்தான். விஜயா என்பவளைத் திருமணம் செய்துகொண்டு அவளை சுமதி வீட்டுக்கே அழைத்துச் சென்றிருக்கிறான். ஆனால் வெகுவிரைவிலேயே சங்கரின் கொடுமை தாங்காமல் விஜயா அவனைவிட்டு விலகிச்சென்றுவிட்டாள்.

அடுத்து மது என்கிற கெளரியை அழைத்துவந்து சுமதியின் வீட்டில் குடிவைத்தான். அவளது பெயரை சங்கர் கையில் பச்சை குத்திக் கொண்டான். அதேபோல அவளும் அவனது பெயரைப் பச்சை குத்திக்கொண்டாள். இந்தக் காதல் கதை அவளை அவன் சிகரட்டால் சுட்டதும் முடிவுக்கு வந்தது. அவள் சங்கரைவிட்டு ஓடிவிட்டாள். அடுத்து சுந்தரி என்பவளைத் திருமணம் செய்துகொண்டு வீட்டுக்கு அழைத்துவந்தான். அவளோடு சங்கரின் மனைவி அடிக்கடி சண்டை யிடுவது வழக்கம். எப்போதும்போல் சுந்தரியையும் சங்கர் சிகரெட்டால் சுட்டுவிட, அவள் சங்கரின் கொடூரத்துக்குப் பயந்து தீயிட்டுத் தற்கொலை செய்துகொண்டாள். அவளது நினைவாக தான் கட்டிய வீட்டுக்கு அவளது பெயரைச் சூட்டினான்.

பிறகு பெரியார் நகர் காந்தி சாலையில் புதியதாக ஒரு வீடு கட்டினான். அங்கும் பிசினஸ் செய்ய ஆயத்தமானான். பத்து புதிய அழகிகளை அழைத்துவந்தான். அதில் முதன்மையான அழகியான லலிதாவைத் தேர்ந்தெடுத்து மனைவிகளின் பட்டியலில் இணைத்துக்கொண்டான். அன்று அவனுக்குச் சனி உச்சத்தில் இருந்திருக்கவேண்டும். சங்கர் செய்த கொலைகளுக்கு மூலக்கரு இவள்தான் என்று அவனுக்கு அன்று தெரிந்திருக்க வாய்ப்பில்லை. அவனது வீட்டு கிரகப்பிரவேசத்துக்கு விருந்தினர்களாக வந்தவர்களில் காக்கிச் சீருடை அணிந்தவர்களும் வெள்ளை வேட்டி, சட்டை அணிந்த அரசியல் ஆசாமிகளும் நிறைய பேர் இருந்தனர். அதேபோல், சினிமாக்காரர்களின் வருகைக்கும் பஞ்சமில்லை.

சம்பாதிக்கும் பணத்தை எல்லாம் லலிதாவிடம் கொடுத்தாலும் அவள் சங்கருடன் திருப்தியாக இல்லை. அவளுக்கு சுடலை என்பவனுடன் இணக்கம் ஏற்பட்டது. அவனும் சங்கரின் கூட்டாளிதான். ஆட்டோ ஓட்டுனரும்கூட. ஒரு கட்டத்தில் சங்கரைவிட்டு விலகி சுடலையோடு தலைமறைவாகிவிட்டாள் லலிதா. தன்னை ஏமாற்றிவிட்டு லலிதா தனது கூட்டாளியோடு தலைமறைவாகக் குடும்பம் நடத்துவதை சங்கரால் சகித்துக்கொள்ள முடியவில்லை. தனது நட்புப் படையோடு அவர்களைத் தேடத் தொடங்கினான்.

சங்கரின் தொழிலுக்கு உறுதுணையாக இருந்தவன் சுடலை. அழகிகளைத் தொழிலுக்காக அழைத்து வருபவன் சுடலைதான். அதனால் அழகிகளிடம் பழகுவது அவனுக்குச் சுலபமாக இருந்தது. அப்படித்தான் அவன் லலிதாவிடமும் நெருக்கமானான். ஆனால், சங்கருக்கு நெருக்கமானவர்களிடம் வேறு யாரும் நெருக்கமாக இருக்கக்கூடாது என்பதுதான் விதி. அதை சுடலை மீறியதால் சங்கரின் எதிரியாகிப்போனான். தன்னுடைய நம்பகமான கூட்டாளி இப்படி யொரு துரோகத்தை இழைப்பான் என்று சங்கர் எதிர்பார்க்கவில்லை. அவனுடன் லலிதாவும் கூட்டுச் சேர்ந்துகொண்டது சங்கருடைய கோபத்தை அதிகப்படுத்தியது.

லலிதா அவனைவிட்டு ஓடிப்போன விஷயமே சங்கருக்குள் தீயாய்க் கனன்று கொண்டிருந்தது. இதில் மேலும் தூபமேற்றும் விதமாக, சங்கருக்குப் போட்டியாக பிராத்தல் தொழில் நடத்தவும் தொடங்கி விட்டான் சுடலை. அவன் மேல் வஞ்சத்தைத் தேக்கிவைத்து காத்திருந்தான் சங்கர். அதற்கான சமயமும் வந்தது.

சங்கரின் காதல் மனைவியும் துரோகத்தோழனும் சங்கரிடம் எப்படி சிக்கினார்கள் என்பதைத் தெரிந்துகொள்வதற்கு முன்னர், பாபு என்கிற தர்மேந்திர பாபுவை பற்றி தெரிந்துகொள்ள வேண்டியது அவசியம்.

பாபு சென்னை கொட்டிவாக்கத்தில் வசித்து வந்தான். அடிப்படை யில் மேஸ்திரி வேலை செய்பவன் தொழில் சொல்லிக்கொள்ளும் மாதிரி போகாததால், அவனுடைய தந்தையின் ஆட்டோவை ஓட்டி வந்தான். அவனது போறாத காலம் அந்த ஆட்டோ விபத்துக் குள்ளானது. அதனால் நண்பர் மூலம் ஒரு ஆட்டோவை வாங்கிவந்து ஓட்டினான். கொஞ்ச நாளைக்கு பின்பு அதையே சொந்தமாக வாங்கினான். அந்த ஆட்டோவையும் விற்றுவிட்டு வேலை வெட்டி இல்லாமல் சுற்றிகொண்டிருந்தான். வேலை இல்லாமல் இருந்த நேரத்தில் அவனுடைய அப்பா பாலவாக்கம் ஏரியாவில் கட்டடம் கட்டும் மேஸ்திரியாக வேலை செய்தார். அப்பாவுடனாவது வேலைக்கு போகலாம் என்ற முடிவில் மேஸ்திரி வேலை செய்யப் போனபோது அவனுக்கும் சங்கருக்கும் தொடர்பு ஏற்பட்டது அந்தத் தொடர்பால் சங்கரின் தம்பி மோகன் மற்றும் உள்ள இதர நபர்களும் கூட்டாளிகளானார்கள். கள்ளச் சாராயம் விற்றார்கள்.

பாபுவுக்கு இன்னொரு ஃபிளாஷ்பேக்கும் உண்டு. நடேச நாடார் என்பவரைக் கொலை செய்துவிட்டு ஜெயிலுக்கு போய் வந்த முன் அனுபவமும் உண்டு. வெளியில் வந்து வேலையில்லாமல் இருந்த போதுதான் இன்னொரு தப்பான பாதையை சங்கர் போட்டுக் கொடுத்தான். அவன் செய்யும் கள்ளச் சாராய பிஸினஸில்

அவனுடைய தம்பிக்கு உதவியாக பாபுவை களத்தில் இறக்கி விட்டான்.

சங்கருக்கு திருவான்மியூர் மட்டுமல்லாமல் சென்னை முழுவதும் இருந்த முக்கிய புள்ளிகளும் நெருக்கமானார்கள். திருவான்மியூர் வால்மீகி நகரில் வசித்து வந்த ஒரு நடிகைக்கும் ஆட்டோ சங்கர் குரூப்புக்கும் நட்பு ஏற்பட்டது. நடிகைக்கு கார் தேவைப்படும்போது இவர்களும், இவர்களது கார் தேவைப்படும்போது நடிகையும் கொடுத்து வாங்கிப் பயன்படுத்திக்கொள்ளுமளவுக்கு நட்பு வளர்ந்தது. இந்த கோஷ்டிகள் நடிகையின் வீட்டில் கேரம்போடும் ஆடுவார்களாம். பாபுவும் இதர நண்பர்களும் நடிகைக்கு சொந்தமான காரில் ஓட்டல் தாஜ்மகாலுக்குச் சென்றனர். அவர்கள் போகும் வழியில் ஆட்டோ ஓட்டுனர்கள் சுடலையும் ரவியும் பேசிக் கொண்டிருப்பதை கவனித்த சங்கர் 'நான் சொல்வதைபோலச் செய். என் வழியில் யார் குறுக்கிட்டாலும் அவர்களை நான் சும்மா விடமாட்டேன் அவர்கள் கதையை முடித்தால் தான் எனக்கு நிம்மதி' என்று பாபுவிடம் சொன்னான் சங்கர்.

பாபு சங்கர் கேட்டுக்கொண்டபடி சுடலையை மட்டும் தனியாக அவர்களின் காரில் ஏற்றிக்கொண்டு நேராக பெரியார் நகரில் இருக்கும் மோகனின் சாராய கடைக்குப் போனார்கள். அங்கிருந்து மோகனையும் அழைத்துக்கொண்டார்கள். பெரியார் நகரில் இருக்கும் சங்கரின் வீட்டு முதல் மாடியில் கூடினார்கள். இவர்களோடு எல்டின் மற்றும் சிவாஜியும் சேர்ந்துகொண்டார்கள். குடிகாரர்கள் மிருகமாக ஆரம்பித்தார்கள்.

சங்கர் தன் வேலையைத் துவங்கினான். லலிதாவை எங்கெல்லாம் அழைத்துபோனான் என்ற விவரத்தை சுடலையிடம் கேட்டான். உடனே கோபம் வந்தவனாக நீ என்னுடைய பிராத்தல் தொழிலில் தலையிடு கிறாய் என்று கோபமாக சுடலையின் கன்னத்தில் அடித்தான். அதே நேரம் பாபுவுக்கு சைகை காட்டவே அவன் சுடலையின் கழுத்தில் டவலை வைத்து இறுக்கினான். எல்டின் சுடலையின் காலைபிடித்துக் கீழே தள்ளினான். அவன் வாயையும் மூக்கையும் மோகன் பொத்தினான். சிவாஜி அவனுடைய கையை அசையாமல் பிடித்துக் கொண்டான். அந்த நேரத்தில் சங்கர் சுடலையின் உயிர்நாடியில் எட்டி உதைக்க கொஞ்ச நேரத்தில் அவன் இறந்துபோனான். பிணத்தை இங்கேயே எரித்துவிடவேண்டும் என்று சொன்ன சங்கர் மோகனையும் எல்டினையும் ஆறு லிட்டர் பெட்ரோல் வாங்கிவர அனுப்பிவைத்தான்.

பெட்ரோல் வருவதற்கு முன்பு சுடலையின் கழுத்தில் அணிந்திருந்த மோதிரத்தையும் கழுத்தில் போட்டிருந்த சங்கிலியையும் கழற்றி கொண்டான். அவை இரண்டும் சங்கர் தன் வீட்டு கிரகபிரவேசத்தின் போது சுடலைக்கு அன்பளிப்பாகக் கொடுத்ததுதான். பெட்ரோலைப் பிணத்தின் மேல் ஊற்றினார்கள். சங்கர் தீயைக் கொளுத்தி பிணத்தின் மேல் போட்டான். ஜன்னல்களை அடைத்துவிட்டு வெளியே வந்துவிட்டார்கள். பிணம் எரிந்து முடிந்திருக்கும் என்று உள்ளே சென்றார்கள். பாதிதான் எரிந்து முடிந்திருந்தது. அப்போது எல்டின் மோகனிடம் கெரெசின் எடுத்துவரச் சொன்னான். கூடவே ஒரு மர கட்டையையும் எடுத்துவரச் சொன்னான். பிணத்தின் மேல் மண்ணெண்ணெய் ஊற்றினார்கள். எரியும் பிணம் மேலே எழும் போது கட்டையால் அடித்தார்கள். எரியாத பாகத்தை போர்வையில் சுற்றி சங்கர் எடுத்துகொண்டான். அதற்குள் எல்டினும் மோகனும் காரை எடுத்துவந்தார்கள்.

விடியற்காலை சுமார் 2.30 மணிக்கு பிணத்தை டிக்கியில் வைத்தார்கள் அதை முட்டுக்காடு போட் அவுஸ் பகுதியில் வீசிவிட்டு வரக் கிளம்பினார்கள். எதிர்பாராதவிதமாக அப்போது ரகு என்பவனும் சசி என்பவனும் எதிர்ப்பட்டார்கள். அவர்களையும் காரில் ஏற்றிக் கொண்டார்கள். கள்ளசாராயம் எடுத்துவரப் போவதாகச் சொன்னார் கள். முட்டுக்காடு பகுதியை நெருங்குவதற்கு முன்பாக ரகுவையும் சசியையும் ஏதோ காரணம் சொல்லி இறக்கிவிட்டார்கள். அவர் களுக்கு சந்தேகம் வரக்கூடாது என்பதற்காக இவர்களின் கூட்டாளியான எல்டினையும் அதே இடத்தில் இறக்கிவிட்டார்கள். அதற்குப் பிறகு முட்டுக்காட்டில் எரியாத சுடலையின் உடம்பின் பாகங்களை வீசிவிட்டு வீடுவந்து சேர்ந்தார்கள். அப்போது விடியற்காலை மணி 5.30.

விடிந்ததும் தொப்பை மேஸ்திரியையும் முனுசாமி என்பவனையும் வீட்டுக்குக் கூட்டிவந்தார்கள். மெத்தை தீப்பிடித்து எரிந்துவிட்டது அதனால் பெயிண்ட் உருகி கருப்பாகிவிட்டது என்ற காரணத்தை சொல்லி அறைக்கு புதிதாக பெயிண்ட் அடித்து ரிப்பேர் வேலையும் செய்தார்கள்.

அடுத்த ஆடு தானாகவே இவர்கள் முன்னால் வந்து வெட்டு என்று தலைகுனிந்து நின்றது. ஆட்டோ ஓட்டுநர் ரவியும் சுடலையும் நண்பர்கள். சுடலையை சங்கர் கூட்டிப்போனான். அதற்குப் பிறகு அவன் வரவே இல்லை என்று அவன் விசாரித்ததோடு மட்டு மில்லாமல் சுடலையைப்பற்றி மூச்சுவிடாமல் இருக்க சங்கரிடமிருந்து பணம் கறக்கவும் புத்தியைத் தீட்டினான். அதனால் ரவி அடிக்கடி சுடலையைப் பற்றி இவர்களிடம் விசாரிக்க ஆரம்பித்தான்.

இந்த குரூப் மொத்தமும் மோகனின் குடோனுக்குப் பக்கத்தில் நின்று பேசிகொண்டிருந்தார்கள். அங்கு ரவி வந்தான். அப்போது சங்கர் அவனிடம் நூறு ரூபாய் கொடுத்து விஸ்கி வாங்கி வர அனுப்பி வைத்தான். ரவி அங்கிருந்து போனதும் கூட்டாளிகளிடம் சங்கர் சொன்னான்: அவன் திரும்பிவந்து சுடலையைப்பற்றி ஏதாவது விசாரித்தால் அவன் கதையை முடித்துவிடுவேன்.

திரும்பவும் மற்றொரு வேட்டைக்குத் தயாரானார்கள். அப்போது ரவி போதையில் உளறினான். சங்கர் லலிதாவையும் சுடலையையும் கொன்றது தனக்குத் தெரியும் என்றும் அந்த விஷயத்தை திருவான்மியூர் காவல் நிலையத்தில் சொன்னால் அவ்வளவுதான் என்றும் மிரட்டினான். இந்த ரகசியத்தை வெளியே சொல்லாமல் இருக்கவேண்டும் என்றால் சங்கர் தனக்கு ஆட்டோ வாங்கிக் கொடுக்கவேண்டும் என்று கேட்டான். ரவியை அறைந்தான் சிவாஜி. அதே வேகத்தில் அவனின் முடியைக் கொத்தாகப் பிடித்துத் தரையில் தள்ளி இழுத்துவந்தார்கள். அவனது வாயையும் மூக்கையும் பொத்தினார்கள். டவலைக் கழுத்தைச் சுற்றி இறுக்கினார்கள். ரவி பிணமானதும் அங்கேயே புதைக்க முடிவெடுத்தார்கள். அப்போது அவர்களுக்கு மீண்டும் அகப்பட்டது தொப்பை மேஸ்திரி குரூப்.

சாராய டிரம்மைக் குழிதோண்டிப் புதைக்கவேண்டும் என்று சொல்லி மேஸ்திரியைவைத்து குழியைத் தோண்டச் செய்தார்கள். அப்போது போலிஸ் வருவதாகப் புரளியை கிளப்பிவிட்டு தொப்பை மேஸ்திரி குரூப்பை அங்கிருந்து கிளப்பினார்கள். அவர்கள் துண்டைக் காணோம் துணியைக் காணோம் என்று தலைமறைவான பிறகு ரவியின் உடலைக் குழிக்குள் கிடத்தினார்கள். ரவி உடுத்தியிருந்த உடையையும் அதில் வீசி மூடினார்கள். இதைப்பற்றி யாராவது மூச்சு விட்டால் அவர்களும் இந்த வரிசையில் இணைந்துவிடுவார்கள் என்று அந்த சம்பவத்தில் ஈடுபட்ட அனைவரையும் சங்கர் எச்சரித்தான்.

ரவியுடைய அம்மா அடிக்கடி வந்து சங்கரிடம் ரவியைக் காண வில்லை என்று விசாரித்தார்கள். பாபுவுக்கு ரவி எழுதுவதைப்போல ஒரு கடிதத்தை மோகனே எழுதினான். அதில் ரவி பாம்பே சென்றிருப்பதாக எழுதியிருந்தது. அதை ரவியின் அம்மாவிடம் கொடுத்துவிட்டார்கள். நல்லவேளையாக ரவியின் அம்மா எந்தவிதமான சந்தேகத்தையும் கிளப்பவில்லை. இல்லையென்றால், ரவிக்கு அடுத்த இடம் அவனுடைய அம்மாவுக்கும் கிடைத்திருக்கும்.

★

சங்கரின் தொழில்கூடத்திலிருந்து அழகியை அழைத்துக்கொண்டு வி.ஜி.பி கோல்டன் பீச்சுக்கு கஸ்டமர்கள் ஆட்டோவில் சென்றபோது அவர்களை வழிமறித்து மந்தைவெளியைச் சேர்ந்த சம்பத், மோகன், கோவிந்தராஜ் ஆகிய மூவரும் தகராறில் ஈடுபட்டார்கள். அவர்கள் சங்கரின் வாடிக்கையாளர்கள்தான். அப்போது அங்கிருந்த எல்டினுடன் அடிதடியில் இறங்கினான்.

பாபு, சங்கர், சிவாஜி ஆகியோரிடம் அவர்களின் நண்பர்கள் இந்த சம்பவத்தை விவரித்தார்கள். உடனடியாக மோகனின் சாராயக் கடையிலிருந்து சவுக்குக் கட்டையை எடுத்துக்கொண்டார்கள். அவர்களுடன் செல்வராஜும் இருந்தான். அப்போது கலாட்டா செய்த மூவரையும் ஏற்றிவந்த ஆட்டோவின் ஓட்டுனரை சிவாஜி அடித்தான். இருந்தபோதும் அவன் தப்பி ஓடிவிட்டான். ஆட்டோ ஓட்டுநர் தப்பித்ததும் சங்கரும் அவனது கூட்டாளிகளும் மூன்று பேரையும் தாக்க ஆரம்பித்தார்கள். அதிலிருந்து கஸ்டமர் மோகன் தப்பித்து ஓட முயன்றான். அவனை இவர்கள் துரத்தியதில் ஒரு கடையில் வைத்து கஸ்டமர் மோகனைக் கண்டுபிடித்தார்கள். இதற்குள் இவர்களிடம் சிக்கியிருந்த சம்பத் மற்றும் கோவிந்தராஜ் ஆகிய இருவரையும் அடித்துத் துவைத்தார்கள். ஒருவாறாக மூவரையும் ஆட்டோவில் கொண்டுவந்து சங்கரின் வீட்டு ஸ்டோர் ரூமில் அடைத்து வைத்தார்கள். சங்கர் குரூப் கதவைத் திறந்து பார்த்தபோது மூவரில் இருவர் மூச்சிழந்து கிடந்தனர். ஒருவனின் உயிர் மட்டும் ஊசலாடிக் கொண்டிருந்தது. அவனை விடுவித்தால் ஆபத்து என்று நினைத்தவர் கள் அவனை திரும்பவும் அடித்து உயிரை பறித்தனர்.

மூவரின் உடலையும் அப்புறப்படுத்தும் திட்டத்தை பாபு சொன்னான். அதற்கு அனைவரும் உடன்பட்டார்கள். பாபு காண்டிராக்டராக இருந்து கட்டிக்கொண்டிருக்கும் புதிய கட்டடத்தின் பேஸ்மெண்டில் புதைத்துவிடலாம் என்றான். கட்டடத்துக்குக் காவலாக இருந்த வாட்ச்மேனிடம். நாங்கள் சீட்டு விளையாடவேண்டும்; அதனால் நீ வீட்டுக்கு போ என்றார்கள். அவன் அப்போது வீட்டுக்குப் போக வாகனம் இல்லை என்றதும் சங்கரின் நண்பன், வாட்ச் மேனை அவனது வீடுவரை கொண்டு சென்று விட்டுவந்தான். அவர்களை அடைத்து வைத்திருந்த ரத்தம் படிந்த ஸ்டோர் ரூமை இவர்களே யாருக்கும் சந்தேகம் வராமல் கழுவி சுத்தப்படுத்திவிட்டார்கள். எந்த கொலைக்கும் சாட்சி இல்லை என்று மெத்தனமாக இவர்கள் இருந்தார்கள். கடைசியாக இவர்களால் கொல்லப்பட்ட மூவரில் ஒருவரின் மனைவி கொடுத்த புகாரால், கிடுகிடுவென எல்லா கொலைகளும் துப்புத் துலங்கின.

காவல்துறையில் பிடிபட்டதும், பாபு அரசு தரப்பு சாட்சியாக மாறினான். சங்கரோடு சேர்த்து அவர்களது கூட்டாளிகளும் கூண்டோடு கைதானார்கள். மோகனிடம் வாக்குமூலம் வாங்கும் போதுதான், லலிதாவின் விஷயம் கசிந்தது. தாசில்தாரின் உத்தரவுப் படி லலிதா கொலையுண்ட இடத்துக்கு விரைந்தார்கள். லலிதா எப்படியோ சங்கரிடம் வந்து வசமாக சிக்கியிருக்கிறாள். சங்கரின் ஒட்டுமொத்த ஆத்திரமும் லலிதாவின் மீது தான் இருந்தது. லலிதாவை அவன் வீட்டு மாடிக்கு சங்கர் அழைத்து போயிருக்கிறான். அப்போது அவனுடைய தம்பி மோகனும் உடன் இருந்திருக்கிறான். இருவருக்கும் ஏற்பட்ட வாக்குவாதத்தில் எல்டின், சங்கர் இருவரும் லலிதாவின் முடியைப் பிடித்திழுத்து அடித்து கழுத்தை நெரித்ததில் அவள் அங்கேயே இறந்துபோனாள். அவளை இவர்கள் மூவரும் சேர்ந்து தூக்கி வந்து வேறொரு வீட்டில் புதைத்துள்ளார்கள்.

காவலர்கள் லலிதா கொலை செய்யப்பட்டதை உறுதிசெய்து கொண்டதும் உடலைக் கைப்பற்ற முயன்றனர். பெரியார் நகர் வீட்டில் சமையல் அடுப்பை அகற்றியதும் சிமெண்ட் பூசப்பட்ட தரையைத் தோண்டினார்கள். அங்கு நிர்வாணமாகப் புதைக்கப்பட்ட உடல் கிடைத்தது. அவளுடைய உடை, முடி, உடைந்த வளையல் களையும் காவல்துறையினர் கைப்பற்றினார்கள். அதே இடத்தில் உடற்கூறு ஆய்வும் செய்தார்கள். பரிசோதனைகளின் முடிவின்படி அது ஒரு பெண்ணின் உடல்தான் என்பது ஊர்ஜிதமானது. ஆக சங்கர் குரூப் ஆறு படுகொலைகளை அனாயாசமாகச் செய்துமுடித்திருந்தது. லலிதா, சுடலை, ரவி ஆகிய மூன்று கொலைகளும் ஒன்றோடு ஒன்று தொடர்புடையது. துரோகம், நம்பிக்கை துரோகம், பிளாக்மெயில் ஆகிய மூன்று காரணங்களால் மூன்று உயிர் பறிக்கப்பட்டது. இதற்கடுத்த மூன்று கொலைகளில் தான் ஏகப்பட்ட மர்ம முடிச்சுகள். சங்கரின் கூடத்து அழகிகளை அனுபவித்துவிட்டு காசு கொடுக்காமல் ஏமாற்றிவிட்டார்கள்; அதனால் கொன்றோம் என்கிறார்கள். இப்படி ஒரு அல்ப காரணத்துக்காகவா மூன்று கொலைகள் நிகழ்ந்திருக்கும். ஆண்டவனுக்குத்தான் வெளிச்சம்.

★

ஆயிரம் பக்கங்களுக்கு மேல் குற்றப்பத்திரிகை சமர்ப்பிக்கப்பட்டது. முதற்கட்ட விசாரணை சைதாப்பேட்டை நீதிமன்றத்தில் ஆரம்பித்தது. அங்கிருந்து செங்கல்பட்டு செசன்ஸ் நீதிமன்றத்துக்கு மாறிய வழக்கு விறு விறுவென விசாரணையைத் தொடர்ந்தது. செங்கல்பட்டு நீதிமன்றத்தில் தீர்ப்பு வெளியாவதற்கு முன்புவரைகூட குற்றம் சாட்டப்பட்டவர்கள் நாங்கள் குற்றவாளிகள் அல்ல என்று சொல்லியிருக்கிறார்கள். சங்கரின் தம்பி மோகன் மற்றும் செல்வராஜ்

ஆகிய இருவரும் தப்பியோடி விட்டதால் இவர்களுக்கான வழக்கு தனியாக நடைபெற்றது.

சிறைக்கு சென்றாவது திருந்துவான் என்று பார்த்தால் அங்கும் அவனது காதல் லீலைகள் தொடர்ந்தன. சங்கர் சிறையில் இருந்த போது அதே சிறையில் கைதியாக இருந்த ஒருவனைப் பார்க்க தேவி என்பவள் அடிக்கடி வருவாள். அப்போது அவளுக்கும் சங்கருக்கும் பழக்கம் ஏற்பட்டது.

முதல் முக்கிய மூன்று குற்றவாளிகளான சங்கர், எல்டின், சிவாஜி ஆகியோருக்கு மரணதண்டனையும் இதர குற்றவாளிகளுக்கு சிறைத் தண்டனையும் விதிக்கப்பட்டது. மே 31 1991 ல் செங்கல்பட்டு செஷன்ஸ் நீதிமன்றம் சங்கருக்குத் தூக்கு தண்டனை விதித்தது. மத்திய சிறையில் அடைக்கப்பட்டிருந்த சங்கர், மோகன், செல்வராஜ் ஆகியோர் அங்கிருந்து தப்பியோடினர்.

சங்கர் சிறையில் இருந்து தப்பிக்கவில்லை; காவல்துறையினராலும் முக்கிய பெரும்புள்ளிகளாலும் தப்பிக்க வைக்கப்பட்டான்; அவன் வாயைத் திறந்தால் பல தலைகள் உருளும் என்பதால் அவர்கள் அவனைத் தப்பிக்கவிட்டார்கள் என்று அன்றைய நாளில் செய்திகள் உலவின. ஒரிஸாவில் ரூர்கேலா என்ற பகுதியில் அந்த ஊர் காவலர்களின் உதவியோடு சங்கரைக் கண்டுபிடித்தார்கள். அங்கு சங்கர் தேவியை மனைவியாக்கி குடும்பம் நடத்திவந்தான். சங்கரைக் கைது செய்தவுடன் அவனை சென்னைக்கு உடனடியாக அழைத்து வரவேண்டும் என்ற நிலையில் சென்னைக்கு விமானத்தில் வந்திறங்கினான் சங்கர் ரூர்கேலாவில் சங்கரைக் கைது செய்தபோது தேவி விம்மி விம்மி அழுதாள். காலக்கொடுமை.

சங்கர் சேலம் சிறையில் அடைக்கப்பட்டான். அங்கு இருந்த காலக்கட்டத்தில் அவனுடைய வாழ்க்கையில் நடந்த நிகழ்வுகளை, அவனோடு தொடர்புடையவர்களைப்பற்றிய விவரங்களை 300 பக்கத்துக்கு சுயசரிதமாக எழுதினான். சிறை உயர் அதிகாரியின் அனுமதியுடன் நக்கீரன் பத்திரிகையில் பிரசுரிக்கவேண்டும் என்று கேட்டுக்கொண்டு அவனது மனைவியிடம் அதை ஒப்படைத்தான். ஆட்டோ சங்கர் செய்த கிரிமினல் குற்றங்களுக்கு பார்ட்னராக பல ஐஏஎஸ், ஐபிஎஸ் அதிகாரிகள் இருந்துள்ளனர். அது சங்கரின் வீட்டு கிரகப்பிரவேசத்துக்கு விருந்தாளியாக வந்தவர்களின் வீடியோ காட்சியைப் பார்த்தாலே தெளிவாகும். நக்கீரன் பத்திரிகையில் தனது வாழ்க்கை பற்றிய கட்டுரை வெளிவரவேண்டும் என்பது சங்கரின் ஆவல். அதற்காக அவன் கடிதமும் எழுதி அனுப்பி இருந்தான்.

ஆட்டோ சங்கரின் வாழ்க்கை தொடர் வெளிவரப்போகிறது என்கிற அறிவிப்பை நக்கீரன் பத்திரிக்கை வெளியிட்டதும், சம்பந்தப் பட்டவர்கள் பீதியடைந்து சங்கரின் வாழ்க்கை வரலாறு வெளிவரக் கூடாது என்று உயரதிகாரிகளுக்குக் கடிதமெழுதித் தடுத்தனர். ஒருகட்டத்தில் நக்கீரன் ஆசிரியர் கோபால் உயர்நீதிமன்றத்தில் வழக்கைச் சந்தித்து, பிறகு உச்சநீதிமன்றத்துக்கு சென்று ஆட்டோ சங்கரின் வாழ்க்கை வரலாறை சங்கரின் அனுமதி இல்லாமலேகூடப் பிரசுரிக்கலாம் என்ற தீர்ப்பைப் பெற்றார். இந்திய அரசியலமைப்பு சாசனம்-21 தனிமனித சுதந்திரத்தை அனுமதிப்பதைச் சொன்னதோடு மட்டுமல்லாமல், பத்திரிகையில் பிரசுரிப்பதை மாநில அரசோ அரசு அலுவலர்களோ தடை விதிக்கமுடியாது என்றும் தீர்ப்பளித்தது.

ஆட்டோ சங்கர் உயர்நீதிமன்றத்தில் மேல்முறையீடு செய்திருந்தான். 17.7.1992-ல் சென்னை உயர்நிதிமன்றமும் முதல் இரண்டு குற்றவாளிகளின் மரணதண்டனையை உறுதிப்படுத்தியது. 5.4.1994-ல் உச்சநீதிமன்றமும் அவனுடைய மேல் முறையீட்டை நிராகரித்து விட்டது. மரணதண்டனையில் இருந்து தப்பிக்கக் கடைசி ஆயுதமான கருணை மனுவைக் கையிலெடுத்தான். அன்றைய குடியரசு தலைவர் சங்கர் தயாள் சர்மா அதையும் நிராகரித்துவிட்டார்.

ஏப்ரல் 27, 1995 ல் சேலம் சிறையில் ஆட்டோ சங்கர் தூக்கிலிடப் பட்டான். தூக்கிலிடப்படும் நாளன்று அதிகாலை வரைகூட நம்பிக்கையுடன் இருந்திருக்கிறான். தூக்கு மேடைக்குப் போகும் போதுகூட மிடுக்காகத்தான் சென்றிருக்கிறான்.

அவனுடைய உடல் அவனுடைய சட்டப்படியான முதல் மனைவியிடம் ஒப்படைக்கப்பட்டது. அவனுக்கு பிள்ளைகளும் உண்டு. அவர்கள் நாட்டில் ஏதோ ஒரு மூலையில் கௌரவமாக வாழ்ந்து கொண்டிருப்பார்கள். சில வருடங்களுக்கு முன்பு சங்கரின் மனைவியை பத்திரிகை நிருபர்கள் சந்தித்திருக்கிறார்கள். தான் வறுமையில் வாழ்வதாகச் சொல்லியிருக்கிறார்.

சங்கரின் மைத்துனன் எல்டினுக்கும் மதுரை சிறையில் தூக்கு தண்டனை நிறைவேற்றப்பட்டது.

அன்று தப்பியோடிய குற்றவாளியான செல்வராஜ், பிடிபட்டுப் பிறகு சிறை தண்டனை அனுபவித்து வருகிறான். இருபது வருட சிறைவாசி யான செல்வராஜ் கடந்த 2015 ல் அவருடைய உறவு பெண்ணைத் திருமணம் செய்துகொள்ள ஆசைப்பட்டு சென்னை உயர்நீதி மன்றத்தில் மனு செய்தான். அதனைத் தொடர்ந்து செல்வராஜ் முப்பத்தி ஐந்து நாட்கள் பரோலில் விடுவிக்கப்பட்டான். அவர்கள் திருமணமும் காவலர்கள் புடைசூழ நடந்தது.

ஆட்டோ சங்கர் சென்னைக்கு வந்தபோது, அவனுக்கு அரிசி கொடுக்காமல் துரத்திய மளிகைக் கடைக்காரரும் அவனை அடித்த காவலாளியும்தான் அவனது வாழ்க்கை திசை திரும்பக் காரணம் என்று அவனது சுயசரிதையில் கூறப்பட்டுள்ளது! நான் தவறான பாதையில் போனதற்கு சினிமாதான் காராணம் என்றும் சங்கர் சொன்னான்.

அவன் நிஜமாகவே இத்தனை கொலைகளையும் கொடூரமான முறையில் செய்திருக்கிறான் எனும்போது அவன் மீது துளியும் இரக்கம் யாருக்குமே வராது. ஆனால், ஆட்டோ சங்கர் நல்லவன், மற்றவர்கள் செய்த கொலைக்குற்றத்துக்கு அவனை பலிகடாவாக்கி விட்டார்கள் என்று அவனை இன்றும் நிறைய பேர் ஆன்டி ஹீரோவாகப் பார்க்கிறார்கள். அவனுடைய சுயசரிதைகூட அப்படி ஒரு தாக்கத்தைத்தான் மற்றவர்களுக்கு ஏற்ப்படுத்தியது. அவனை கதாநாயகன் போலக் காட்சிப்படுத்தியிருப்பது மிகையா... நிஜமா என்பதைப்பற்றி சங்கர் சொன்னாலொழிய உண்மை தெரிய வாய்ப்பில்லை. கடைசி நேரத்தில் அவன் மனம் திருந்தினான், குடும்பத்துக்காக வருந்தினான். தூக்கு தண்டனை நிறைவேற்றிய நாளுக்கு முந்தைய நாளில் அவனுடைய குடும்பத்துக்கு கடிதமெழுதி னான். மரணதண்டனை என்பது சட்டம் கொடுக்கும் தண்டனைதான் என்றாலும், நரபலியின் காட்சிதான் தூக்கு தண்டனையிலும் தெரிகிறது.

அவனால் பாதிக்கப்பட்ட பெண்களின் சொந்தங்களை வைத்து அவனைக் குத்தி கிழித்து அணுஅணுவாகச் சித்திரவதை செய்து கொல்லவேண்டும் என்று அது அறிவுறுத்துகிறது. தூக்கு மேடையி லிருந்து பிணமாகி அவனது சொந்த ஊருக்குக் கொண்டுவந்து கிடத்திய காட்சியைப் பார்க்கும்போது, பலியை நினைவூட்டாமல் இல்லை.

தமிழகத்தில் நிறைவேற்றப்பட்ட கடைசி மரண தண்டனை இதுவாகவே இருக்கட்டும்.

2

பூலான் தேவி

காலம் காலமாக நாம் காணும் வரலாறு என்னவென்றால், ஒரு செய்தியானது பெண் தொடர்பானதாக இருந்தால், அது உண்மையான செய்தியாகவே இருந்தாலும், அந்தச் செய்தியின் தன்மை அவளின் கற்பைக் களங்கப்படுத்துவதாக இருந்தால் அவளுடைய உண்மை யான பெயரை வெளியிடமாட்டார்கள். ஆனால், இந்த வழக்கத்துக்கு மாறாக ஒரு பெண்ணுடைய கதை அவருடைய பெயரோடு வெளி உலகுக்குத் தெரியப்படுத்தப்பட்டிருக்கிறது. அதோடு அவர் அவர் நாடாளுமன்றத்தில் மந்திரியாக இரண்டு தடவை தேர்ந்தெடுக்கவும் பட்டார்! சம்பல் காட்டுக் கொள்ளைக்காரி, சிறைவாசம் செய்தவர் எல்லாவற்றுக்கும் மேலாக உலகையே அசைத்த படுகொலை களுக்குக் காரணமாகக் கருதப்படுபவர். பூலான் தேவி! சரஸ்வதி தேவி தவறிக்கூட இவர் வசிக்கும் வீட்டுப்பக்கம் வந்திராதபோதும் மந்திரி பதவி வகித்த அதிபுத்திசாலி.

மண் குடிசை ஈன்ற மகாராணி இந்த சொற்றொடர் பூலான் தேவிக்கு நூறு சதவீதம் பொருந்தும். ஆனால் அவர் சுமந்த துயரத்தை பெண்ணாகப் பிறந்த / பிறக்கவிருக்கும் யாரும் சுமக்கக்கூடாது என்றுதான் ஆணாகப் பிறந்தவர்களும் நினைப்பார்கள். இவர் வேதனையின் வேர்பிடித்து வெளிவந்தவர், கொடுமைகளைத் தலைமேல் வைத்து நடந்தவர், துயரத்தைப் போர்த்திக்கொண்டு உறங்கியவர், தன் வாழ்நாள் முழுவதுமே வலிகளை வரவேற்றுக் கொண்டு வாழ்ந்தவர்.

வாழ்க்கை ஒருவருக்கு இவ்வளவு துயரங்களை கொடுக்கமுடியுமா? மனித ஜென்மம் எடுத்தவர்கள் இத்தனையையும் தாங்கிக்கொண்டு வாழும் வலிமையை கடவுள் கொடுப்பாரா. அவர் நல்லவரா கொடூரமானவரா என்ற ஆராய்ச்சிக்கெல்லாம் அப்பாற்பட்டு இரும்பு மனுஷியாக இதயத்தைக் கனக்கச் செய்கிறார்.

1963 ஆம் வருடம் ஆகஸ்ட் 10 ஆம் தேதி உத்திரபிரதேச மாநிலத்தில் உதித்த பூ பூலான் தேவி. அவருடைய பெயருக்குக்கூட பூ என்றுதான் அர்த்தம். வறண்ட வானம் பார்த்த பூமி குர்கா புர்வா. இந்த மண்தான் பூலானைச் சுமந்தது. பிறக்கும்போதே கர்ணன் கவசகுண்டலத்தோடு பிறந்ததைப்போன்று சாபத்தோடு பிறந்தவள் தேவி. மல்லா என்று சொல்லக்கூடிய மிகவும் பிற்படுத்தப்பட்ட சாதியில் பிறந்ததைவிட சாபம் வேறென்ன இருந்துவிட முடியும். ஒரு வேளை உயர்சாதியில் அவள் பிறந்திருந்தால் திருமணம், குழந்தை, குடும்பம் என சராசரி வாழ்கையை வாழ்ந்து இப்போது நான்கைந்து குழந்தைகளுக்கு பாட்டியாகியிருப்பார். ‘நம்ம கிராமத்தில் இருக்கும் அந்தப் பெரிய கிணறு ஐம்பது வருடங்களாக இருக்கிறது. அதில் தான் நீர் இறைத்து இடுப்பில் சுமந்துவருவேன்’ என்று மலரும் நினைவுகளைத் தனது பேரக்குழந்தைகளிடம் பகிர்ந்துகொண்டிருப்பார். இவையெல்லாம் நடக்காமல் போனதற்கு எது காரணம்? அந்தக் கிணறுதான். பெமாய் குக்கிராமத்தில் தற்போதும் குத்து கல்லைப்போல இறுக்கமாக உட்கார்ந்துகொண்டு வாய்திறக்காமல் மூச்சுவிட்டுக்கொண்டிருக்கும் அந்தக் கிணறுதான் இருபத்திரெண்டு பேரின் உயிரைக் குடித்தது யாரென்று அறிந்து வைத்திருக்கும் ஒரே நம்பகமான சாட்சி. கிணறு தனது மௌனத்தை உடைக்குமா?

பூலானின் வாழ்கையில் அப்படி என்ன ரகசியம் புதைந்துக்கிடக்கிறது. உண்மையில் அவர் யார்? பண்டிட் குயின் என்ற கிரிடத்தைச் சுமந்த அவள் கொலைக்காரி, கொள்ளைக்காரி, கடத்தல்காரி, கேங் லீடர் காவல்துறைக்கு தண்ணி காட்டும் ஆட்களுக்கு நடுவே வெந்நீர் காட்டியவள். அவளது குலத்தில் பிறந்த பெண்களெல்லாம் குடும்பம், குழந்தை என்று மட்டுமே வாழ்ந்த காலத்திலேயே துப்பாக்கி ஏந்தி சிலையே உளி எடுத்து செதுக்கிக்கொண்டது போல் தன் வாழ்க்கையை அமைத்துக்கொண்டவள் அவள்.

என் அப்பாவின் சொத்தை மயாதீன் அபகரித்துக்கொண்டான் என்று அவள் மைனராக இருந்த காலத்திலேயே அலகாபாத் நீதிமன்றத்தில் வழக்கு; அவள் மேல் திருட்டு பழி சுமத்தி காவலில் வைக்கப்பட்டு வழக்கு; ஆள் கடத்தல், வழிப்பறி என்று 40-துக்கும் மேற்பட்ட கிரிமினல் வழக்குகள்; 22 ஆண்கள் சுட்டுக்கொல்லப்பட்ட பெமாய்

படுகொலை; என்னுடைய வாழ்க்கையை வியாபார நோக்கத்துடன் புனைந்து படமாக்கிவிட்டார்கள் அதைத் தடை செய்யவேண்டும் என்று ஒரு வழக்கு; பண்டிட் குயின் படத்தை எனக்கே திரையிட்டு காட்ட மறுக்கிறார்கள் என்று ஒரு வழக்கு; பூலான் தேவி கொலை செய்யப்பட்ட வழக்கு; இதற்கெல்லாம் உச்சகட்டமாக பூலான் தேவி படுகொலை செய்யப்பட்ட பிறகு அவள் கணவன் புட்டிலால் பூலானின் சொத்துக்கு நான் தான் வாரிசு என்று நீதிமன்றத்தில் தொடர்ந்த வழக்கு; மனைவியின் சொத்துக்கு வாரிசு என கணவன் சொந்தம் கொண்டாடுவதில் வியப்பென்ன இருக்கிறது இதுதானே உங்கள் புருவம் உயர்ந்ததற்கு காரணம். நிறைய இருக்கிறது. பூலான் வாழ்ந்தபோது போடப்பட்ட வழக்குகள், அவர் மறைவுக்கு பிறகான வழக்குகள் என அத்தனை வழக்குகளும் காயத்தில் மிளகாய் தூள் வைத்து தேய்த்தை போன்று வலியைக் கிளப்புகின்றன. பூலான் தேவியின் வாழ்கையை மையமாக்கி பல தளங்களில் பல படைப்புகள் வெளிவந்துள்ளன. இதில் பின்வரும் படைப்புகளும் அடக்கம்.

1. இந்தியாஸ் பேண்டிட் குயின் அண்ட் மீ
2. தேவி
3. நான் பூலான் தேவி - சுயசரிதை
4. இந்தியாவின் பேண்டிட் குயின்
5. பேண்டிட் குயின் உண்மைக் கதை திரைப்படம்

இத்தனை படைப்புகளும் உண்மையை மட்டும் கொண்டு எழுதப் பட்டனவா? வியாபாரப் புனைவுக்குள் சிக்கி தன்னை வளைத்துக் கொண்டதா? ரத்தமும் சதையுமாக வாழ்ந்துகொண்டிருந்த ஒரு பெண்ணின் அந்தரங்கங்கள் வெளியுலகுக்குப் பகிரப்பட்டது சரியா? அந்த சம்பவத்தைக் காட்சியாக விவரித்திருக்கும் திரைப்படத்தை அவரது உறவுகள் கண்டு எப்படியெல்லாம் கதறி இருப்பார்கள். கிரிமினல் வழக்குகளை அலசுகிறோம் என்ற பெயரில் இப்போது நாமும் 2001 ல் மண்ணோடு புதைக்கப்பட்ட அவரின் வாழ்க்கையைத் தோண்டியெடுத்து அவருக்குக் களங்கம் கற்பிக்கும் செயலிலா இறங்கியிருக்கிறோம்? இல்லை, நாம் ஒருபோதும் அவருக்குக் களங்கம் கற்பிக்கும் கயிற்று நுனியைப்பற்றிக்கொண்டு பயணிக்கப் போவதில்லை. ஏனெனில், பூலானின் வாழ்க்கையை ஆராய்ந்தால் ஒவ்வொருவருக்கும் மாறுபட்ட கருத்து இருக்கிறது.

பூலான் பாலியல் கொடுமைக்கு ஆட்படுத்தப்பட்டார்; பெமாய் கிராமத்தில் 22 ஆண்களைப் படுகொலை செய்தார். பல திருமணங்கள் செய்துகொண்டார் என சொல்லப்பட்டதையெல்லாம் அவர் இல்லை என மறுத்திருக்கிறார். பூலானின் மேல் சாயமாக வீசப்பட்ட இந்த

முக்கிய மூன்று விஷயங்களைப்பற்றிய உண்மைத்தன்மை பூலானைத் தவிர வேறு எவருக்கும் தெரியாது. இந்த வழக்கில் கூறப்பட்டிருக்கும் செய்திகள், செய்தியாக வெளியுலக்கு அறிந்ததும், நீதிமன்றத்தில் பதிந்ததும்தான்.

1981 ல் பெமாய் கிராமத்தில் நடந்த படுகொலை வழக்கில் குற்றம் சாட்டப்பட்ட ஒரு குற்றவாளி, சம்பவம் நடந்த அன்றைய தேதியில் அவர் மைனர் என்று நிரூபிக்கப்பட்டு, அவர் இந்தக் கொலை வழக்கிலிருந்து விடுவிக்கப்பட்டு, இளம் சிறார்களுக்கான நீதிமன்றத்தில் விசாரிக்கப்படவுள்ளார். அந்த மனிதர் தற்போது பேர குழந்தைகளுடன் வசித்துவருகிறார். கொலைகுற்றவாளிகளாக இருந்த நபர்களில் ஒருவர் இளவர் என்று கண்டறிய நீதிமன்றத்துக்கு 35 வருட கால அவகாசம் தேவைப்படிருக்கிறது. இதை விட ஒரு பெரிய நகைச்சுவையை இதற்கு முன்பு நீங்கள் படித்திருக்க வாய்ப்பில்லை. இன்னும் இந்த வழக்கில் தீர்ப்பு வெளிவராமல் விசாரிக்கப்பட்டு வருகிறது.

பூலான் வாழ்வில் நடந்த பெமாய் சம்பவங்கள் உண்மையாகவும் இருக்கலாம் புனையப்பட்டதாகவும் இருக்கலாம் என்பதே உண்மை!

★

மயாதீன் என்பவன் தான் பூலான் தேவியைக் கொள்ளைக்காரி யாக்கியத்தில் பெரும் பங்குவகிப்பவன். அவன் அவளது தந்தையின் சகோதரன் மகன். பூலானின் தந்தைக்கு மூதாதையர் விட்டுச்சென்ற சொத்துகள் இருந்துள்ளது. ஆனால் அதை நயவஞ்சகமாக ஏமாற்றி எடுத்துக்கொண்டான் மயாதீன். பூலான் தந்தைக்கு நான்கு பெண் பிள்ளைகள், ஒரு மகன் என ஐந்து வாரிசுகள். சகோதரன் மகனை எதிர்த்து நின்று அவன் அபகரித்த சொத்தை மீட்கும் திராணி அவளது தந்தைக்கு இல்லை. முதிர்ந்த வயது, தள்ளாமை, இயலாமை எல்லாமும் அவரை இயங்கவிடாமல் செய்துவிட்டது. அவருக்கு பிறந்த மகனோ பாலகன், மீதமிருபவர்கள் பெண்கள். யாராவது பாத்திரங்களைத் தீண்டினால், அமைதியாக சொரணையற்றுக் கிடக்கும். ஆனால், இரண்டு மூன்று ஒன்று சேர்ந்துவிட்டால் அநியாயத்துக்கு எதிராக அங்கு சலசலப்பு உருவாகிவிடும். பூலானின் குரல் தனிப் பாத்திரமாகக் கிடந்ததால் அவளது குரல் அவளின் தொண்டையைத் தாண்டி ஒலிக்கவில்லை. பெண்களின் ஒப்பாரிகள் எல்லோருக்குமே அலட்சியம்தான் என்பது மயாதீனுக்கு தெரிந்திருந்ததால் அந்த நான்கு பெண்களை அவன் பொருட் படுத்தவில்லை.

உயர்சாதிக்காரர்களின் உதவியோடு, கிராமத்தில் தேவியின் குடும்ப சொத்து சார்பதிவாளர் அலுவலகம் தலையசைக்க அவனது சொத்தாக மாற்றப்பட்டுவிட்டது. குடும்பச் சொத்தை அநியாயமாகத் தொலைத்துவிட்டு பூலானின் தந்தை தினக்கூலியாக படகோட்டியாக, யாரோ நிலத்தில் குத்தகைதாரராக சொற்ப வருமானத்தில் வயிற்றைக் கழுவி வாழும் நிலையை பூலான் சகித்துக்கொள்ளவில்லை. அதனால் மயாதீனை எதிர்த்தாள். பூலான் அதீத புத்திசாலி, ஒரு நடிகையைப் போன்ற முக பாவனைகளோடு அவள் அவளுடைய நிலத்தை மீட்க அலகாபாத் நீதிமன்றத்தில் பேசினாள் என்று அன்று அந்த நீதிமன்றத்தில் ஸ்டெனோகிராபராக இருந்த நபர் சொல்லியிருக்கிறார்.

தாக்கூர் சாதியில் பிறந்தவர்கள் தெருவில் வந்தால் அவர்கள் காலில் விழுந்து வணங்க வேண்டியது மல்லா இனத்தில் பிறந்தவர்களின் கடமை. தாக்கூர் இனத்தவர்களை பூலான் மதிக்கவில்லை. அவளுடைய அம்மா தைரியசாலி. அதனால் அவருடைய அம்மாவின் தைரியத்தைப் பின்பற்ற விரும்பினாள். சிறுமிதானே என்று எகத்தாளமாக இவர்களின் நிலத்தில் வேப்பிலை மரம் வெட்டும் மயாதீனுடன் சண்டையிட்டாள். அவனுடைய உயர்சாதி நண்பர்களின் முன்னால் அவனை அவமானப்படுத்தினாள். பூலான் அவளது மூத்த சகோதரியுடன் மயாதீனுடைய நிலத்தில் சென்று உட்கார்ந்துக் கொள்வார்கள். அவளை அங்கிருந்து விரட்ட இறுதியாக மயாதின் செங்கல்லால் அவளை அடித்து மயங்க செய்திருக்கிறான்.

தாக்கூர் வீட்டினரின் ஆடுமாடுகளை மேய்த்தல், அவற்றுக்கு உணவு தேடுதல், அது போடும் சாணத்தை வரட்டி தட்டுதல், தாக்கூர் இல்லத்தினரின் தலை தேய்த்துவிடல்-இந்த சேவைகளைச் செய்வது தான் மல்லாஸ் போன்ற தாழ்ந்த குலத்தில் பிறந்தவர்களின் வேலை. வேலை நேரமென்று தனியாக எதுவுமில்லை. எல்லா நேரமும் வேலை நேரம்தான். ஊதியம்பற்றி மூச்சு விடக்கூடாது. தவறி வாய்திறந்தால் கிடைக்கும் அடி உதை. சுத்தமான இந்தியாவுக்கு கழிப்பறை அவசியம் என்று நடிகையை வைத்து இந்த 2017-லிலும் தொலைக்காட்சியில் விளம்பரம் ஒளிப்பரப்ப வேண்டிய நிலையில்தான் இருக்கிறோம். அப்படியிருக்கையில் 1970-ல் குர்கா பொர்வா என்ற குக்கிராமத்து பெண்கள் இயற்கை உபாதையைக் கழிக்க அவசரத்துக்கு ஒதுங்க தாக்கூர் இளைஞர்கள் விட்டிருப்பார்களா. கிடைக்கும் இடமெல்லாம் கீழ் சாதிப் பெண்களைப் பாலியல் வன்முறை செய்வதுதான் அவர்களின் பொழுதுபோக்கு.

புட்டிலால் என்ற முப்பது வயதானவனுக்கு பதினோரு வயது பூலானை இரண்டாந்தாரமாகத் திருமணம் செய்து வைத்தார்கள். அந்த புட்டிலால் பதினோரு வயது சிறுமியைத் தன் விருப்பத்துக்குப்

பிய்த்தெறிந்தான். வேதனையும் வலியும் தாளாத அந்த பிஞ்சு தாய்வீடு திரும்பியது. கல்யாணமான பொண்ணு புருஷன் வீட்டில் இருந்து வரக்கூடாது; அதுக்கு நீ செத்து போ என்று வைதார்கள்.

மயாதீன் உயர்சாதி நண்பர்களின் செல்வாக்கைப் பயன்படுத்தி காயை நகர்த்தினான். தேவி அவன் வீட்டில் திருடி விட்டதாகப் புகார் கொடுத்து அவள் காவல்துறையினரின் காவலில் வைக்கப்பட்டாள். ஆலைக்குள் சென்ற கரும்பு சில தினங்களுக்கு பிறகு சக்கையாக வெளியே வந்தது. ஏழையாக, மல்லா என்ற சாதியில் பிறந்ததாலேயே குடும்ப பெண்கள் அந்நியரால் அவமானத்துக்கு உள்ளாகும்போதும் எதிர்த்து அசைவு காட்டாமல் இருந்தனர் அந்த குடும்பத்து ஆண்கள். பிறந்த உடனேயே அவர்களின் முதுகெலும்புகள் உருவப்பட்டிருக்கும்.

ஆண்களே நிமிராமல் வளைந்திருக்கும் ஊரில் மல்லா குலப் பருவப்பெண்ணின் துணிச்சல் ஊரில் ஆண்களென்று மீசை வைத்திருப்பவர்களுக்கு உறுத்தத்தான் செய்திருக்கும். இளம் பிராயத்தில் வயதுக்கு மீறிய துன்பத்தை அனுபவித்துவிட்டாள் என்று இரக்கப்பட்டு நீதிமன்றத்தால் அவள் விடுவிக்கப்பட்டாள். கொள்ளையன் பாபு குஜார் கேங் யமுனா நதிக்கரையில் டேரா போட்டிருப்பதாகவும் அவர்கள் பூலானைக் கடத்தப்போவதாகவும், அவர்களிடமிருந்து பயமுறுத்தல் கடிதம் வருகிறது. அந்த ஊரில் பூலானைத் தவிர இதர பருவப்பெண்கள் இருந்திருப்பார்கள். அப்படியிருக்கையில் அவர்களின் அம்பு இவளை மட்டும் தாக்கியது.

அன்றைய இரவு பூட்ஸ் சத்தத்தோடு பூலானின் வீட்டருகே வந்த கொள்ளைக்கூட்டத்தினர் அரிக்கேன் விளக்கு வெளிச்சத்தில் பூலானைத் தேடுகின்றனர். அவளுடைய சகோதரனை, குடும்பத்தைச் சிறைப்பிடித்து மறைந்திருந்த தேவியை அவர்கள் முன்னால் வரவைக்கின்றனர். ஒரே தம்பியின் உயிரைக் காப்பாற்றுவதற்காக, குடும்பத்தைக் கொள்ளை கும்பலில் இருந்து மீட்பதற்காக, மயாதின் இனி செய்யவிருக்கும் கொடுமையிலிருந்து தப்பித்துக்கொள்ள, சாதி வெறிபிடித்த ஊரிலிருந்து ஒதுங்கி இருக்க என எத்தனை காரணங்கள் முன்வைக்கப்பட்டாலும் அவள் பாபு குஜாரின் மிருகத்தனமான பிடிக்குள் சிக்கினாள். அந்த மிருக கும்பல் அவளைக் காட்டுக்குக் கடத்திக்கொண்டு போனது. ஆனால் அந்த கொள்ளையர்களில் ஒருவனான விஜய் மல்லா என்பவனுக்கு பூலான் மேல் இரக்கம் துளிர்த்தது. தலைவனிடமிருந்து அவளைக் காப்பாற்ற நினைத்தவன், பாபு குஜாரைச் சுட்டுவீழ்த்தினான்.

கொள்ளைக்காரக் கூட்டத்தில் எல்லா சாதியினரும் இருப்பர். அந்தக் காலத்தில் ஒரு குடும்பத்தில் மூன்று மகன்கள் இருந்தால் அவர்களில்

ஒருவன் நாட்டுக்கு சேவை செய்ய காவல்துறை அல்லது ராணுவம் இதில் ஒன்றைத் தேர்ந்தெடுப்பான். இன்னொருவன் அவர்களின் குடும்ப வருமானத்துக்காகவும் பாதுகாப்புக்காகவும் சொத்தைப் பராமரிக்கவும் விவசாயம் செய்வான். இன்னொருவன் கொள்ளை கும்பலில் சேர்ந்துவிடுவான். ஊருக்கு ஒருவனாவது கொள்ளைக் கும்பலில் உறுப்பினராக இருப்பான். அப்போதுதான் அவன் சொந்த கிராமத்தைக் கொள்ளையடிக்க வருபவர்களைத் தடுப்பான். இது மட்டுமே காரணமல்ல; காவல்துறையினருக்குப் பயந்தே நிறைய பேர் கொள்ளையர்கள் கும்பலில் சேர்ந்திருக்கிறார்கள் என்று காவல் அதிகாரி ஒருவரே சொல்கிறார்.

குஷ்வந்த் சிங் தான் பூலானின் சரித்திரத்தை எழுத முதல் பிள்ளையார் சுழி போட்டவர். அவர் கூற்றுப்படி எடுத்துக்கொண்டால் விக்ரம் சிங் நல்ல நிறமானவன், உயரமானவன், ஆண்மைக்குரிய இலக்கணங் களோடு மிடுக்காகக் காட்சியளிப்பான்.

விக்ரம் மல்லாவும் பூலானும் எல்லா தரப்பினராலும் காதலர் களாகத்தான் அறியப்படுகின்றனர். நீரும் மண்ணும் சேர்ந்த களிமண்ணாக இருந்த பொட்டல் காட்டு கிராமத்து பதுமை பூலானைச் சிலையாக வடிவமைத்தது விக்ரம்தான் என எல்லா தரப்பு சாட்சிகளும் சொல்கின்றன. கயிறு பிடித்து மலை உச்சிவரை ஏறி வர கற்றுக்கொடுத்தான்; துப்பாக்கி சுடக் கற்றுக்கொடுத்தான். காவலர்களைப்போன்ற காக்கி பேண்ட் சட்டையில் ஐந்தடி ஆண்கள் மட்டுமே இருந்த கேங்கில் முதல் பெண் கொள்ளைக்காரியாக உருவெடுத்தாள். நெற்றியில் கட்டியிருக்கும் சிவப்புத் துணி அவளுக்குக் கம்பீரத்தைக் கூட்டியது. கொள்ளையர்கள் ஊர் ஊராகச் சென்று கொள்ளையடித்தனர். ஏழை பாழைகளுக்கு வாரிக் கொடுத்தனர். இருக்கிறவர்களிடமிருந்து பிடுங்கி இல்லாதவர் களிடம் கொடுப்பது என்று விக்ரம் மல்லா குரூப் செயல்பட்டது. திரவமான தேவி பாறையாக திடப்படுத்தப்பட்டாள்.

பூலானைத் துன்புறுத்தியவர்களைப் பட்டியலிட்டு அவர்களை விக்ரமின் துணையோடு இழுத்துவந்து அடித்து வெளுத்து வாங்கினாள். கணவனான புட்டிலாலைக் கட்டிவைத்து ஆத்திரம் தீர அடித்தாள். அவள் கையிலிருந்த நீளமான துப்பாக்கியால் இடித்தாள். கால்கொண்டு மிதித்தாள். அவளை உணர்வுள்ள பெண்ணாக மதித்த ஆண் மகன் அவன். அதனால் தான் அவள் இசை பிரியை என்பதை அறிந்த விக்ரம் ரேடியோ வாங்கி வந்தான். திரைப்படப் பாடல்கள் கொண்ட கேசட்டுகளை வாங்கி வந்தான். அவளை ராணியாக வைத்திருந்தான்.

கொள்ளையர்கள் திருடச் செல்லும் ஊருக்குப் போவதற்கு முன்பு, கிராமத்தார்களை எச்சரிக்கை செய்ய என கடிதம் ஒன்றை அனுப்பி வைப்பது கொள்ளையர்களின் வழக்கம். அப்படி எழுதி அனுப்பும் கடிதத்தில், 'கொள்ளையர்களின் அரசன் விக்ரமின் விருப்பத்துக்குரிய கொள்ளையர்களின் அழகி பூலான்' என்ற வாசகம் இடம் பெற்றிருக்கும். காற்று ஏற்றப்பட்ட பலூன் வானத்தின் உச்சத்தில் பறந்து நிற்பதைப்போல சம்பல் பள்ளத்தாக்கில் தனி சாம்ராஜ்யத்தை விரிவாக்கி வைத்திருந்தாள் பூலான். அந்த நேரத்தில் அவளுக்கு வயது 21 ஆகத்தான் இருந்தது. காற்றுள்ள பலூனின் மேல் முள் குத்தினாலே தரையில் வந்து விழுந்து தடம் தெரியாமல் போகும். கல் வந்து விழுந்தால், அதுவும் இரண்டு கல்லாக இருந்தால்?

இந்த காலக்கட்டத்தில் நிகழ்ந்த பலவற்றை பூலான் இல்லை என்று மறுத்திருக்கிறார். அந்த வழக்கின் விவரத்தை அறிந்துக்கொள்வதற்கு முன்னர் நடந்ததாகச் சொல்லப்படுவதைத் தெரிந்துகொள்வோம்.

விக்ரம் மல்லா பூலானுக்கு உற்ற காவலனாக இருந்துள்ளான். பண்டிட் குயின் திரைப்படத்தில் இவர்களின் உறவை வேறுமாதிரி யாகச் சித்திரித்திருந்தார்கள். ஆனால், எழுத்துவடிவங்களில் உள்ள செய்திகள் வேறு மாதிரியானவை. அவர்களது கேங்கில் உள்ளவர்கள் பூலானை அடைய விரும்புவார்கள். அப்படி ஒருவன் முயற்சி செய்கையில் விக்ரமே பூலானைச் சம்மதிக்கச் சொல்லியிருக்கிறான். தலைவன் கிரீடத்துக்காக விக்ரம் பறிபோய்விட்டானோ என்ற கொதிப்பு சாந்தமாக உண்மை செய்தி காரணமானது. கொள்ளைக் கூட்டத்தில் ஒருவன் பூலானிடம் தவறாக நடந்துகொள்ள முயன்ற போது விக்ரம் அவனைத் தாக்கிக் கொன்றான். இந்தச் செய்தி கிராம மக்களிடையே பரவி அவன் மீதிருந்த மரியாதையைக் கூட்டியது. விக்ரம் மல்லா பூலானுக்காக இப்படி நிறைய நபர்களை கொன்றான். அவர்கள் காதலர்களானார்கள். விக்ரம் மல்லா பூலானின் நெற்றியில் குங்குமமிட்டு மாலை அணிவித்து அவளை மனைவியாக்கிக் கொண்டான். பிறகு அவனது கிராமத்துக்கு அவளை அழைத்துச் சென்று எல்லோருக்கும் அறிமுகம் செய்துவைத்தான்.

ஸ்ரீ ராம் லால், லாலா ராம் தாக்கூர் இனத்தவர்கள்; இவர்கள் குஜ்ராவின் குழுவில் இருந்தவர்கள். தண்டனைக் காலம் முடிந்து சிறையிலிருந்து வெளிவந்த அவர்களுக்கு முதல் அதிர்ச்சி அவர்கள் குழுவில் இடம்பெற்றிருக்கும் பெண். இரண்டாவது அதிர்ச்சி தலைவன் பாபு குஜ்ராவின் மறைவுக்கு பின் கீழ் சாதிக்கார விக்ரம் மல்லா தலைவனாக இருப்பது. அதிலும் அவர்கள் குழுவில் ஒரு பெண், வித்தையெல்லாம் கற்றுத் தேர்ந்து நிற்பதை அவர்கள் எதிர்பார்த்திருக்கவில்லை. கீழ் சாதியினர் என்றாலே அவர்களின் காலுக்கு கீழ்தான் என்ற நிலை மாறி,

| 31 |

தோளுக்கு சமமாக தலைவனான விக்ரமின் இணையாக அவள் வந்து நின்றது ராம் லால், லாலா ராம் தாக்கூர்களின் தூக்கத்தைக் கெடுத்திருக்கும். பொறியில் இரை வைத்துக் காத்திருந்தார்கள். காலம் கனிந்து ஒருநாள். எலி வந்து சிக்கியது. சுட்டு பொசுக்கினார்கள்.

பூலானுக்குக் காவலனாக இருந்த விக்ரம் மல்லா உயிர்போன பிறகு இரண்டு தாக்கூர்களும் அவளைத் தூக்கிக்கொண்டு பெமாய் ஊருக்குச் சென்றனர். கிட்டத்தட்ட ஒருவார காலம் அவள் அடைத்துவைக்கப் பட்டாள். அந்த ஊரைச் சேர்ந்த உயர் வகுப்பு ஆண்கள் அவளை நுகர்ந்து சருகாக்கிக் கசக்கி வீசினர். ஒரு வாரத்துக்கு பிறகு அவளை உடையின்றி அறைக்கு வெளியே கூட்டி வந்து நிறுத்தினர். அதோடு நில்லாமல் அவளை உதைத்து கிணற்றிலிருந்து தண்ணீர் எடுத்து வரும்படி நிர்வாணமாக்கி அனுப்பிவைத்தனர். பெமாயில் வசித்த பெண்கள் உட்பட அத்தனைபேரும் உயிரற்ற பிணமாக நின்று வேடிக்கை பார்த்தனர்.

பூலானின் நண்பன் சந்தோஷ் பண்டிட் தேவியைக் காப்பாற்றி மாட்டு வண்டியில் அழைத்துப்போனான். அவளுக்கு அப்போது துணையாக கொள்ளைக்காரர்களில் ஒருவனான மான்சிங்கும் இருந்தான்.

விக்ரம் உயிரோடு இருக்கும்போது கிராமத்தில் பாடும் நாட்டுப்புற பாட்டொன்றை மேற்கோள் காட்டுவான். அதன் பொருள்படி, நீ யாரையாவது கொல்ல விரும்பினால் ஒருவரை மட்டும் கொல்லாதே. அப்படிச் செய்தால் அதற்கான தண்டனை உன்னை வந்து சேர்ந்து விடும். கொல்ல முடிவெடுத்துவிட்டால் இருபது பேரையாவது கொல்; அப்போதுதான் நீ பிரபலமாகப் பேசப்படுவாய்.

விக்ரமின் இந்த கூற்றை அவனின் கூட்டாளிகள் அப்படியே நிறைவேற்றுவார்கள் என்று அப்போது அவன் யோசித்திருந்திருக்க மாட்டான். மான் சிங்கின் துணையோடு பூலானைத் தலைவியாக ஏற்றுக்கொண்ட குழுவோடு தனி கேங் உருவானது. அந்தக் குழுவில் தாக்கூர் இன நபர்களும் உண்டு என்பதுதான் ஆச்சர்யம். தேவி கொள்ளையடித்த பொருட்களை ஏழை மக்களுக்கு தானமாக பகிர்ந்துகொடுத்தாள். கொள்ளையர்கள் என்றாலே பயந்து நடுங்கும் மக்கள் தேவியை பெண் தெய்வத்தின் வடிவமாக ஏற்றுக்கொண்டனர். துர்கா தேவி என்று அவள் புகழ் பாடினார்கள்.

எத்தனை அவளைத்தேடி வந்தபோதிலும் அவளின் அடிமனதில் விக்ரம் மல்லாவைக் கொன்றவர்களை வேரறுக்க வேண்டுமென்ற ஆவேசம் அவள் உள்ளுக்குள் எரிந்துக்கொண்டிருந்தது. வக்ரபுத்திக்கார ஊராரைச் சமாளிக்க அவளுக்கு அடைக்கலம் கொடுத்து தேவியை வீராங்கனையாக்கிய விக்ரம் மல்லாவின் இழப்பு அவளுக்குப் பெரும்

இழப்பு. கொள்ளையர்களின் அன்றாட நாள் பெரும் அவஸ்தைக்குரியது, மாலைப்பொழுதில் காட்டில் ஒரு இடத்திலிருந்து புறப்பட்டு நடக்க ஆரம்பித்தால் இன்னொரு இடத்துக்கு சென்று சேர மறுநாள் காலையாகிவிடும். ஒருமுறை அப்படி ஒரு இடத்தில் விறகு மூட்டி நெருப்பு வெளிச்சத்தில் அவள் அமர்ந்திருந்தபோது காலை ஏதோ தீண்டியதும் பூலான் குனிந்து பார்த்திருக்கிறாள். பாம்பு என்று தெரிந்ததும் அதைத் தூக்கிப் போட்டுவிட்டு அந்த இடத்தை விட்டு வேறொரு இடத்துக்குப் போனார்கள். கொஞ்ச நேரத்தில், அவர்கள் முன்பு உட்கார்ந்திருந்த இடத்தை காவல் துறை சுற்றி வளைத்தது. துர்கா தேவிதான் பாம்பு ரூபத்தில் வந்து என்னை எச்சரித்திருக்கிறாள் என்கிறார் தேவி. தன்னோடு உலவும் சக மனிதர்களைவிட துர்கா தேவியின் மேல் அதீத நம்பிக்கை வைத்திருந்தாள் பூலான் தேவி.

சம்பல் நதிக்கரையில் இருந்த கிராமங்கள் தேவியைக் கண்டு நடுங்கின. பிரபல கொள்ளைக்காரியாக, தலைவியாக உயர்ந்த பிறகும் அவளுக்குள் ஆற்றாமை ஆறாமலேயே அடிமனதில் தங்கிக்கிடந்தது. தெளிந்த ஓடையின் அடியில் படிந்துகிடக்கும் கழிவுகள் கல்லெறிந்ததும் கலங்கிப்போவதைப்போல கலங்கினாள் பூலான். பெமாய் கிராமமே வேடிக்கை பார்க்கத் தன்னைக் கேலிப் பொருளாக்கிய அந்த ஆண்களைப் பழி வாங்க சமயம் பார்த்துக் காத்திருந்தாள். அந்த நாளும் வந்தது. 1981 பிப்ரவரி 14, பொமாய் கிராமத்தில் ஒரு திருமணம் நடக்கவிருந்தது. அந்த மண நாள் மரணநாளாகும் என்று அவர்கள் நினைத்துப் பார்த்திருக்கவில்லை. பெமாய்வாசிகளுக்கு மரண நாளான அந்த நாள் சரித்திரத்தில் சாகாமல் இடம்பெற்றது.

பூலான் தன் சகாக்களோடு பெமாய் வந்திறங்கினாள். அவள் கிராமத்தை ஆக்கிரமிக்கவிருக்கும் செய்தி முன்கூட்டியே மக்களிடையே பரவிவிட்டது. திருமண வைபவத்துக்காக ஒரே இடத்தில் கூடியிருந்த தாக்கூர் இன மக்கள் உயிர் பயத்தில் திருமண நிகழ்விலிருந்து ஆளுக்கொரு பக்கமாக பிய்த்துக்கொண்டு ஓடினார்கள். அந்த ஊரின் கிணற்றருகே சென்றவள், கையில் வைத்திருந்த ஒலிப்பெருக்கியில் பெண் சிங்கம் போல் கர்ஜித்தாள்: 'கிராம மக்களே வெளியே வாருங்கள்'.

அவளின் அதட்டலுக்கு பயந்தும் யாரும் வெளியே வரவில்லை. உங்களை எப்படி வெளியே வரவைப்பது என்று எனக்கு தெரியும் என்றாள். ராம் லால் பூலானை நிர்வாணமாகத் தண்ணீர் எடுத்து வரச்சொன்ன அதே கிணற்றுக்கு பக்கத்தில் வந்து அமர்ந்தாள். அவளுடைய கேங்கினர் வீடுகளுக்குள் புகுந்து வெள்ளி, தங்கம், சாமான்கள், பணம் என்று கொள்ளையடித்து வந்தனர். முதல்கட்ட

வேலை முடிந்ததும் அடுத்ததாக மறைந்திருந்த தாக்கூர் இன ஆண்களைப் பிடித்திழுத்து வந்து தேவியின் முன்னால் நிறுத்தினார்கள். சிலர் கிணற்றுக்கு பின்னால் சென்று ஒளிந்தனர்.

பூலான் கோபம் தீர அவர்களை அடித்தாள். மிதித்தாள் ஒருவனைக் காலில் சுட்டாள். ராம் சகோதரர்கள் எங்கே என்று முதலில் கேள்வியால் அடித்தாள். தெரியாது என்ற பதிலை கேட்டதும் ஆக்ரோஷமானாள். அவர்களைச் சுட்டுத் தள்ளும்படி தன் ஆட்களுக்கு உத்தரவிட்டாள். கொஞ்சநேரத்தில் வரிசையாக நின்றவர்கள் சுருண்டு விழுந்தனர். அதில் 22 பேர் அதே இடத்தில் பரிதாபமாக தங்களின் இன்னுயிரை இழந்தனர். அந்த இடமே ரத்தக் குளமாக ஆனது. துப்பாக்கியின் தோட்டா வீரியத்தைக் கொஞ்சம் குறைத்துக்கொண்ட தாலோ என்னவோ பலர் கை கால் இழந்து குற்றுயிராகத் தப்பினர்.

பெமாய் படுகொலைக்கு தான் காரணமில்லை என்று தேவி கடைசி வரை கூறி வந்தார். 22 அப்பாவிகள் பலியானது தான் மிச்சம். ஆனால், பிரதான குற்றவாளிகளான ராம் லால் லாலா ராம் உட்பட இவரைப் பாலியல் கொடுமைக்குட்படுத்தியவர்களை அவளால் கடைசி வரை ஒன்றும் செய்யமுடியவில்லை. வேறொரு சமயத்தில் ராம் லால் கொள்ளையர்களுக்கு இடையே நடந்த சண்டையில் வேறொரு கேங்கினரால் சுட்டு கொல்லப்பட்டான். ஆனால் லாலா ராம் உயிருடன் தான் இருந்தான். இந்தக் கோர சம்பவத்துக்குப் பொறுப் பேற்று அன்றைய உத்திரபிரதேச முதல்வர் வி.பி.சிங் ராஜினாமா செய்தார்.

ஜக்ரானி தேவி, தாரா தேவி அன்றைய கொடூரத்தை இப்போதும் விவரிக்கிறார்கள்: ‘என்னுடைய மைத்துனர் வீட்டை விட்டு வெளியே வரவேண்டாம் என்று என்னைத் தடுத்துவிட்டார். அதனால் நான் வெளியே வரவில்லை. பூலான் தேவி பரிவாரத்தோடு வந்தாள். ஜெய் மா காளி என்றாள். பிறகு அவருடைய நபர்கள் வீட்டிலிருந்த அத்தனையையும் வாரிக்கொண்டு சென்றார்கள். பானை மற்றும் வீட்டு உபயோகப்பொருட்களையும் சுருட்டிக்கொண்டு போனார்கள்.

‘என் பிள்ளைகள் இதை மறந்திருக்கலாம். கொலையாளிகளுக்கு தண்டனை கொடுக்கவில்லை என்பது வேதனையாக இருக்கிறது. இந்த சம்பவம் நடந்த அன்றிலிருந்து எட்டு நாளைக்கு நாங்கள் யாரும் சமைக்கவில்லை. குழந்தைகளுக்கு மட்டும் பக்கத்துக்கு கிராமத்திலிருந்து சமைத்து எடுத்துவந்தார்கள்’.

கொல்லப்பட்டவர்களின் வயது 16 லிருந்து 55 வரை. 18 பேர் பியாமி கிராமத்தைச் சேர்ந்தவர்கள்; மற்ற நான்கு பேர் ராஜ்பூர், சிக்கந்தராவைச் சேர்ந்தவர்கள். 14 பிப்ரவரி 1981 ல் மாலை 4 மணிக்கு

அந்த சம்பவம் நடந்தது என்று வேதனை பொங்க விவரிக்கிறார்கள் பெமாய்வாசிகள்.

பூலான் தேவிக்கு கேங் இருந்தது உண்மைதான். ஆனால், அவள் பழிவாங்க எந்தக் கொலையையும் செய்யவில்லை. அவள் பறவையைக்கூடக் கொன்றதில்லை. பெமாயில் 2 பேர் அவளை பாலியல் துன்புறுத்தல் செய்ததாகச் சொன்னாள். அவள் கேங்கில் மற்றவர்கள் வேண்டுமானால் கொலையில் ஈடுபட்டிருக்கலாம். ஆனால், பூலானுக்கு பெமாய் கொலையில் தொடர்பில்லை. இன்னொரு சகோதரி ருக்மணிக்கும் 11 வயதிலேயே திருமணம் நடந்தது. எங்களின் ஏழ்மை நிலைதான் காரணம் என்று பூலானின் சகோதரி ஆணித்தரமாகத் தெரிவித்தார்.

சம்பல் காட்டில் தனிக்காட்டு கொள்ளை ராணியாக வலம்வந்த தேவி இந்தியாவின் தலைநகரம் டெல்லி வரை பிரபலமானாள். நாட்டையே உலுக்கிய பெமாய் படுகொலை, உத்திரபிரதேச கிராமங்களை அச்சுறுத்தும் கொள்ளை கடத்தல் அத்தனையும் கட்டுக்குள் கொண்டுவரத் தீர்மானித்தார் அன்றைய பிரதமர் இந்திராகாந்தி. மத்தியபிரதேச, உத்திரபிரதேச இரு மாநில அரசுகளின் தலைகள் உருண்டன. பூலான் தேவியை சிறைபிடிப்பதை சவாலாகக் கொண்டனர். அவளைப் பிடித்துத் தருபவர்களுக்கு பரிசென்று அறிவித்தார்கள். தன் குடும்பத்தை பிரிந்து பாபு குஜ்ரா வோடு கொள்ளைக்காரனிடம் அவள் அகப்பட்டுக்கொள்ள துணிந்ததும் ஆயுதம் ஏந்தியதும் அவள் குடும்ப நபர்களை காப்பாற்றுவதற்குத் தான். அந்த ஆயுதத்தை அவளிடமிருந்து பறிக்க அரசு முடிவெடுத்தது. அதற்கான ஏற்பாடுகளை அரசாங்கம் செய்துகொடுத்தது. அவளது சொந்த மாநிலம் உத்திரப்பிரதேசமாக இருந்தாலும் அவள் மத்திய பிரதேச அரசிடமே சரணடைவேன் என்ற முதல் நிபந்தனையோடு அவளின் கூட்டத்தினரோடு அரசிடம் சரணடைய முன்வந்தாள்.

நாடே அவளின் சரணாகதியை எதிர்ப்பார்த்துக் காத்திருந்தது. காவலர்கள் உட்பட பூலானின் உருவம் எப்படி இருக்கும் என்று பத்திரிகையாளார்கள், ஊடகவியலாளர்கள் என்று யாருக்குமே தெரியாது. மத்தியபிரதேசத்தில் பெஹின்ட் என்ற இடத்தில் முன்னூறுக்கும் மேற்பட்ட காவலர்கள் பாதுகாப்புக்காகக் குவிந்திருந்தனர். பத்தாயிரம் மக்கள் அவளைக் காணக் கூடியிருந்தார்கள். அதைவைத்துப் பார்க்கும்போது முன்னூறு காவலர்கள் குறைவுதான்.

அரசிடம் சரணடையும் என்னையும் என் கூட்டாளிகளையும் தூக்கில் போடக்கூடாது.

எட்டு வருட சிறை தண்டனைக்குப் பிறகு விடுதலை செய்ய வேண்டும்.

என்னுடைய எல்லா வழக்குகளும் மத்தியப் பிரதேசத்தில் சிறப்பு நீதிமன்றத்தில்தான் நடக்கவேண்டும்.

என் அப்பாவுக்கு சொந்தமான நிலத்தை ஏமாற்றிய உறவினரிடமிருந்து திருப்பி வாங்கிக் கொடுக்கவேண்டும்.

மத்யபிரதேசத்தில் என் குடும்பம் தங்க அரசாங்கம் இடம் கொடுக்கவேண்டும்; அவர்கள் தாம் வளர்க்கும் ஆடு மாடுகளையும் அழைத்துக்கொண்டு வருவார்கள்.

என் சகோதரனுக்கு அராசாங்க வேலை கொடுக்கணும்.

- என்ற பல நிபந்தனைகளோடு தேவி மற்றும் அவளது கூட்டாளிகள் பத்து பேரும் மத்தியபிரதேச முதலமைச்சர் அர்ஜுன் சிங் முன்னிலையில் 1983 ல் பெஹிண்ட் என்ற இடத்தில் சரணடைய வந்தார்கள்.

காக்கி உடுப்பில் தோள்பட்டையில் துப்பாக்கி ஏந்தி, நெற்றியைச் சுற்றிச் சிவப்பு துணிக்கட்டியிருக்க, குள்ளமான உருவம், ஒல்லியான உடல்வாகு கொண்ட பூலான் மக்கள் மத்தியில் காட்சியளித்தாள். அவளுடைய வேண்டுகோள்படி அவளுடைய குடும்ப உறுப்பினர்கள் அந்தக் கூட்டத்தில் வரவழைக்கப்பட்டனர். மேடையில் அமர்ந்திருந்த முதல்வர் அர்ஜுன் சிங்கின் காலைத்தொட்டு வணங்கினாள். அவருடைய பாதத்தில் தன்னிடமிருந்த ஆயுதங்களை வைத்துவிட்டு அவள் கேட்டுக்கொண்டதன்படி அங்கு வைத்திருந்த மகாத்மா காந்தி மற்றும் அம்மன் உருவப்படத்துக்கு மாலையிட்டு வணங்கினாள். இதனைத் தொடர்ந்து அவளுடைய கூட்டாளிகளும் சரணடைந்தார்கள்.

குற்றவாளியாக சட்டத்தின் பிடியில் இருக்கும் ஒருத்தி சரணடைய வந்ததை, ஊரே வியந்து திரைநட்சத்திரத்தைப் பார்ப்பதுபோல் காணக் குவிந்திருந்தது. மீடியாக்கள் பூலன் தேவியைப் படம்பிடிக்க காத்திருந்தது. நாட்டின் முதல்வர் அதுவும் அண்டைய மாநில முதல்வர் முன்னிலையில் விழா மேடையில் குற்றவாளி சரணடைதல் என்பது உலகம் இதுவரை காணாத அதிசயம். இவையெல்லாம் தேவியின் கூட்டம் பிடிபடுவதின் அவசியத்தை நெற்றிப்பொட்டில் அறைந்ததைப்போல விளக்குகின்றன.

அதே நாளில் வேறொரு கொள்ளை கும்பலைச் சேர்ந்தவர்களும் சரணடைந்தார்கள். தேவி குவாலியர் சிறையில்

சிறைவைக்கப்பட்டாள். ஒரு மாநிலத்தைச் சேர்ந்த குற்றவாளி இன்னொரு மாநிலத்தில் சிறைவைக்கப்பட்டதுதான் பூலான் தேவி மீதான வழக்குகள் முறையாக விசாரிக்கப்படாமல் போனதற்கு முக்கிய காரணம். பூலான் தேவி இழைத்த குற்றப்பட்டியலில் முதலிடத்தில் நிற்பது, பெமாய் படுகொலை வழக்கு. தாக்கூர் இனத்தில் மடிந்த 22 ஆண்களின் விதவைப்பெண் உறவுகள் கதறிக்கொண்டு கோர்ட்டுக்குச் சென்றனர். கான்பூர் நீதிமன்றம் பிணையில்லா வாரண்டைப் பிறப்பித்து சம்மன்களை அனுப்பி வைத்தது. இவை எதுவுமே குவாலியர் சிறையில் அமர்ந்திருந்த தேவிக்குக் கொடுக்கப்படாமலேயே திருப்பி அனுப்பப்பட்டன.

பெமாய் படுகொலை பூலான் தேவியின் தலைமையில்தான் நிகழ்ந்ததென்று அங்கு அந்த சமயத்தில் இருந்தவர்கள் சாட்சி சொல்கிறார்கள்.

‘நான்கு ஆட்களோடு பூலான் வந்திருந்தாள். காவலர்களிடம் யார் எங்களைக் காட்டிக் கொடுத்தது என்றாள். நாங்கள் பயந்து நடுங்கி வாய் திறக்கவில்லை. ஆத்திரமடைந்த அவள் எங்களைச் சுட்டுப் பொசுக்கினாள். அதிர்ஷ்டவசமாக நான் பிழைத்துக்கொண்டேன். நான் கண் திறந்து பார்த்தது மான்சிங் என்பவனைத்தான். நான் அப்போது லுங்கி பனியன் அணிந்திருந்தேன். இன்னும் யாராவது உயிரோடு இருக்கிறார்களா என்று மான் சிங் கேட்டான். அதற்கு ஒருவன் நான் அணிந்திருந்த ஆடையைச் சுட்டி என்னை அவனிடம் சிக்கவைத்துவிட்டான். அடுத்த கணம் நான் சுடப்பட்டேன். நல்லவேளையாக உயிரைக் குடிக்கும் அளவுக்கு அடிபடவில்லை. கொள்ளையர்கள் போன பிறகு குற்றுயிரும் குலையுயிருமாக இருந்த என்னைக் காப்பாற்றியவர் என் உறவுப் பெண். எங்கள் ஊரில் மாட்டுவண்டி ஓட்டும் பழக்கம் பெண்களுக்கு இல்லை. அந்த சமயத்தில் எங்கள் உறவுப் பெண் மாட்டுவண்டியை எப்படி இயக்குவது என்றுகூடத் தெரியாமல் என்னை வண்டியில் கிடத்தினாள். மயக்கத்திலிருந்த என்னை மருத்துவமனையில் எப்படிக் கொண்டு சேர்த்தாள் என்பதை நானறியேன்’.

வழக்கில் முக்கியக் குற்றவாளி பூலான் தேவி; அவள் மத்தியப்பிரதேசச் சிறையில் இருக்கிறாள். அதனால் உத்திரப் பிரதேச மாநில நீதிமன்றத்தில் நடக்கும் வழக்கில் அவள் ஆஜராகவில்லை. அவளை விசாரிக்காமல் வழக்கும் கிடப்பில் போடப்பட்டது. தாக்கூர் சமூகத்தினர் கொந்தளித்தனர். இவர்களின் கோபத்துக்கு பயந்தே தேவி மத்தியப் பிரதேசச் சிறையில் இருப்பதற்கு வேண்டுகோள் விடுத்திருக்கக்கூடும். பூலான் குவாலியர் சிறையில் 11 ஆண்டுகளைக் கழித்தாள். அவளோடு சேர்த்து சிறைப்பட்டவர்கள் சிலர்

எட்டுவருடத்திலேயே விடுதலையாகிச் சென்றனர். கைதாகும்போது அவள் வைத்த கோரிக்கையை ஏற்ற பிரதமர் இந்திராகாந்தி உட்பட யாரும் இல்லாததால் அவள் கோரிக்கையில் முன்வைத்த எட்டு வருட சிறை தண்டனைக்குப் பிறகு மூன்று வருடங்கள் கழிந்த நிலையிலும் சிறைகாற்றையே அவள் சுவாசிக்க வேண்டியிருந்தது.

அன்றைய முதல்வர் முலாயம் சிங் யாதவ் பூலானின் மேல் கருணை காட்டினார். அவள் மேல் சுமத்தப்பட்ட அத்தனை கிரிமினல் வழக்குகளில் இருந்தும் அவளை விடுவித்தார். கிரிமினல் வழக்கி லிருந்து அவளை விடுவித்ததைப் பொறுத்துக்கொண்டாலும், பெமாய் கொலை வழக்கிலிருந்து அவளை விசாரிக்காமலேயே விடுவித்ததை அறிந்த தாக்கூர் மக்கள் பூலானுக்கு எதிராக வெகுண்டெழுந்தார்கள். அவர்கள் சார்பாக வாதாடும் வழக்கறிஞர் விஜயநாராயண சிங்குக்கு அழுத்தம் கொடுத்தார்கள். வழக்கு உச்சநீதிமன்றதுக்குச் சென்றது. அரசாங்கம் பொதுமன்னிப்பு வழங்கியது செல்லாது, பெமாய் படுகொலையில் குற்றவாளியான பூலான் தேவியை மீண்டும் அந்த வழக்கில் கைது செய்யவேண்டும். பெமாய் கொலை வழக்கின் ட்ரையல் கோர்ட் விசாரணைக்கு அவள் வரவேண்டும் என்று உச்சநீதிமன்றம் தீர்ப்பளித்தது.

பெமாய் வழக்கிலிலிருந்து தன்னை விடுவித்துக்கொள்ளவும் உத்தரப் பிரதேசத்துக்குப் போகாமல் இருக்கவும் எத்தனையோ முயற்சிகளை மேற்கொண்டார் பூலான். உயர்நீதிமன்றத்தில் ரிட் வழக்கு போட்டார். அபெக்ஸ் கோர்ட்டுக்குப் போனார். அவருடைய எல்லாவிதமான கணைகளும் அவரிடமே திரும்பிவந்தன. இறுதியாக டிரையல் கோர்ட்டுக்கு பூலான் செல்லவேண்டும் என்று உச்சநீதிமன்றம் உத்தர விட்டது. உச்சநீதிமன்றமே அவளுக்கு எதிராக உத்தரவிட்டபோதும் இயற்கை அவளுக்குத் துணை நின்றது. பெமாய் கொலை வழக்கு விசாரணைக்கு பூலான் தேவி கட்டாயம் செல்லவேண்டும் என்ற உத்தரவை தேவி தட்டிக்கழிக்க முடியாது என்பதால், பூலான் நீதிமன்றத்துக்குப் போக முடிவெடுத்தார். அதற்குள் அந்த நாள் நெருங்கு வதற்குள் அவருடைய உயிர் இந்த உலகிலிருந்து பிரிந்துவிட்டது.

தாக்கூர் சமூகம் சார்பாக வாதாடும் வழக்கறிஞர் விஜயநாராயண சிங். அவர் மத்தியபிரதேச அரசாங்கமே தேவியை அந்த வழக்கிலிருந்து விடுவித்தபோதும் அசராமல் உச்சநீதிமன்றம் சென்று வாதாடி வழக்கில் பூலானைச் சேர்க்கும் தீர்ப்பைப் பெற்றுவந்தார். ஆனால், விதி வலியது.

1991 ல் சிறையில் இருக்கும்போதே பூலான் தேவி தேர்தலில் நின்றார். ஆனால் அவர் தேர்ந்தெடுக்கப்படவில்லை. அவர் முழுமையாக

விடுதலையானதும் சமாஜ்வாதி கட்சி அவரை மேள தாளங்களோடு வரவேற்றுக்கொண்டது. நாடாளுமன்றத் தேர்தலில் போட்டியிட முடிவெடுத்தார். 1996 ல் மீண்டும் களமிறங்கினார் இந்த தடவை வெற்றி அவர் வசமானது. பூலான் தேவி தேர்தலில் போட்டியிடுகிறார் என்பது ஆச்சர்யமாக இருந்தாலும் அவரை எதிர்த்துப் போடியிட்ட வரைவிட பெருவாரியான வாக்குகள் வித்தியாசத்தில் வெற்றி பெற்றார் என்பதுதான் மாபெரும் ஆச்சர்யம். வீடில்லாமல் வாசலில்லாமல் சொந்தபந்தங்களால் ஒதுக்கிவைக்கப்பட்டு காட்டில் மண் தரையிலும் கல்லிலும் படுத்துறங்கி பயந்து வாழ்ந்த வாழ்க்கைக்கு விடிவு காலம் பிறந்தது. இந்திய நாடாளுமன்றதில் மந்திரியாக இரண்டு தடவை தேர்ந்தெடுக்கப்பட்டார். 1999-லிலும் அவர் நாடாளுமன்றத்தில் மந்திரியாக அமர்ந்தது மிகப் பெரிய சாதனை.

பூலானைத் திருமணம் செய்துகொள்ளப் பலர் முன்வந்தனர். அவர் உமேத் சிங் என்பவரைத் திருமணம் செய்துகொண்டார். அவர் ஏற்கெனவே திருமணமானவர். பூலான் தன் சகோதரி மகனைத் தத்தெடுத்துக்கொண்டார். அவர் போட்டியிட்ட தொகுதி மக்களுக்கு நல்லது செய்தார். அவர் பிறந்த மண்ணுக்கு உதவ ஆசைப்பட்டார்.

'வரைபடத்தில் கண்டுகொள்ளாமல் விடப்பட்ட எங்கள் குர்கா புர்வா கிராமத்தில் தார்சாலைகள் போடப்பட்டதற்கு காரணம் பூலான் தான்' என்கின்றனர் குர்கா புர்வா வாசிகள்.

பூலான் தேவியின் வாழ்கையை பல எழுத்தாளர்கள் எழுதியுள்ளனர். அதில் மாலா சென் தான் அனைவராலும் அறியப்படுபவர். உண்மை சம்பவம் என்ற அடைமொழியோடு 'நான் பூலான் தேவி' என்ற பெயரில் பூலான் தேவியின் வாழ்கையைப் படம்பிடித்தவர் இவர்தான். அந்த நூல் சக்கைபோடு போட்டது. அந்த நூலை ஆதாரமாக வைத்துக்கொண்டு சேனல்-4 என்ற நிறுவனம் சேகர் கபூருடன் சேர்ந்து பூலானின் வாழ்க்கையைப் படமாக்க முன்வந்தது. பூலானும் அதற்கு சம்மதித்தார். இரு தரப்பும் ஒப்பந்தமிட்டுக் கொண்டன. 'பண்டிட் குயின்' என்ற தலைப்பில் படம் வெளிவரத் தயாரானது. படத்தின் தலைப்பே உண்மை சம்பவம் என்பதுதான். டெல்லியில் பிரபலங்களுக்கு முதல் காட்சியாக அந்தப்படம் திரையிட்டுக் காட்டப்பட்டது. அந்த திரைப்படம் திரையிடப்படும் முன் நாயகியான பூலான் தேவிக்குக் காட்டப்படவில்லை.

பூலான் தேவி அவளுடைய இளம் வயதில் திருமண செய்துகொண்ட புட்டிலால் அவளைப் பாலியல் கொடுமைப்படுத்தினான். சிறு பிள்ளையை மனைவியாக நுகர்ந்தான், அவளுக்கு மாமியார்

இருந்தார்கள், பெமாயில் உயர்குலத்தை சேர்ந்தவர்கள் ஒரு வாரம் அவளை அடைத்துவைத்து அவள் மானத்தை சூறையாடினார்கள் என்பதையெல்லாம் பூலான் எங்கேயும் சொன்னதில்லை. பெமாய் ஆண்கள் என்னிடம் 'மஜாக் கியா' என்று சொல்லியுள்ளார். அவ்வளவு தான். அப்படியானால் படத்துக்காக சேகர் கபூர் திரித்து கதை பின்னினாரா? இந்த மர்மம் இன்றுவரை விளக்கப்படாமல் கடலுக்குள் விழுந்த தூரும்பாகப் புதைந்துகிடக்கிறது.

படத்தைக் கண்டதும் வேதனையின் விளிம்பில் பூலான் சொன்னது: சேகர் கபூர் போன்றவர்கள் நம்பிக்கை துரோகிகள். நான் முன்புபோல இருந்திருந்தால் அவர்களை இரண்டில் ஒன்று பார்த்திருப்பேன். காட்டில் வாழ்பவர்கள் நம் கருத்து அவர்களுக்கு உடன்பாடில்லை என்றால் முகத்துக்கு நேராக எதிர்ப்பார்கள். ஆனால் ஒரு விஷயம் சொன்னால் அதன்படியே நடந்துகொள்வார்கள். ஆனால் இங்கிருப்பவர்கள் நேரில் இனிப்பாகப் பேசிவிட்டு பின்புறம் சென்று ஏளனம் பேசுபவர்கள். இவர்கள் இதுபோன்ற அநியாயத்தை நான் இறந்தபிறகு படம் பிடித்திருக்கலாம். உயிரோடு வாழும் என்னை அசிங்கப்படுத்திவிட்டனர்'.

ஒரு பெண்ணின் அந்தரங்கம் பகிரங்கமாகத் திரையிட்டுக் காட்டப் பட்டிருக்கிறது. அவளது அனுமதி இல்லாமலேயே. நீதியும் நேர்மையும் ஆண்மையற்று போயின. பூலான் தேவிக்கு பண்டிட் குயின் திரைப்படத்தை, திரையிட்டுக் காட்ட மறுக்கப்பட்ட நிலையில் டெல்லி உயர்நீதிமன்றம் தலையிட்டு தேவிக்கு திரைப்படத்தின் காசெட் நகலைக் கொடுக்கவேண்டும் என்று உத்தரவிட்டது.

பூலான் தேவிக்கு நடந்தது என்ன? சேகர் கபூர் அதை வெளி உலகுக்கு திரையிட்டு காட்டவிரும்புகிறாரா அல்லது நடக்காத ஒன்றை வியாபார யுக்திக்காக தயாரிப்பாளர்கள் கல்லா கட்ட இவரை களங்கப் படுத்திவிட்டனரா ? அப்படியே இது உண்மை சம்பவமாக இருந்தாலும், அதை உலகறிய காட்சிப்படுத்தி வெளியிடுவது நேர்மையானதா? இந்தியதண்டனை சட்டம் பிரிவு 228 அ வில் உடலளவில் வஞ்சிக்கப்பட்ட பெண்ணின் சம்மதம் இல்லாமல் அவளை அடையாளப்படுத்துவது கிரிமினல் குற்றம். அதற்கான தண்டனையாக இரண்டு வருடம் சிறை தண்டனையும் உண்டு என்றிருக்கும்போது எந்த தைரியத்தில் சேனல் 4, சேகர் கபூர் போன்றவர்கள் இதில் இறங்கினார்கள். பூலான் சேகர் கபூர் குரூப்பை எதிர்த் தரப்பினராக்கி இதற்க்கு நியாயம் கேட்டு நீதிமன்றப் படியை மிதித்தார். பூலானின் தந்தை பசுமாட்டை வாங்கிக்கொண்டு அதற்க்கு ஈடாக அவரது மகளைத் தாரைவார்த்துக் கொடுத்தார் என்று படத்தில் காட்சி வைக்கப்பட்டுள்ளது. ஆனால் கடைசிவரைக்கும் பூலான்

அவரது தந்தையை கடவுளுக்கு இணையான இடத்தில் வைத்திருப்பதாகத்தான் தெரிவிக்கிறார். என் தந்தையின் நிலத்தை மயாதீன் அபகரித்துக்கொண்டான். அதைப்பற்றி படத்தில் இவர்கள் காட்டவில்லை என்று அப்போதும் குடும்பத்துக்காகத்தான் உருகுகிறார்.

பூலான் தேவியின் பெற்றோர் நல்லவர்கள்; அவளை கடத்திசென்ற கொள்ளைக்காரன் பாபு குஜார் அவளை நாசம் செய்யவில்லை; இளம்வயதில் மணந்த புட்டிலாலும் மோசமானவன் இல்லை; அவள் மாமியார் கொடுமையையும் அனுபவிக்கவில்லை; பெமாய் ஆண்கள் இவளை நாசப்படுத்தவில்லை; யாரையும் இவள் பழிவாங்க கொலை செயலில் இறங்கவில்லை. இத்தனை இல்லைகள் பூலானுக்கு வலுவாக இருந்ததால் தற்காலிகமாக பண்டிட் குயின் திரையிடுதலை நிறுத்திவைக்கப்பட வேண்டும் என்று நீதிமன்றம் ஆணையிட்டது.

பண்டிட்குயின் திரைப்படத்தை மாற்றம் செய்துகொள்வோம், திருத்தம் செய்து வெளியிடுவோம் என்ற சரத்துகள் அடங்கிய ஒப்பந்தத்தில் பூலான் கையெழுத்திட்டுள்ளார் என்பது திரைப்படக் குழுவினரின் வாதம். பூலான் தரப்பினரின் வழக்கு நீதிமன்றத்தால் நிராகரிக்கப்பட்டு திரைப்படம் திரையிடப்பட்டது. பண்டிட் குயின் திரைப்படத்தில் வரும் முதல் அறிவிப்பான 'உண்மை சம்பவம்' என்பது பார்வையாளின் பார்வையில் விஷ ஊசியை ஏற்றுகிறது. அவள் இளம் பிராயம் தொட்டு சிறையில் அடைக்கப்படும் வரை ஆண்களால் கிழித்து எரியப்படும் சம்பவங்கள் திரைப்படத்தில் பூசி மெழுகி வந்தாலும், அந்தத் திரைமறைவுப் புனைவுக் காட்சிகள் ஏற்படுத்தும் ரணம் சொல்லில் அடங்காதவை. அந்த படத்தில் உண்மை சம்பவம் என்ற வாசகத்தை எழுதி இருக்கவேண்டாம் என்று பிற்காலத்தில் படக் குழுவில் வருந்தினார்கள்!

உத்திரப்பிரதேச மாநிலத்தில் சமாஜ்வாதி கட்சியின் சார்பாக மிர்ஜாபூரில் போட்டியிட்ட பூலான் தேர்ந்தெடுக்கப்பட்டால் என்ன வெல்லாம் செய்வேன் என்பதைப் பட்டியலிட்டார். தாழ்ந்த குலப் பெண்களுக்கு அரசு வேலை கொடுக்கவேண்டும் என்பது அவரது கோரிக்கை அல்ல; மாறாக, பெண்கள் படிக்க வேண்டும், அதன் மூலம் வேலைக்கு வரவேண்டும். பணக்காரர்கள் அனுபவிக்கும் எல்லா இன்பத்தையும் ஏழைகளும் நுகரவேண்டும். காலில் போடும் காலணியாக மிதிக்கப்படும் பெண்களின் நிலை மாறவேண்டும். அவர்கள் சமமாக பாவிக்கப்படவேண்டும். பால்ய விவாகத்தைத் தடுக்கவேண்டும். உணவு, குடிநீர் கிடைக்கவேண்டும் என்பது போன்ற அடிப்படை கோரிக்கைகளை முன்வைத்து பிரசாரம் செய்தார்.

பெமாய் படுகொலையில் விதவையான பெண்கள் இவர் மீது கடும் கோபத்தில் இருந்தனர். ஆனாலும் அத்தனை எதிர்ப்புகளையும் தடைகளையும் தாண்டி அவர் மந்திரியாக அதிக வாக்குகள் வித்தியாசத்தில் வெற்றிபெற்றார். நாடாளுமன்ற உறுப்பினராக டெல்லியில் பூலான் தேவி இரண்டு தடவை அந்தப் பதவியை வகித்துள்ளார் என்றபோதும் அவர் அதீத செல்வாக்கோடு இருந்த காலக்கட்டத்திலும் பெமாய் வழக்கு அவரைப் பின்தொடர்ந்தது. ஒரே ஒரு தடவைகூட அவர் அந்த வழக்கு விசாரணைக்கு உத்திரபிரதேச நீதிமன்றத்துக்குச் சென்றதில்லை.

2001-ல் டெல்லியில் அசோகா தெருவில் உள்ள அவரின் வீட்டுக்கு நாடாளுமன்றக் கூட்டத்தை முடித்துவிட்டு வரும்போது மர்ம நபர்களால் பூலான் சுடப்பட்டார். அவர் உயிர் மருத்துவமனைக்குச் செல்லும் வழியிலேயே பிரிந்துவிட்டது. பூலான் கொலை செய்யப் பட்ட வழக்கில் 171சாட்சிகள் விசாரிக்கப்பட்டனர். பிடிபட்ட 11 குற்றவாளிகள் அந்த வழக்கிலிருந்து விடுவிக்கப்பட்டனர். இறுதியாக ராணா ஷேர் சிங் என்பவன் இந்திய தண்டனைச்சட்டம் பிரிவு 302 மற்றும் 307 ஆகிய பிரிவுகளின் கீழ் குற்றவாளியென நிரூபிக்கப்பட்டு ஆயுள்தண்டனை பெற்றான். திஹார் சிறையிலிருந்து தப்பித்து ஆப்கானிஸ்தானில் மறைந்து வாழ்ந்து வந்த அவனை இரண்டு வருடங்கள் கழித்து கொல்கத்தாவில் கைது செய்தனர். ராணாவுக்கு ஆயுள்தண்டனை வழங்கப்பட்டுள்ளது. பெமாய் கிராமத்தில் தாக்கூர் இன மக்களைச் சுட்டுப்பொசுக்கியதற்காக சட்டம் கொடுக்காத தண்டனையைக் கொடுக்கவே ராணா சுட்டதாகச் சொன்னான்.

கையைப்பிடித்து கூட்டி சென்று மிட்டாய் வாங்கிக்கொடுத்து விளையாட்டு காட்டவேண்டிய குழந்தையை மணந்த புட்டிலால், பூலானின் புயலில் சிக்கிய தோணி போன்ற வாழ்க்கையின்போது அடியோடு விலகியிருந்தான். ஆனால் 2001 ல் பூலான் கொல்லப் பட்டதும் உரிமை கொண்டாடி முன்னால் வந்து நின்றான். கான்பூர் சிவில் நீதிமன்றத்தில் வழக்கு தாக்கல் செய்தான். எதிர் தரப்பினர் களாக பூலானின் கணவர் உமேத் சிங், அம்மா மூலா தேவி, சகோதரி முன்னி தேவி, சகோதரன் சிவ் நாராயணன் ஆகியோர் சேர்க்கப் பட்டனர்.

புட்டிலால் தன் தரப்பு வாதமாக முன்வைத்தவை: பூலானின் சட்டப் படியான வாரிசு அவன் மட்டும்தானாம். இந்து திருமண சட்டப்படி பூலானுக்கும் அவனுக்கும் 1972 ல் திருமணம் நடந்ததாம். அவர்கள் தம்பதிகளாக அவனது பெற்றோர் இல்லத்தில் வாழ்ந்து வந்தார்களாம். பூலான் மந்திரியான பிறகு நகரத்தின் தட்பவெப்பம்

அவனுக்கு ஒவ்வாததால் கிராமத்தில் அவன் மட்டும் வசித்து வந்தானாம். இப்போது கணவராகச் சொல்லிக்கொள்ளும் உமேத் சிங் பூலானின் உதவியாளர்தான். பூலான் தேவியின் சொத்தான ஐந்து கோடி தனக்குத்தான் வந்து சேரவேண்டும்.

இளம்பிராயம் மாறாத பூலானை பால்ய விவாகம் செய்து துன்புறுத்தியவன். இவன் படுத்தியது போதாதென்று இவனின் மூன்றாம் மனைவியும் பூலானை கொடுமைப்படுத்தி, மாட்டுத் தொழுவத்தில் அவளை வைத்திருந்ததாகவும், கடைசியில் ஊரறிய அவன் உறவை முறித்துக்கொண்டு குர்கா புர்வா வான அவளது தாய்வீட்டுக்கே அவள் வந்துவிட்டதாகவும் செய்திகள் உண்டு. அப்படியானவன் சொத்து என்றதும் பல வருடங்கள் கழித்துச் சொந்தம் கொண்டாடி வந்திருக்கிறான்.

பூலான் கொலை செய்யப்பட்ட வழக்கில் குற்றாவாளிக்குத் தண்டனையும் கிடைத்துவிட்டது. ஆனால், பூலான் செய்ததாகக் கூறப்படும் கொலை வழக்கு விசாரிக்கப்படவே இல்லை. அவர் இறந்த பிறகு அந்த பெமாய் வழக்கைத் தங்குதடையின்றி விசாரிக்கத் தொடங்கினர். உலகையே உலுக்கிய இந்தக் கொலை வழக்கில் முக்கிய குற்றவாளி பூலான் இருந்தவரையில் இதர குற்றவாளிகளும் 23 வருடங்கள் தப்பித்திருந்தனர். பீகா, ரதிராம், ராம் ரத்தன், ராம் பாபு மற்றும் போஸ் ஆகியோருக்கு கூடுதல் மாவட்ட செசன்ஸ் நீதிபதி பிணையில்லா கைது உத்தரவைப் பிறப்பித்தார். விக்ரம் சிங் மறைந்த பிறகு தனிமரமாக நின்ற பூலானுக்கு வலது கையாக இருந்தவன் மான் சிங். அவன் சர்வசாதாரணமாக நகரத்தில் ஓட்டல் நடத்திக் கொண்டிருந்தும் அவனைக் காணவில்லை கண்டுபிடிக்க முடியவில்லை என்று செய்திகள் வெளியாவதும் பாதிக்கப்பட்ட மக்களிடையே பெரும் அதிருப்தியை ஏற்படுத்தியது.

1981 ல் நடைபெற்ற பெமாய் படுகொலை வழக்கில் குற்றவாளிகள் பட்டியலில் இருந்த ஒருவன் தற்போது பேரக்குழந்தைகளோடு வாழ்ந்து வருகிறான். அந்தக் கொலைகள் நடைபெற்ற சமயத்தில் அந்த நபர் பதினெட்டு வயது நிரம்பாதவர் என்பதை நீதிமன்றம் 35 வருடத்துக்கு பிறகு கண்டுபிடித்திருக்கிறது. சம்பவம் நடந்தபோது இளம் சிறார் என்றுசொல்லி அவருக்கு இந்த வழக்கிலிருந்து விலக்களிக்கப்பட்டுள்ளது!

அந்த துப்பாக்கி குண்டுக்கு இரையாகாமல் குடிசை வீட்டுக்குள் நுழைந்து தன் உயிரைத் தக்க வைத்துகொண்ட ராஜா ராம் சிங் என்பவர் கூறும்போது, ‘எனக்கு நன்றாக நினைவிருக்கிறது. இளம் சிறார் என்று அறிவிக்கப்பட்டுள்ள அவனுக்கு நிச்சயம் அப்போது இருபத்தி ஒரு

வயதுக்கு மேல் இருக்கும்' என்கிறார். பொய்யான சான்றிதழைக் கொடுத்திருக்கிறார்கள் என்பது மற்றொருவரின் கருத்து.

2012 ல் தான் இந்த வழக்கை விசாரிக்க எடுத்திருக்கிறார்கள். அந்த ஊரில் வசிக்கும் ஒருவர் மிகவும் கொந்தளிப்புடன் சொல்கிறார்: 'பூலான் தேவியின் கூட்டாளி சுடுவதை நான் நேரில் பார்த்திருக்கிறேன். இவர்களுக்கு தண்டனை கிடைக்கவேண்டும். பூலான் தேவி தூக்கில் தொங்கவிடப்பட்டிருக்கவேண்டும் என்பது தான் என் விருப்பம். அதைக் காண முடியவில்லை. இப்போது வாழ்ந்துகொண்டிருக்கும் நால்வரின் மீது வழக்கு பதிவாகி யிருக்கிறது. தலைமறைவாக இருக்கும் மூன்று குற்றவாளிகளுக்கு பிணையில்லாத கைது ஆணையைப் பிறப்பித்துள்ளது. அதில் மான் சிங்கும் ஒருவன். அவன் கான்பூர் நகரத்தில் சிக்கந்தர் என்ற இடத்தில் ஓட்டல் வைத்து நடத்திக்கொண்டிருக்கிறான். இத்தனை கொலை களைச் செய்துவிட்டு உல்லாசமாகச் சுற்றிவருகிறான்'.

ஆனால், கொலைக் குற்றவாளியாக வாழ்ந்துவந்து தற்போது இளம் சிறார் என்று நீதிமன்றத்தால் வழக்கிலிருந்து விடுவிக்கப்பட்ட அந்த நபர் கைதான சில மாதங்களிலேயே ஜாமீனில் வெளிவந்துவிட்டார். எங்க ஊரிலிருந்து 2 கிலோமீட்டர் தூரம் உள்ள உமேர்பூர் என்ற கிராமத்தில் பள்ளியில் படித்துக்கொண்டிருந்த என்னை கிராமத்தி லிருந்து ஆட்கள் வந்து கூட்டிப்போனார்கள் அங்கு காவல் அதிகாரி என்னை கைது செய்யக் காத்திருந்தார். பெமாய் கொலையை நான் பண்டிட் குயின் படத்தில்தான் பார்த்தேன். கைதான என்னை நாலு மாதத்தில் விடுதலை செய்தார்கள் என்று இந்த வழக்கிலிருந்து வெளிவந்த நிம்மதியில் அன்றைய இளம் சிறார் இன்றைய தாத்தா சொல்கிறார். ஆனால் உத்திரபிரதேச அரசாங்கம் அதற்கு எதிராக அலகாபாத் நீதிமன்றத்தில் வழக்கு போட உள்ளது. அரசுத் தரப்பு வழக்கறிஞர் ராஜீவ் போர்வா நீதிமன்றம் அவரை சிறார் என்று அறிவித்தது பிழை; அதனால் மேல் முறையீடு செய்ய உள்ளோம் என்றார்.

கிரீஸ் நாராயண் துபே எதிர்தரப்பு வழக்கறிஞர் சொன்னது: 'பூலான் தேவியைத்தவிர சுமார் 40 இதர குற்றவாளிகள் மீது முதல் தகவல் அறிக்கை பதியப்பட்டது. பூலானுக்கு மன்னிப்பு கிடைத்துவிட்டது, அந்தக் காலத்தில் கொள்ளைக்காரர்கள் பொதுமக்களுக்கு பயம் ஏற்படுத்த கடிதம் எழுதிவைத்துவிட்டுப்போவார்கள். காவலர்கள் அப்படியான 3 கடிதங்களைக் கைப்பற்றினார்கள். அது நீதிமன்றத்தில் சான்றாவணமாகச் சமர்ப்பிக்கப்பட்டுள்ளது. பிக்கா, போசா, ஷியாம் பாபு ஆகியோர் பெயிலில் வெளிவந்துவிட்டார்கள். ஆனால், அதில் ராமவதார் சிங் மட்டும் சிக்கிக்கொண்டார். அப்படியானால் அவர்

தான் குற்றவாளியா, நிச்சயமாக இல்லை; இரண்டு பேர் ஜாமீன் கொடுக்கும்படிச் செய்ய அவருக்கு வசதி இல்லாததால் நீதிதேவதை தன் கண்கட்டைத் திறக்க மறுத்துவிட்டாள். பெமாய் படுகொலை வழக்கில் இவர் மட்டும் தான் சிறையில் உள்ளார்'.

பூலானுக்கு சம்பல் காட்டு கிராமவாசிகள் கோயில் கட்டி அவரை தெய்வமாக வழிபடுகின்றனர். தங்கள் வசதிக்கு ஏற்ற கதையை பூலான் தேவியின் வாழ்க்கை என்று ஒவ்வொருவரும் சொல்கின்றனர். எல்லாத் தளங்களும் அவர்களுக்குத் தேவையான ஒன்றை மட்டுமே மையப்படுத்தி தங்களின் பக்கங்களை நிரப்பிக்கொண்டன. பெமாய் படுகொலை வழக்கில் குற்றவாளிகளில் தற்போது ஒருவனைத்தவிர வேறு எவரும் சிறையில் இல்லை. உண்மையை நிரூபிக்க அந்தப் படுகொலையின்போது காயப்பட்டு தப்பியவர்கள் சொல்லும் சாட்சியங்கள் எந்த அளவுக்கு எடுபடும் என்பதும் தெரியவில்லை. பாதிப்புக்குள்ளான பெமாய் மக்களின் கண்ணீர் துளிகள் எழுத்து வடிவமாகி சாட்சியாக பேசுமா சான்றாவணமாக எடுபடுமா. உண்மைச்சம்பவமாக எடுக்கப்பட்ட பண்டிட் குயின் திரைப்படத்தில் இடம்பெற்ற படுகொலை காட்சி நீதிமன்றத்தில் கருத்தில் கொள்ளப்படுமா. நான் பூலான் தேவி என்ற நூலை எழுதிய ஆசிரியர் மாலா சென் குவாலியர் நீதிமன்றத்துக்கு வெளியே ஒரே தடவை தான் பூலானை சந்தித்துள்ளார். அப்படி இருக்கையில் பூலான் தேவியின் வாழ்க்கையில் நடந்தது மாலா சென்னுக்கு எப்படித் தெரிந்திருக்கும். பூலானோ எழுதப் படிக்கத் தெரியாதவர். அவராக டைரியில் எழுதிவைத்திருந்தார் என்பதை எப்படி நம்புவது. பல அவிழ்க்கப்படாத முடிச்சுகளோடு 1981 ல் நடந்த பெமாய் படுகொலை வழக்கு நடைபெற்றுவருகிறது. தண்டனை யாருக்குக் கிடைக்கும்?

3

வீரப்பன்

குலசாமியா... குற்றவாளியா?

அருவா மீசை, நெருப்புப் பார்வை, வெங்கலக் குரல், காக்கி உடுப்பு, தோளில் துப்பாக்கி ஏந்தி சந்தன வாசனையுடன் காட்டுக்குள் ஆட்சி செய்தவன் வீரப்பன்.

'இன்னைக்கு வீரப்பன் உயிரோடிருந்திருந்தால் ஒகேனக்கல்லைச் சொந்தம் கொண்டாட யாருக்காவது தைரியம் வருமா? காவேரி தண்ணியைத் தமிழகத்துக்குத் திறந்துவிடமுடியாது என்று எந்தப் பயலாவது நரம்பில்லாத நாக்கை நீட்ட முடியுமா? சத்தியமங்கலம் காட்டுப்பகுதியில் வளர்ந்து நிற்கும் அரசுக்கு சொந்தமான சந்தன மரத்தை வெட்ட அனுமதித்திருப்பாரா? அவர் இல்லை... அதனால் தான் வர்றவன் போறவனெல்லாம் தமிழ்நாட்டைச் சீண்டுகிறான்' என்று சாதாரண மக்கள் வீரப்பன் இல்லாததை நினைத்து அங்கலாய்கிக்றார்கள்.

'வீரப்பனைக் கொலைகாரனாக விமர்சிக்கும் விபச்சார ஊடகங்களின் வண்டவாளங்கள் தெரியாதா. இன்றைய அரசியல்வாதிகளில் எவன் யோக்கியமானவன். வீரப்பனைத் திருடன் என்று சொல்வதற்கு எவனுக்கு அருகதை இருக்கிறது' என்று அரசியல் தலைவர்கள் மேடைபோட்டு முழங்குகிறார்கள்.

வீரப்பன் காட்டுக்குள் வாழ்ந்ததால்தான் எங்கள் குலப்பெண்கள் கற்போடு இருக்கமுடிந்தது. காவலர்களிடம் சிக்கி

சின்னாப்பின்னமாகாமல் குடும்ப பெண்களை காத்த குலசாமி வீரப்பன் என்று தர்மபுரியைச் சுற்றியுள்ள வனப்பகுதியில் வசிக்கும் ஆதிவாசிகள் வீரப்பனைத் தெய்வமாகவே வழிபடுகின்றனர். உண்மையில் அவன் குலசாமி வீரப்பரா... குற்றவாளி வீரப்பனா என்பது இன்றளவும் விளங்காமலேயே உள்ளது.

சட்டத்துக்கு விரோதமான காரியத்தைச் செய்யும் நபர் அந்தச் செயலிலில் இருந்து கிடைக்கும் லாபத்தை மக்களுக்குப் பயன் படுத்துபவராக இருந்தால் அவர்கள் மனதில் உயர்ந்தவராகி விடுகிறார். அந்த நபரின் செயலால் உயிர் பலி ஏற்பட்டு, காவல்துறை அவரைக் கைது செய்து, நீதிமன்றம் அவரைக் குற்றவாளி என்று உறுதிப்படுத்தி, அவரைச் சிறையில் அடைத்தாலும் அவரது நற் பிம்பம் மக்களில் சிலர் மனதில் இருந்து சரிந்துவிடுவதில்லை. தான்தோன்றித்தனமாக சட்டத்தை வளைத்துச் சதுரங்கம் ஆடி அவர்களின் மேல் இருக்கும் நன்மதிப்பு மாற்றுக் குறையாமல் இருக்கும் வரம் ஒரு சிலருக்குதான் அமையும். அப்படியான ஒரு சிலரில் ஒருவர்தான் சந்தனக்கடத்தல் மன்னன் வீரப்பன்.

கொலை வழக்கு என்று எடுத்துக்கொண்டால் ஒரு கொலை அதற்கான பின்னணி, ஏன் நடந்தது, கொலைக்கான காரணம், விசாரணை, வழக்கு விவரம், வாதம், பிரதிவாதம், தீர்ப்பு, மக்கள் கருத்து என்று ஒரு வட்டத்தைப் போட்டுக்கொண்டு விவரத்தைச் சொல்லிவிடலாம். வீரப்பன் விவகாரம் அப்படியானதல்ல; வட்டம் போடச்சுழித்த பிறகு உருண்டை சுற்றிக்கொண்டேதான் இருக்கிறது. வட்டம் முழுமை பெறவே இல்லை. வீரப்பன் வழக்கை எங்கு துவங்கி எங்கு முடிப்பதென்று யோசிக்கவே தனி அவகாசம் தேவை. காட்டுக்குள் இருபது ஆண்டுகாலம் கண்ணாமூச்சி ஆடி, 184 க்கும் மேற்பட்ட மனிதர்களின் ரத்தத்தை உறிஞ்சி, 2000-க்கும் மேற்பட்ட யானைகளைச் சாய்த்து அதன் தந்தங்களை உருவி, சந்தன மரங்களை வெட்டி, கடத்தல் தொழிலில் கொடிகட்டி பறந்த வீரப்பன் மற்றும் அவனது சகாக்கள் மீது 120 வழக்குகளுக்கு மேல் பதியப்பட்டுள்ளன. ஒரு கொலை, அதிலிருந்து ஒரு கிளை கொலை, அது போட்ட குட்டி கொலை, முதல் தகவல் அறிக்கை, விசாரணை, தண்டனை இப்படியாக இன்றளவும் வீரப்பனின் சம்மந்தமான வழக்குகள் சுமாவாகவே தொடர்கின்றன.

கடத்தல்காரன், கொள்ளைக்காரன், கொலைக்காரன் என்றெல்லாம் அரசால் காவல்துறையால் தேடப்பட்ட குற்றவாளியான வீரப்பன் காலமெய்தி 12 வருடங்களுக்குப் பிறகும் சிலர் மத்தியில் ஒரு கதாநாயகனாக வீற்றிருக்கிறான் என்றால் அது எப்படி சாத்தியமாகும். முனுசாமி வீரப்ப கவுண்டர் என்ற இயற்பெயர் கொண்ட வீரப்பன்

தமிழ்நாட்டின் எல்லைக்குள் இருக்கும் கோபிநத்தம் என்ற கிராமத்தில் பிறந்தவன். வனத்தில் ஆங்காங்கே உருவாகியிருந்த குட்டி குட்டி கிராம மக்களின் மரியாதையை, அன்பைப் பெரிய அளவில் சம்பாதித்தவன். மக்கள் சக்திக்கு முன்னாள் மற்ற சக்திகள் எதிரில் நிற்க முடியாது என்பது இவனது வாழ்க்கையில் உண்மை யானது. அதனால்தான் காடுகளுக்குள் மறைந்திருந்த அவனை இரு மாநில அரசுகள் தனிக் காவல்படை அமைத்து 20 வருடங்கள் தேடிய பிறகும் கைது செய்யமுடியவில்லை. யானையின் தந்தங்கள், சந்தனமரங்கள் எனக் கடத்தல் தொழில் ஈடுபட்டு தமிழ்நாடு, கேரளா, கர்நாடகம் ஆகிய தென்னிந்தியாவின் மூன்று மாநிலங்களுக்கும் பிரபலமானவன். வீரப்பன் பள்ளிக்கூடமே இல்லாத ஒரு ஊரில் பிறந்தவன். மாடு மேய்ப்பவனாக இளம் பிராயத்தைத் தொலைத்த அவன் இந்தியா அறிந்த பிரபலமாக மாறிப்போனான்!

ஏழைக் குடும்பத்தில் பிறந்த அவனுக்குப் படிப்பு வாசனை அறவே இல்லை. மாடு மேய்த்துவந்த அவனுக்கு செல்வ கவுண்டர் என்பர் மேல் ஈர்ப்பு ஏற்பட்டது. செல்வ கவுண்டர் பள்ளி ஆசிரியராகவோ பண்பானவராகவோ இருந்திருந்தால் அவரைப் பின்பற்றிய வீரப்பன் இன்று எல்லோரையும் போல ஒருவனாக இருந்திருப்பான்; சந்தனக் கடத்தல் மன்னனாக அறியவேண்டிய அவசியம் இருந்திருக்காது. யானைகளைக் கொன்று அதனுடைய தந்தங்களைப் பிடுங்கி அதை ஏற்றுமதி செய்வதுதான் செல்வ கவுண்டரின் தொழில். எதை விதைக்கிறோமோ அதுதானே முளைக்கும். செல்வ கவுண்டரின் தொழில் நுணுக்கத்தை வீரப்பன் கற்றுக்கொண்டான். வீரப்பனின் கையிலிருந்து புறப்பட்ட தோட்டா ஒரு யானையை பதம்பார்த்து அது தரையில் வீழ்ந்தபோது அவன் வயது பத்து. யானைத் தந்தங்களைச் சட்ட விரோதமாக விற்றும் வெளிநாடுகளுக்கு ஏற்றுமதி செய்தும் கொடிக்கட்டிப் பறந்த தொழிலில் அரசின் கெடுபிடியால் தொய்வேற் பட்டது, சந்தன மரங்களை வெட்டி ஏற்றுமதி செய்யும் தொழிலுக்கு மாறினான் வீரப்பன். யானைகளைக் கொன்றவன் அடுத்த கட்டத்துக்கு முன்னேறி மனித உயிரைப் பறிக்கும்போது அவனது வயது பதினேழு.

தந்தக் கடத்தல், சந்தன மரக்கடத்தல் எனக் காட்டுக்குள் தொழில் நடத்தி வந்த வீரப்பனைக் காவல் துறை 1965 ல் தேட ஆரம்பித்தது. தொழில் ஆரம்பித்த புதிதல்லவா காவலர்களின் கண்ணில் எப்படி மண்ணைத்தூவி தப்பித்து ஓடுவது என்ற சூட்சுமத்தை அப்போது அவன் கற்கவில்லை. அதனால் முதன் முறையாக அவன் 1986-ல் பெங்களூருவில் கைது செய்யப்பட்டான். வெடிமருந்து வாங்க பெங்களூரு வந்திருந்தான் வீரப்பன். அப்போது வியாபாரியுடன் தகராறு உண்டாகவே வியாபாரி காவல்நிலையத்துக்குத் தகவல்

தெரிவித்தார். வியாபாரத்தை முடித்துக்கொண்டு ஓட்டலில் சாப்பிட்டுக்கொண்டிருந்த வீரப்பன் கைது செய்யப்பட்டான். விசாரணைக்கு சாம்ராஜ்நகருக்கு அழைத்துச் செல்லப்பட்டான். விலங்கு மாட்டப்பட்டு புத்திபடுவா என்ற இடத்தில் விருந்தினர் மாளிகையில் காவலில் வைக்கப்பட்டிருந்தான். அங்கிருந்து தப்பித்துப்போக காவலர்களின் காலடியில் வெறும் ஐம்பதாயிரம் ரூபாயை வீசியுள்ளான். அவனைக் கைது செய்தும், முதல் தகவல் அறிக்கை பதிவு செய்து நீதிமன்ற கூண்டில் ஏற்றி குற்றத்தை நிரூபித்து தண்டனை தந்து, வெள்ளை சீருடை அணியவைத்து கம்பிபோட்ட கதவுக்குள் வீரப்பனை அடைத்து வைக்கும் சூழ்நிலை கடைசிவரை அமையவேயில்லை என்பதை நினைக்கும்போது ஒவ்வொருவரும் வெட்கப்படவேண்டியுள்ளது. அன்றைய நாளில் வீரப்பனிடம் கையேந்தி அவன் தப்பித்துபோக உதவிய காவலர் லஞ்சம் வாங்காமல் இருந்திருந்தால் இப்படி ஒரு காட்டு அரசாங்கம் உருவாகியிருக்காது.

தந்தக் கடத்தல், சந்தனக் கடத்தல் என்று காட்டில் கொடிகட்டிப் பறந்த அவனுக்கு அடுத்ததாக ஆட்கடத்தல் மேல் நாட்டம் ஏற்பட்டது. கர்நாடக, தமிழ்நாடு, கேரளா ஆகிய தென்னிந்திய மாநிலங்களின் பெரும்புள்ளிகளைக் கடத்திக்கொண்டு சென்று பிணையத்தொகை கேட்டு அரசாங்கத்தை மிரட்டினான். அவன் கேட்ட தொகை கிடைக்காவிட்டால் ஆள் காலி. அவன் கடத்தி வந்தவர்களில் தொழிலதிபர்கள் வன அதிகாரிகள் ஆகியோரும் அந்தப் பட்டியலில் அடக்கம். கிரானைட் குவாரி முதலாளிகள் வீரப்பனிடம் சிக்கினால் முதலை வாயில் சிக்கியது போலத்தான். ஒரு தரம் கல்குவாரி ஓனரின் மகனை கடத்திவைத்துக்கொண்டு ஒன்றரைக்கோடி கொடுக்க வேண்டும் என்று கெடுவைத்து பல பேரங்களுக்குப் பின் கடைசியாக 15 லட்சம் கொடுத்த பிறகுதான் விடுதலை செய்துள்ளான். இவையெல்லாம் வெறும் ஒத்திகைதான்; மெயின் பிக்சர் பின்னால் வருகிறது.

பொன்னாம்பெட் காவல் நிலைய எல்லைக்குள் அமைந்திருந்த காட்டுப்பகுதியில் கர்நாடக காவல்துறை முதன் முறையாக என்கவுண்டர் நிகழ்த்தியது. வீரப்பனின் ஆட்கள் யானைகளைக் கைப்பற்றுவதில் இருந்து தடுக்க வன துறையைச் சேர்ந்த காவலாளி பிரித்வி முற்பட்டார். அப்போது நடந்த சண்டையில் இவர் கொல்லப் பட்டார். காவல்துறை மற்றும் வனத்துறை அதிகாரிகளைச் சுட்டுக் கொன்ற பட்டியலில் முதல் கொலை இதுதான். கர்நாடக அரசு வீரப்பன் மற்றும் அவனுடைய சகாக்களுக்கு எதிராக 120 க்கும் மேற்பட்ட வழக்குகளைப் பதிவு செய்துள்ளது. இதில் அதிக வழக்குப் பதிவு செய்தவை மலை மாதேஸ்வரம் மற்றும் இராமாபுரம் காவல் நிலையங்களே.

கர்நாடகா, தமிழ்நாடு ஆகிய இரண்டு மாநில காவல்துறை, வனத்துறையுடன் அரசாங்கமும் சேர்ந்து வீரப்பனின் காட்டு அரசைத் தரைமட்டமாக்க வனப்போர் நிகழ்த்தியபோது சேதம் இரு பக்கமும் நிகழ்ந்தது. மூன்று தென்னிந்திய மாநிலங்களும் தொட்டுக் கொண்டிருக்கும் எல்லைப்பகுதிகளில் ஆறாயிரம் சதுர அடி கிலோ மீட்டர்வரை அவனுடைய ராஜாங்கம் செயல்பட்டது. முத்துலட்சுமி என்ற பெண்ணைத் திருமணம் செய்துகொண்டான். வீரப்பனுக்கு இரண்டு பெண் குழந்தைகள் உள்ளனர். இவனது சகோதரர்களும் இவன் கடத்தல் தொழிலில் பக்கபலமாக இருந்தனர்.

ஒரு சமயம் காவல்படையினர் வீரப்பன் குழுவைச் சூழ்ந்துகொண்ட போது, மனைவியுடன் பேருந்தில் தப்பித்தான். அப்போது நடந்த துப்பாக்கி சூட்டில் மனைவி முத்துலட்சுமியின் கர்ப்பம் கலைந்து போனது. அடுத்ததாக அவர்களுக்குக் குழந்தை பிறந்தால் அதனுடைய அழுகைச் சப்தம் காவலர்களிடம் காட்டிக்கொடுத்து விடும் என்று வீரப்பன் அஞ்சினான். அதனாலும் முத்துலட்சுமிக்குப் பாதுகாப்பு தேவை என்பதாலும், வழக்கறிஞரின் உதவியோடு காவலர் களிடம் சரணடைய திட்டம் போட்டுக்கொடுத்தான். வீரப்பனால் வஞ்சிக்கப்பட்ட பெண் என்று சொன்னால் உன்னை விட்டு விடுவார்கள். ஒருவேளை உன்னை அவர்கள் சிறைப்படுத்தி துன்புறுத்தினால் காவலர்களின் மனைவியைக் கடத்தி வந்து உன்னை மீட்பேன் என்று சொல்லி அனுப்பிவைத்தான். பெற்றவர்களோடு முத்துலட்சுமி தங்கவைக்கப்பட்டார். பிறகு, அவ்வப்போது அவளைச் சென்று சந்தித்துவருவான். முத்துலட்சுமிக்கு இரண்டு பெண் குழந்தைகள் பிறந்தனர்.

வீரப்பனின் ஆட்கள் காட்டுக்குள் ஒரே இடத்தில் தங்கமாட்டார்கள். ஒரு நாளைக்கு ஒரு இடமாக சுமார் 50 கிலோமீட்டர் வரைகூடத் தங்களைப் பாதுகாத்துக்கொள்ள இடம்மாறி ஓடுவார்கள். காட்டில் உள்ள ஒவ்வொரு பகுதியும் அவனுக்கு அத்துப்படி. அதனால் காவலர்கள் கண்ணில் விளக்கெண்ணெய் ஊற்றி விட்டு அதிலிருந்து சமயம் பார்த்து வழுக்கிக்கொண்டு வெளியேறுவது எப்படி என்ற சூட்சுமம் அவனுக்கு அத்துப்படி வீரப்பன். காட்டுக்குள் நாடு தேடும் திருடனாக இருந்தாலும், ஒழுக்கத்தை நாட்டில் வாழ்பவர்கள் அவனிடமிருந்துதான் கற்றுக்கொள்ள வேண்டும். மனைவியைத்தவிர மற்ற பெண்களை ஏறெடுத்தும் பார்க்காதவன். தாய்குலத்தை தாயாக, சகோதரியாக நடத்தத் தவறாதவன். வயதுக்கு வந்த பெண்களைக் கையைப் பிடித்திழுத்தான், தகாத வார்த்தைகளில் வம்பிழுத்தான், பெண்ணின் கற்பைச் சூறையாடினான் என்று எந்த இடத்திலும் அவனைப்பற்றி யாரும் சொல்லவில்லை. அவன் நினைத்திருந்தால்

அவன் கைக்குள் அடக்கமாயிருந்த கானகத்துக்குள் தினம் ஒருத்தியுடன் குடும்பம் நடத்தியிருக்கலாம். ஆனால் வீரப்பனின் ஒழுக்கத்துக்குக் களங்கம் கற்பிக்கும் ஒரு சாட்சியம்கூட எங்கும் பதிவாகவில்லை. காட்டில் வீரப்பன் வாழ்ந்தபோது நேரிடையாக அவனைச் சந்தித்த அரசு அலுவலர் ஒருவர் பகிரங்கமாகவே தொலைக்காட்சி ஒன்றில் அவன் காட்டில் வசித்த தாய்குலங்களின் கற்புக்குப் பாதுகாவலனாக இருந்துள்ளான் என்று சொல்லியுள்ளார்.

வீரப்பனின் ஆளுமையில் அங்கமான அஞ்சூர் காட்டில் இருந்த பள்ளிக்கூட விழாவுக்கு சென்றிருக்கிறார் அந்த அலுவலர். விழாவில் மாணவர்கள் வடுகர் மொழியில் பாடல் ஒன்றை பாடினார்கள். வடுகர் மொழி அவருக்குப் புரியவில்லை ஆனால் அந்த பாடலில் ஏதோ சோகம் ஒளிந்திருக்கிறது என்பதை மட்டும் அவர்களின் பாவனைகளில் இருந்து புரிந்துகொண்ட அவர் பாடலின் பொருளைக் கேட்டார். அந்தப் பாடலானது ஒரு பெண்ணின் அம்மா பாடுவதாக எழுதப்பட்டிருக்கிறது,

முதல் தடவை வந்தான்
வாழைத் தாரைக் கொடுத்து அனுப்பிவைத்தேன்
இரண்டாவது தடவை வந்தான்
வாழை மரத்தைக் கொடுத்து அனுப்பிவைத்தேன்
மூன்றாவது தடவை வந்தான்
மாட்டைக் கொடுத்தனுப்பினேன்
நாலாவது தடவை வந்தான்
நான் என்னையே கொடுத்துக் காப்பாற்றினேன்
அடுத்த தடவை வந்தால்
நான் எப்படி என் மகளைக் காப்பாற்றுவேன்

- என்பதுதான் பாடலின் பொருள். வீரப்பனைப் பிடிக்கிறோம் என்று போர்வையில் அங்கு சென்ற காவலர்கள் அப்பாவி பெண்களை மேய்ந்த வேலிகள் என்பது அந்த அதிகாரிக்குப் புரிந்தது. மாவட்டத்தின் உயர்மட்டத்துக்கு இந்தச் செய்தியைக் கொண்டு சென்றிருக்கிறார். காவலர்கள் பெண்களைக் கற்பழித்து நாசம் செய்துவந்திருக்கிறார்கள்; வீரப்பன் மட்டும் காட்டுக்குள் இல்லை என்றால் பெண்களின் நிலை பரிதாபத்துக்குரியது என்று விளக்கியுள்ளார்.

காவலதிகாரி ஒருவர் சுடப்பட்டு பிணமாக கிடந்தார். மேலோட்ட மாகக் காண்பவர்களுக்கு அந்த நபர் வீரப்பன் ஆட்களால் கொல்லப் பட்டவர் என்பதாகத்தான் தோன்றும். அலுவலர் விசாரித்ததில் அவருக்குத் தெரியவந்தது இதுதான்: சந்தன மரம் வெட்டுவதைத்

தடுக்க வந்த காவலர்கள் அதை வெட்டி விற்று தாங்களும் காசு பார்க்கலாம் என நினைத்துள்ளார்கள். அதில் நிகழ்ந்த தகராறில் ஒருவரை ஒருவர் தாக்கியதில் ஒருவனின் உயிர் பறிக்கப்பட்டது. வீரப்பனுக்கு வங்கிக் கணக்கு இல்லை; மாடி வீடு இல்லை; நில புலமில்லை; தங்கம் வைரம் பெட்டி நிறைய இல்லை; ஒரு தாரத்தை தவிர மற்ற பெண்களின் நிழலைக்கூட மிதியாதவன். அவன் மட்டுமல்ல அவனது குழுவும் அப்படித்தான்.

ஒருமுறை வட மாநிலத்தைச் சேர்ந்த சுற்றுலா பயணிகளின் வந்த பேருந்து காட்டில் பழுதாகி நின்றுவிட்டது. காட்டில் தனித்துத் தத்தளித்த அவர்களுக்கு உதவவேண்டும் என்று அரசு அலுவகத்துக்குத் தகவல் தெரிவிக்கப்பட்டது. உதவிக்கு ஆட்கள் காட்டுக்குள் வந்து சேர்ந்தபோது டெண்ட் கொட்டகைக்குள் பெண்களும் குழந்தைகளும் பாதுகாப்பாகத் தங்கவைக்கப் பட்டிருந்தனர். அவர்களுக்குப் பாலும் உணவுப்பொருட்களும் வாங்கிக்கொடுக்கப்பட்டிருந்தது. இந்த உதவியை செய்தவர்கள் வீரப்பனின் ஆட்கள். வீரப்பன் மட்டுமில்லை; அவனுடைய ஆட்களும் பெண்களிடம் கண்ணியம் காத்தார்கள். அவனுடைய குழுவில் வேலைசெய்த அனைவரையும் சமமாக மதித்தவன் வீரப்பன்.

காலையில் எழுந்து குளித்து முடித்து கண்களை மூடி சாமி கும்பிடுவது அவனது வழக்கம். அப்படி அவன் கண்களை மூடி தியானத்தில் இருக்கும்போது அவனுக்குப் பாதுகாப்பாக இரு நபர்கள் சுற்றி நிற்பர். வீரப்பன் முன்னால் குடி, சிகரெட், பெண் சவகாசம் போன்ற எதுவும் செய்யமாட்டார்கள். ஏனென்றால் மது, மாது, புகை இவை மூன்றும் வீரப்பனின் எதிரிகள். வீரப்பன் மட்டுமல்ல; அவனுடைய குழுவில் அங்கம் வகித்த ஆறிலிருந்து அறுபது வரையுள்ள ஆண்கள் யாருமே பெண்களைத் துன்புறுத்தமாட்டார்கள். வீரப்பன் கொள்ளை யடித்த பணத்தைக் கொண்டு காட்டை சுற்றி வசிக்கும் கிராம மக்களுக்கு உதவினான். அதனாலேயே காவல்துறையிடம் அவனைக் காட்டிக் கொடுக்க யாரும் முன்வரவில்லை. வன மக்களைக் காக்க வந்த காவலனாகத்தான் மதித்தனர். அவனுடைய குழுவில் அவனுடைய சகோதரர்கள் அர்ஜுனன் மற்றும் மாதையன் ஆகியோரும் அடக்கம்.

தற்போது கர்நாடக எல்லைக்குள் இருக்கும் மலை மாதேஸ்வரம் என்ற இடத்தில் நடந்த சண்டை வீரப்பனை பிடிக்க நடைபெற்ற காவல் துறையின் முயற்சியில் முக்கியமானது. அன்று 41 காவல் மற்றும் வன அதிகாரிகள் அங்கு வரவழைக்கப்பட்டனர். ராம்போ கோபால கிருஷ்ணன் அந்த படைக்குத் தலைமை ஏற்று காட்டுப்பகுதிக்குள் காவல் மற்றும் வன அதிகாரிகளோடு சென்றார். பெரும்பாலான

அதிகாரிகள் பேருந்தில் பயணம் செய்தனர். எஞ்சிய சிலரோடு கோபால கிருஷ்ணன் ஜீப்பில் பயணித்தார். வீரப்பன் குழுவினர் வெடிக்கக்கூடிய ஜெலட்டின் குச்சிகளை கானகத்தின் வழி நெடுகிலும் ஆங்காங்கே புதைத்துவைத்திருந்தனர். அந்த வெடிகுச்சிகளில் சிக்கிய பேருந்து தூக்கி வீசப்பட்டது, பேருந்துக்குப் பின்னால் வந்த ஜீப்பின் படிக்கட்டில் நின்றபடி பயணம் செய்த கோபாலகிருஷ்ணனும் தூக்கிவீசப்பட்டார். தலையில் பலத்த காயத்தோடு கோபால கிருஷ்ணன் உயிர் பிழைத்தார். ஆனால் 20 வதுக்கும் மேற்பட்ட காவலர்கள் அந்த வெடி விபத்தில் மடிந்தனர்.

கோபாலகிருஷ்ணன் பாலார் வெடி விபத்தில் பலத்த காயங்களோடு உயிர்பிழைத்தார் என்றாலும் பலத்த காயம் உண்டானது. அவர் தலைமை ஏற்று நடத்திய காவல்படையை மற்றொரு அதிகாரி பொறுப்பேற்றுகொண்டு, உடனடியாகக் காயப்பட்டவர்களை மருத்துவமனைக்கு அனுப்பிவைத்தார். 'ராம்போ' கோபால கிருஷ்ணனுக்கு 12-க்கும் மேற்பட்ட அறுவை சிகிச்சை நடந்துள்ளது. கர்நாடக நீதிமன்றம் இந்த விபத்தில் தொடர்புடைய அத்தனை பேருக்கும் மரண தண்டனை வழங்கியது. அவர்கள் உச்சநீதி மன்றத்தில் முறையீடு செய்தனர். இந்த வழக்கில் சம்பந்தப்பட்ட வீரப்பனின் கூட்டாளிகள் 15 பேரின் தண்டனை ஆயுள்தண்டனை யாகக் குறைக்கப்பட்டுள்ளது. ஒரு பாவமும் அறியாத டெபுடி இன்ஸ்பெக்டர் ஜெனரல் கோபாலகிருஷ்ணன் விபத்தில் உண்டான காயத்தின் வடுக்களை உடம்பில் சுமந்துகொண்டு எழுந்து நடமாட முடியாமல் படுக்கையில் கிடைக்கிறார். அதை உண்டாக்கியவர் களுக்குக் கருணையின் அடிப்படையில் தண்டனை குறைக்கப் பட்டுள்ளது!

தான் நடமாட முடியாமல் படுக்கையில் கிடக்கிறோம் என்ற வலியைவிட இருபது கொலைகளை சர்வசாதாரணமாக நிகழ்த்தியவர் களுக்குக் கொடுக்கப்பட்ட தண்டனை, கருணை காட்டி குறைக்கப் பெற்றிருப்பது கோபாலகிருஷ்ணனின் வேதனையை அதிகப் படுத்தியுள்ளது. வீரப்பனின் இரத்த சரித்திரத்தில் இவரைப்போல ஒரு பாவமும் செய்யாமல் நிம்மதியைக் காவுகொடுத்த காவலர்கள் வணங்கப்படவேண்டியவர்கள். பாலார் விபத்துக்குக் காரணமான 15 பேருக்குக் கொடுக்கப்பட்ட மரணதண்டனையை ஆயுள்தண்டனை யாகக் குறைத்ததை முன்னிட்டு அரசு உச்சநீதிமன்றத்தில் மறுசீராய்வு மனு தாக்கல் செய்தது. அதை விசாரித்த நீதிமன்றம். மரண தண்டனையை ஆயுள்தண்டனையாகக் குறைத்து நியாயமானது என்று சொல்லிவிட்டது. பிறகென்ன பெருந்தலைவர்களுக்குப் பிறந்தநாளும் சுதந்திர தினமும் வராமலா போய்விடும். ஏதாவது ஒரு

| 53 |

நன்னாளில் இவர்கள் நன்னடத்தை காரணமாக விடுதலை பெறுவார்கள். குற்றவாளிகளுக்கான நீதி ஒரு நாள் கிடைக்கும். வீரப்பனை வதம் செய்யும் போராட்டத்தில் அரசுத் தரப்பிலிருந்து பாதிக்கப்பட்ட ராம்போ கோபாலகிருஷ்ணன் போன்றவர்களுக்கு நீதியை யார் கொடுப்பார்கள்?

காவல் துறையைச் சேர்ந்த காவலர்கள், வன அலுவலர்கள் இவர்கள்தான் வீரப்பனின் குறி. அவனைக் கைதுசெய்ய வந்திருக் கிறார்கள் என்று அவன் மோப்பம் பிடித்துவிட்டால், அவர்கள் எப்படியோ வீரப்பனாலோ கூட்டாளிகளாலோ மண்ணுக்கு இரையாக்கப்பட்டுவிடுவார்கள். காவலர்கள், வன அலுவலர்கள் மட்டுமில்லை. அவனைக் காட்டிக்கொடுக்கும் காட்டுவாழ் மக்களுக்கும் அதே கதிதான். இந்த விஷயத்தில் யாரிடமும் தயவு தாட்சண்யம் காட்டுவதில்லை. சந்தன மரக் கடத்தல்காரனாக, தந்தத்தை ஏற்றுமதி செய்பவனாக அவன் வாழ்விடமாகக் காட்டுப் பகுதியைச் சுற்றியுள்ள வட்டார அளவில், மாவட்ட அளவில், மாநில அளவில் என்று குறுகிய வட்டத்துக்குள் மட்டுமே பிரபலமாக இருந்த வீரப்பன் இந்திய அரசின் கவனத்தை ஈர்த்தது காவல்துறையின் உயரதிகாரி சிதம்பரம் என்பவரைக் கடத்திச் சென்று கொன்றபோது தான்.

வனக் கிராம மக்களிடம் சிதம்பரத்தைப்பற்றி விசாரித்தபோது அவர் ஊராருக்குத் தொந்தரவு செய்ததாகவும் அரக்கனைப்போல நடந்து கொண்டதாகவும் வீரப்பன் கேள்விப்பட்டானாம். சிதம்பரம் அடிக்கடி வீரப்பன் வழியில் குறுக்கிடுவதாகவும் நினைத்த வீரப்பன் சிதம்பரத்தைத் தீர்த்துக்கட்ட முடிவுகட்டினான். எமன் அவனது வேலையைச் சுலபமாக முடிக்க என்னிடம் சிதம்பரத்தை அனுப்பி வைத்துள்ளான் என்று கர்ஜித்த வீரப்பன் முதலில் சிதம்பரத்தோடு காட்டுக்குள் நுழைந்த இரு அலுவலர்களின் கதையை முடித்துவைத்து விட்டு சிதம்பரத்தின் வருகைக்காகக் காத்திருந்தான். சிதம்பரம் வந்ததும் கல்லால் அடித்துக் கொல்ல வீரப்பன் உத்தரவிட்டான். அவனது ஆட்கள் சிதம்பரத்தை தலையிலும், நெஞ்சிலும் கற்களால் சரமாரியாகத் தாக்கினார்கள். போதும் அவன் செத்துவிட்டான் என்று வீரப்பன் சொன்னதும் கல் வீச்சு நின்றது. சிதம்பரம் மற்றும் அவனோடு வந்தவர்களின் பிணங்களையும் அவர்கள் நம்மிடமிருந்து கைப்பற்றியுள்ள சந்தனமரக்கட்டையை அடுக்கி அவர்களை எரித்து விடலாமா என்று அவனது அடிமைகள் விசாரித்தபோது, எதற்கு அவர்கள் சொர்க்கத்துக்குப் போவதற்கா என்று வீரப்பன் எள்ளிநகை யாடினானாம். இப்படி ரத்தத்தில் காவலதிகாரிகளை மிதக்கவிட்டு நாட்டில் வசிப்பவர்களின் இரத்தத்தை உறையவைத்தான்.

இந்த வரிசையில் மற்றொருவர் காவலதிகாரி ஹரிகிருஷ்ணன். வீரப்பனைக் கைதுசெய்ய ஒரு திட்டம் தீட்டினார் ஹரிகிருஷ்ணன். தந்தங்களை விலைக்கு வாங்கும் வியாபாரிபோல் போனார். துணைக்கு யாராவது வந்தால் பிரச்னையாகிவிடும் என்று நினைத்தார் போலும். ஹரிகிருஷ்ணன் காரில் தனியாகப் போனார். ஆனால், வீரப்பன் போலீஸைவிடக் கெட்டிக்காரன். வீரப்பனின் சகோதரன் அர்ஜுனன் யானைத் தந்தங்களை விற்பனை செய்யும் ஆளாக வேடம் போட்டுக்கொண்டு வந்தான். வேடனே தான் விரித்த வலையில் சிக்கியதுபோல் ஹரி கிருஷ்ணன் வீரப்பன் கும்பலிடம் மாட்டிக் கொண்டார்.

28 வருடங்களுக்கு முன்னால் காவலதிகாரி சிதம்பரம் அவர்களை ஈரோடு மாவட்டம் குண்டேரிப்பள்ளம் அணையருகே கொலைசெய்த குற்றத்துக்காக பங்களாபுதூர் காவல்நிலையத்தில் இந்திய தண்டனைச் சட்டம் பிரிவு 396-ன் கீழ் சம்பவம் நடைபெற்ற அன்று வழக்கு பதிவுசெய்யப்பட்டது. வீரப்பனின் சகோதரர் மாதையன், பெருமாள், ஆண்டியப்பன் ஆகியோர் கைது செய்யப்பட்டனர். ஈரோடு செசன்ஸ் நீதிமன்றம் இவர்களுக்கு ஆயுள்தண்டனை விதித்தது. இப்போதும் சிறைத்தண்டனை அனுபவித்துவருகிறார்கள். வீரப்பனின் சகோதரர் மாதையன் தனக்கு இதயத்தில் கோளாறு இருப்பதால் விடுதலை கொடுக்கவேண்டும் என்று அரசாங்கத்துக்குப் பல தடவை கடிதம் எழுதிவிட்டார். ஆனால், அவருக்கு விடுதலை கொடுக்கமுடியாது என்று அரசு மறுத்துவிட்டது.

அவருக்கு இதயத்தில் கோளாறு உண்டாகி சிகிச்சை தேவைப்பட்ட போது அவர் அரசு மருத்துவமனையில் அனுமதிக்கப்பட்டார். அடுத்த நபர் ஆண்டியப்பன். கோயம்புத்தூர் சிறையில் கைதியாக இருந்த அவரை அவரின் குடும்பத்தினர் வந்து நலம்விசாரித்துச் சென்று கொண்டிருந்தனர். இருபத்தாறு வருடங்கள் கழிந்த பிறகு அவர் குடும்பத்தைக் கண்டுவரவேண்டும் என வேண்டிக்கேட்டுக் கொண்டதின் பேரில் அனுமதிக்கப்பட்டார். அடுத்த குற்றவாளியான பெருமாள் 26 வருடங்கள் வனவாசம்போல சிறைவாசம் கண்டவர். குருவரெட்டியூரில் வசிக்கும் அவரது சகோதரி பாப்பாத்தியைப் பார்க்கவேண்டும் என்று விண்ணப்பித்தார். பாப்பாத்தி வசிப்பது உண்மைதான் என்பதை உறுதி செய்துகொண்டு பெருமாள் அவரின் சகோதரியைப் பார்த்துவர காவலதிகாரிகளின் பாதுகாப்பு வளையத்துடன் குருவரெட்டியூர் செல்ல பரோலில் அனுமதிக்கப் பட்டார். ஊர்மக்களும் அவரைக் கண்டு நலம் விசாரிக்க அவரது சகோதரியின் வீட்டுக்கு வந்துள்ளனர். கொலைக்குக் கூட்டு நின்றவர்கள் கால்நூற்றாண்டுக்கும் மேலாக சிறைக்குள் அடைப்பட்டு

இருக்கிறார்கள். வீரப்பனுடன் கூட்டு சேர்ந்ததால் மனித ஜென்மத்தின் கால்பாகத்தை வெளி உலகை காணாமலேயே அடைபட்டு கிடக்கும் இவர்களுக்கு தண்டனை கிடைத்துவிட்டதே என்று நிம்மதி யடைவதா? இன்பமும் துன்பமும் கலந்து மகிழ்ந்து வாழவேண்டிய நாட்களை சிறையில் கழிக்கிறார்களே என்று நொந்துகொள்வதா?

காவலர்களைக் கொலைசெய்ததைப்பற்றி வீரப்பனிடம் கேட்டால் என்னைக்கொல்ல வேண்டும் என்று சுற்றிவருபவர்களை நான் கொல்லக்கூடாதா என்று நியாய தர்மம் பேசுகிறான். என்னைக் காப்பாற்றிக்கொள்ள அவர்களைக் கொல்கிறேன். ராணுவத்தை வைத்து என்னைப் பிடிக்க முயற்சிசெய்கிறார்கள். என் தலையிலிருந்து ஒரு முடியைக்கூட அவர்களால் எடுக்கமுடியாது. அவர்கள் மண்ணைக் கவ்வுவது நிச்சயம் என்று கர்ஜித்தான். எனக்கு பணத்தின் மேல் ஆசை இல்லை, என் இதயம் கல்லாகிவிட்டது. உணர்வுகள் மரத்துவிட்டன. மற்ற அரசியல்வாதிகளைப்போல நான் சினிமா தியேட்டர் கட்டியிருக்கிறேனா, நிலம் வாங்கியிருக்கிறேனா நான் தப்பானவனாக இருந்தால் கடவுள் என்னை தண்டிப்பார் என்பதை மக்கள் புரிந்துகொள்ளவேண்டும் என்று உரையாற்றிய அவனுக்குப் பக்கபலமாக திரைமறைவிலிருந்து அவனை இயக்கியவர்கள் நாட்டின் பெரும் புள்ளிகளா அரசியல்வாதிகளா என்பதைத் தெரிவிக்காமலேயே கண்ணைமூடிவிட்டான்.

1990 கர்நாடக அரசு வீரப்பனின் அட்டகாசங்களுக்கு முடிவுகட்ட நினைத்தது. அதனால் ஒரு முடிவுக்கு வந்து விசேட தனிப்படை அமைத்தது. நாட்டில் சட்ட ஒழுங்கை சீர்கெடுத்து மக்களுக்கு அச்சுறுத்தல் ஏற்படுத்தும் தீய சக்திகளிடமிருந்து அவர்களைப் பாதுகாக்கும் பொருட்டு இந்திய எல்லைக்குட்பட்ட மாநிலங்கள் STF என்னும் விசேட அதிரடிப்படையை உருவாக்கி கொள்ளும் அதிகாரத்தைப்பெற்றுள்ளது. தந்தக் கடத்தல் சந்தனக் கடத்தல் மன்னன் வீரப்பனைப் பிடிப்பதற்காக விசேஷ அதிரடிப்படை உருவாக்க வேண்டும் என்ற வேண்டுகோளை தமிழ்நாடு கர்நாடகா அரசு இந்தியாவில் முதன்முதலாக முன்வைத்தது. அதன்படி 1980 ல் விசேஷ அதிரடிப்படை உருவாக்கப்பட்டது.

இரண்டு வருடங்கள் தேடி அலைந்த அந்தப் படை, வீரப்பனின் கூட்டாளிகளில் ஒருவனான குருநாதன் என்பவனைச் சுட்டுக் கொன்றது. மூன்று மாத காலம் குருநாதனின் மரணத்துக்குக் காரணமானவர்களைக் கொல்ல நேரம் பார்த்துத் திட்டம் தீட்டிய வீரப்பனுக்கு அதுகூடி வந்தது. ராமாபுர காவல் நிலையத்தை சூறையாடி ஆறுக்கும் மேற்பட்ட காவலர்களைச் சுட்டுத்தள்ளினான். சகீல் அகமத் என்ற காவல்துறை அதிகாரியைச் சுட்டது நண்பனின்

மரணத்துக்குப் பழித் தீர்க்கவே. தமிழகத்தைச் சேர்ந்த சிறப்புக் காவல்படையினர் வீரப்பனைத் தேடி காட்டுக்குள் காவலர் வாகனத்தில் வந்தபோது வீரப்பனின் கூட்டாளிகள் முற்றுகையிட்டு இரண்டு காவலர்களைச் சுட்டுவீழ்த்தினர். பின்னர் மற்ற காவலர்கள் கர்நாடகாவின் சிறப்புப்படையால் காப்பாற்றப்பட்டனர். கர்நாடகாவின் சிறப்பு படை அங்கு வந்ததும் வீரப்பன் குழு கலைந்து சென்றது. சம்மராஜநகரா மாவட்டம் மரப்பாலா என்ற இடத்தில் ஒன்பது வனக்காவலர்கள் கடத்தப்பட்டனர். பொது மன்னிப்பு வழங்க வேண்டும் என்பது போன்ற கோரிக்கைகளை வீரப்பன் முன்வைத்தான். ஆனால் வீரப்பனுக்குப் பலனேதும் இல்லாததால் கடத்தப்பட்டவர்கள் அனைவரும் எந்தவிதக் காயங்களும் இல்லாமல் திருப்பி அனுப்பப்பட்டனர்.

சிறப்பு அதிரடிப்படை தலைமையில் இரு மாநிலங்களும் சவாலாக இருக்கும் வீரப்பனைப் பிடிக்கப் பெரும் முயற்சி செய்தன. அரசு அலுவலர்களே சந்தனமரத்தை வெட்டி விற்பனை செய்தனர். பழியைச் சுலபமாகத் தூக்கி வீரப்பன் தலையில் வைத்தனர். பெண்களை நிம்மதியாக வாழவிடாமல் அச்சுறுத்தி அந்த பழியும் வீரப்பன் மேல் வந்தது. அவனுடைய ஆட்கள்தான் இதற்கும் காரணம் என்றனர். காட்டுக்குள் கடத்தலா அது வீரப்பன் ஆட்கள் செய்தது; யானைத் தந்த விற்பனையா அதுவும் வீரப்பன் ஆட்கள் செய்வது என்று காட்டுக்குள் நிகழும் அத்தனை தீயவற்றுக்கும் வீரப்பன் பலியாக்கப்பட்டான். அவனாகச் செய்ததுபோக மற்றவர்கள் செய்வதும் அவன் மேல் சுமத்தப்பட்டன.

வீரப்பன் மீதிருக்கும் வஞ்சத்தைக் காவலர்கள் மக்கள் மீது இறக்கி வைத்தனர். வீரப்பனைப் பிடிக்கிறேன் என்று காட்டுக்குள் அவர்கள் அடித்த கும்மாளங்கள் அங்கு வசித்த பெண்களின் கற்பைச் சூறையாடுவதிலேயே போய்முடிந்தது. வீரப்பன் எங்கோ ஓர் இடத்தில் மறைந்திருப்பான். அவனிருக்கும் இடத்தைக் கண்டுபிடித்து விட்டாலும் இவர்கள் அங்கு போவதற்குள் அவன் அந்த இடத்தை மாற்றி எங்கோ சென்றிருப்பான். அங்கு இருக்கும் காவலர்களுக்கு வேலையே கிராமத்து மக்களிடம் 'விளையாடிப்பார்ப்பதுதான்'. காவல் ஓநாய்கள் நம்மை இரையாக்கிவிடுமோ என்று அஞ்சியே வாசல்விட்டு வெளியேற பயந்து வாழ்ந்தனர் பெண்கள்.

கிராம மக்களிடமிருந்து அவர்கள் வீட்டில் சேமித்து வைத்துள்ள பொருட்களைக் களவாடிப் போவது, மறுப்பவர்களை நீங்கள் வீரப்பனின் ஆட்களா அவன் பதுங்கி இருக்கும் இடம் உங்களுக்கு தெரியுமில்லையா. நீயும் உடந்தை என்று அவர்களின் ஆடு மாடுகளைத் தூக்கிப்போவது எனக் கேட்பாரற்றுத் தங்களின்

| 57 |

அத்துமீறல்களை அப்பாவிகளிடம் கட்டவிழ்த்துவிட்டார்கள். அதிகாரம் அவர்களிடம் இருக்கும் தைரியத்தில் கிராமவாசிகளை துவம்சம் செய்தார்கள். அந்த நேரத்தில்தான் அவர்களின் காவலனாக, குலசாமியாக வீரப்பன் அவர்களுக்கு உதவ முன்வந்தான். பொது மக்களைத் தொந்தரவு செய்யும் காவலர்களைக் கொலை செய்தான். வீரப்பனும் அவனுடைய ஆட்களும் நம்மைக் கொன்றுவிடுவார்கள் என்ற அச்சம் இருந்ததால் காவலர்கள் பெண்களையோ பொது மக்களையோ சீண்டும் முன் சற்று சிந்தித்தார்கள். தாளவாடி நல்லூர் ஆகிய சில கிராமங்களில் மக்களை விசாரித்தால் விசேஷப் படையின் அட்டகாசங்களை நமக்கு கண்ணீர்மல்க எடுத்துரைப்பார்கள்.

பெற்றவர்கள் நிலத்தில் வேலையில் இருந்தபோது அவர்களுக்கு உணவு கொண்டுவந்த வயது பெண்ணை பாலியல் வன்கொடுமைக்கு ஆளாக்கிய விசேஷத் தனிப்படையின் காவலர் மேல் இராமாபுரம் காவல் நிலையத்தில் புகார் கொடுத்தனர் பெண்ணை பெற்றவர்கள். காவலர் மீது காவல் நிலையத்தில் புகார்கொடுத்தால் என்ன ஆகும்? தவறு செய்த காவலருக்கு தண்டனை கொடுக்கவேண்டும் என்று தர்ணாவில் ஈடுபட்டார்கள். விசேஷப் படையின் உயரதிகாரி மக்களிடம் சமாதானம் பேசி அனுப்பிவைத்தார். தவறு செய்த காவலருக்கு அவர் கொடுத்த அதிகப்பட்ச தண்டனை வேறு ஊருக்குப் பணிமாற்றம் மட்டுமே. மானபங்கத்துக்கு தண்டனை பணிமாற்றம் மட்டுமா என்றெல்லாம் யாரும் மூச்சுவிடக்கூடாது. ஏனென்றால் அதிகாரம் அவர்கள் பையில் பத்திரமாக இருக்கிறது. மானபங்கப் படுத்தியதை நிரூபிக்கத் தேவையான மருத்துவ அறிக்கையைக் கொடுக்கக்கூட எந்த மருத்துவரும் முன்வரவில்லை. முதல் தகவல் அறிக்கையோ மருத்துவச் சான்றோ இல்லாததால் எங்களால் எந்த நடவடிக்கையும் எடுக்கமுடியாது என்று ராமாபுர காவல்நிலையத்தின் உயரதிகாரி அறிக்கை வாசித்துவிட்டார். காட்டுக்குள் சொகுசாக உட்கார்ந்து வயது பெண்களின் மானத்தை சுவைத்து மாசாமாசம் அரசாங்கச் சம்பளமும் வாங்கிக்கொண்டு வீரப்பனைப் பிடிக்கிறேன் என்று சொகுசு வாழ்க்கையை அனுபவித்தார்கள்.

அதேநேரம் விசேஷத் தனிப்படையில் ஈடுபட்டு வீரப்பனைப் பிடிக்கும் முயற்சியில் தன் உயிரை ஈந்தவர்களும் உண்டு. அப்படியான காவலதிகாரிகளில் காவல்துறை கண்காணிப்பாளர் ஹரிகிருஷ்ணன் மற்றும் காவல்துறையின் உதவி ஆய்வாளர் ஷகீல் அகமத் ஆகிய இருவரும் முக்கியமானவர்கள். வீரப்பனைப் பிடித்த பிறகே திருமணம் என்று கடமையில் கண்ணாக இருந்தவர் ஷகீல். ஹரிகிருஷ்ணன் ஷகீல் ஆகிய இருவருக்கும் வன கிராமத்தில் வீரப்பனின் நடவடிக்கையை அவ்வப்போது உளவு சொல்லும்

உளவாளியாக இருந்தவர் கமல் நாயக். காவலர்களின் உளவாளி என்று அறிந்ததும் அவர்களைக் கொன்று விடுவது வீரப்பனின் வழக்கம். ஆனால், எப்போதும்போல கமல் நாயக்கைப் பிடித்ததும் கொல்ல வில்லை வீரப்பன். கமல் நாயக்கின் குடும்பத்தையும் சிறைப் பிடித்தான்.

'வீரப்பனின் தம்பியைப் பிடிக்க ஒரு வழி சொல்கிறேன். நீங்கள் கடத்தல் பொருளை வாங்கவரும் வியாபாரிபோல் வாருங்கள்' என்று காவலர்களுக்குச் சொல்லும்படி கமல் நாயக்கை வீரப்பன் மிரட்டினான். தங்களுக்கு விரிக்கப்பட்ட அந்த வலையை அறியாத ஹரிகிருஷ்ணனும் ஷகீல் அஹமதும் வீரப்பன் தம்பி அர்ஜுனன் சிக்கப்போகிறான் என்ற பெருமிதத்தில், வெள்ளை காரில் வெள்ளை ஆடை அணிந்துகொண்டு காட்டுக்குள் வந்தார்கள். மறைந்திருந்து சுடும்போது தன் ஆட்களைச் சுட்டுவிடக்கூடாதே என்று வீரப்பன் காவலர்களை வெள்ளை உடை அணிந்துவரச்சொல்லும்படி உத்தர விட்டிருந்தான்.

அதேபோல 15 க்கும் மேற்பட்ட காவலர்கள் ஹரிகிருஷ்ணனையும் ஷகீலையும் முன்னால் அனுப்பிவிட்டு வேறொரு வண்டியில் இடைவெளிவிட்டுப் பின்தொடர்ந்துவந்தார்கள். காட்டுக்குள் ஓரிடத்தில் வீரப்பனின் குழு இரண்டு காவலர்களையும் வளைத்துப் பிடித்தது. வீரப்பனின் கையிலிருந்த தோட்டா இரு அதிகாரிகளின் உயிரைக் கண்ணிமைக்கும் நேரத்தில் குடித்தது. பின்னால் வந்த காவலர்கள் விஷயம் தெரிந்து சுதாரித்துத் தாக்கத் தொடங்கினார்கள். சுமார் ஐம்பத்தைந்து நிமிடங்கள் ஏ.கே 47 துப்பாக்கிகள் குண்டுகளை கானகத்தில் உமிழ்ந்தது. இரு காவலர்களும் உளவாளியாக இருந்த கிராமவாசியும் உயிரைவிட்டார்கள். காவலர்களுக்கு உளவு சொல்பவர்களை வீரப்பனும் வீரப்பன் விசுவாசிகளை காவலர்களும் என இரு பக்கமும் உயிர்களை எடுக்கும் வேலையை சகஜமாகச் செய்தார்கள்.

வீரப்பன் கொன்றது நியாயமே இல்லை என்று வீரப்பன் விசுவாசிகளும் சொல்லும் அளவுக்கு மோசமான கொலையென்றால் அது வன அலுவலர் ஸ்ரீநிவாசனின் கொலைக்காகத்தான் இருக்கும். வீரப்பனின் வஞ்சத்தில் தனது உயிரைவிட்ட அவர் அரசு அலுவலர்கள் எப்படி நடந்துக்கொள்ளவேண்டும் என்பதற்கு நல்ல உதாரணம் ஸ்ரீநிவாசன். பொதுமக்களின் மேல் அவர்கள் மிகுந்த அன்பை வைத்திருந்தார். வீரப்பன் கிராம மக்களைத் துன்புறுத்திய காவலர் களை மட்டுமல்ல நல்ல காவலர்களையும் கொன்று குவித்திருக் கிறான் என்பதற்கு இந்தப் படுகொலை ஒரு எடுத்துக்காட்டு.

நமதள்ளி காட்டில் 1991 ல் வனத்துறை அலுவலராக இருந்தவர் ஸ்ரீநிவாசன். அப்போது அவரது சம்பளம் நாலாயிரம் ரூபாய். வீரப்பனை நல்லவன் என்று நம்பிகொண்டிருக்கும் கிராம மக்களை அடித்து உதைத்து துன்புறுத்தி அடிபணியவைக்கும் மற்ற அலுவலர் களைப்போலல்லாது அன்பால் அவர்களுக்குப் புரியவைக்கமுடியும் என்று நம்பியவர் ஸ்ரீநிவாசன். அவரது நம்பிக்கை பொய்க்கவில்லை. கிராமவாசிகளும் அவருடைய உபதேசத்துக்குக் கட்டுப்பட்டு மனம் மாறினார்கள். காடுகளைக் கிராம மக்கள்தான் பாதுகாக்க முடியும் என்று நம்பியவர் ஸ்ரீநிவாசன். அதனாலேயே மக்களில் ஒருவராகப் பழகினார். அவர்களுடைய வீடுகளில் தங்கினார். யானைகளை ஏன் கொல்லகூடாது; சந்தன மரங்களை ஏன் வெட்டக்கூடாது என்று மக்களுக்குப் புரியவைத்தார். வீரப்பன் பிறந்த கிராமத்திலும் சென்று தங்கினார். அவரது அணுகுமுறையை மக்களும் வரவேற்றார்கள். வீரப்பனைப் பிடிக்க அரசாங்கம் ஒதுக்கும் தொகையை கிராம மக்களுக்குச் செலவழித்தார்.

கோபிநத்தம் கிராமத்தில் மக்களிடம் பணம் வசூலித்து அம்மன் கோயில் கட்டினார். டிரஸ்ட் ஆரம்பித்து கோயில் நிர்வாகிகளுக்கு சம்பளமும் வழங்கப்பட்டது. தார்ச்சாலைகள், குடி நீர் வசதி போன்றவற்றை உருவாக்கி கொடுத்தார். அருகே உள்ள டவுனுக்குச் சென்று வர வாகன வசதி ஏற்படுத்திக்கொடுத்தார். ஆபத்துக்கு உதவ மொபைல் மருந்தகம் ஆரம்பித்தார். அவருடைய வருமானம் மற்றும் நண்பர்களிடமிருந்து நன்கொடை வாங்கி வீடில்லாதவர்களுக்கு நாற்பது வீடுகள் கட்டிக்கொடுத்தார்.

வீரப்பன் குழுவைச் சேர்ந்தவர்கள் இவர் முன்னிலையில் சரணடைந்தார்கள். அதில் ஒருவர் வீரப்பனின் சகோதரன் அர்ஜுனன். அவர்கள் கைதானால் போதும்; தனது கடமை முடிந்ததென்று நினைக்காமல் கைதாகி சிறையில் இருந்தவர்களை பெயிலில் எடுக்க வழக்கறிஞரை நியமிக்கவும் செய்தார்.

ஸ்ரீனிவாசனின் செயல்பாட்டைக் கவனித்துவந்த வீரப்பன் மக்கள் மத்தியில் அவன் மீது அதிருப்தி தோன்றுவதைப் பார்த்து ஆத்திர மடைந்தான். ஸ்ரீநிவாசனைக் கொல்லத் திட்டமிட்டான். ஸ்ரீநிவாசன் நிராயுதபாணியாகக் காட்டுக்குள் வந்தால் சரணடையத் தயார் என்று செய்தியை அனுப்பினான். எல்லாரையும் நம்பும் நல்ல உள்ளம் கொண்ட ஸ்ரீநிவாசன், காவலர்கள் எவ்வளவோ அறிவுருத்தியும் கேட்காமல் வீரப்பனின் வார்த்தைகள் மேல் நம்பிக்கைவைத்து ஆயுதம் இன்றிச் சென்றார். ஸ்ரீநிவாசன் சற்றும் எதிர்பார்க்காத நேரத்தில் அவரது நெஞ்சில் துப்பாக்கி குண்டு பாய்ந்தது. அதிலும் திருப்தி அடையாமல் அவரது தலையையும் துண்டித்தான் வீரப்பன்.

ஸ்ரீநிவாசன் அவர்களின் நற்பணிக்கு அரசு மரியாதை செய்தது. துப்பாக்கி குண்டுகள் முழங்க காவலர்களின் சல்யூட் மரியாதையோடு அவரது இறுதிச் சடங்கு நடந்தது. அரசு அவருக்கு கீர்த்தி சக்ரா விருதை அறிவித்தது. அதை அவரது தாயார் பெற்றுக்கொண்டார். வீரப்பன் கொன்றவர்களின் பட்டியல் குமரியிலிருந்து இமயம்வரை உள்ள நீளம் போல நீண்டுகொண்டே இருக்கும். ஸ்ரீநிவாசனை வீரப்பன் நம்பவைத்து கொன்றது எப்போதும் அந்த கிராம வாசிகளின் கண்களில் நீரை சொறியவைக்கும்:

'அவர் எங்களின் கதாநாயகன். அவரை நாங்கள் தினமும் நினைக்கிறோம். கிராமத்தில் எல்லா இடங்களிலும் அவரது கைவண்ணம் இருக்கும். எங்களைப் பராமரிப்பது அவரது வேலையில்லை. ஆனாலும் நான் உங்கள் சகோதரன் போல. அதனால் எந்த உதவி வேண்டுமானாலும் தயங்காமல் கேளுங்கள் என்பார். அப்படியே செய்தும் கொடுப்பார். அவரைப்போல ஒரு அலுவலரைக் காணமுடியாது. சாலைகள், குடிநீர் குழாய்கள், வீடுகள் எல்லாமே அவர் ஏற்படுத்திக்கொடுத்தவையே. அதனால் எங்கள் கிராமத்துக்கு அவர் பெயரைச் சூட்டியிருக்கிறோம்'.

இப்படியாக அவரால் பயன்பெற்றவர்கள் அவரது நினைவுகளில் மூழ்கியுள்ளனர். எல்லாவற்றுக்கும் மேலாக வன அதிகாரி ஸ்ரீநிவாசன் அவர்களுக்கு சிக்மங்களூரு கிராமத்தில் சிலைவைக்கப்படுள்ளது. ஸ்ரீநிவாசன் அநியாயமாக வீரப்பனால் கொல்லப்பட்டார் என்பதற்காக இழப்பீட்டு தொகை அவரது அம்மாவிடம் கொடுக்கப் பட்டது. இழப்பீட்டு தொகை தனக்கு தான் கொடுக்க வேண்டுமென்று ஸ்ரீனிவாசனின் மனைவி நீதிமன்றத்தை நாடினார்.

இருபது வருடங்களுக்குப் பிறகு இழப்பீட்டுத் தொகை அவருடைய தாயார் ஜெயலக்ஷ்மிக்கே கொடுக்கப்படவேண்டும் என்று நீதிமன்றம் தீர்ப்பளித்தது. வயதான காலத்தில் அரசு கொடுக்கும் இருபது லட்ச ரூபாய் மருத்துவச் செலவுக்கு பயன்படும் என்று நிம்மதிப் பெருமூச்சு விட்டனர் அவரது பெற்றோர்.

★

வீரப்பன் பற்றிப் பேசும்போது மூன்று நபர்கள் உடனே நினைவுக்கு வருவார்கள். சிறப்பு அதிரடிப்படையை நிர்வகித்து, வீரப்பனை வதம் செய்த ஆபரேஷன் (cocoon) கக்கூன் என்ற திட்டத்துக்கு தலைமை வகித்த, சென்னை மாநில கமிஷனராகப் பதவி வகித்த விஜயகுமார், மற்றொருவர் வீரப்பனால் கடத்தப்பட்ட கன்னட நடிகர் ராஜ்குமார், மூன்றாமவர் நக்கீரன் பத்திரிகையின் ஆசிரியர் ராஜகோபால்.

கர்நாடகா தமிழ்நாடு ஆகிய இரு மாநிலங்களுக்கும் சிம்ம சொப்பனமாக இருந்த வீரப்பனைக் காட்டுக்குள் சென்று சந்தித்துப் பேட்டி எடுத்து அதை வெளி உலகுக்கு வெளிச்சம்போட்டுக் காட்டினார். தனிமனிதனாக நக்கீரன் கோபால் வீரப்பனைக் காட்டில் சந்தித்துவருகிறார் என்றால் அரசால் ஏன் முடியவில்லை. சிறப்பு அதிரடிப்படைக்கு ஏன் சாத்தியப்படவில்லை என்ற கேள்வி எழுந்தது. ஆனால் வீரப்பன் என்ற மனிதனால் பத்திரிகை ஆசிரியர் கோபால் பலதரப்பட்ட வழக்குகளைச் சந்தித்துள்ளார். நெருப்புக்கு பக்கத்தில் நின்றிருந்தும் பொசுங்காமல் வந்துள்ளார்.

யாரும் புக முடியாத இடத்தில் காற்று புகும் என்பார்கள். அப்படியான ஒருவர்தான் நக்கீரன் இதழ் ஆசிரியர் கோபால். வீரப்பனைப்பற்றி விவாதிப்பவர்கள் இவரைப்பற்றி பேசாமல் முடிக்கமாட்டார்கள். வீரப்பனைப் பற்றிய தகவல்களை நக்கீரனில் எழுதி அசத்தியவர். நக்கீரன் கோபால் தனது பத்திரிகையின் விற்பனையைக் கூட்ட வீரப்பனைக் கருவியாகப் பயன்படுத்திக்கொண்டவர் என்று எதிர்மறையான கருத்தும் உண்டு.

1995 ல் காட்டுக்குள் மறைந்திருந்த வீரப்பனிடம் பேட்டி எடுப்பதற்காக நக்கீரன் பத்திரிக்கையில் சேலம் ஏரியாவின் ரிப்போர்ட்டராக பணியிலிருந்த சிவசுப்ரமணியம் என்பவர் அனுப்பிவைக்கப்பட்டார். பத்திரிகையாளர் காவல்துறையினரால் சுட்டுக்கொல்லப்படப்போவதாக கோபாலுக்கு தகவல் கிடைக்கப் பட்டதும் கோபால் பிரஸ் கவுன்சிலை அணுகினார். அப்போது அதன் தலைவராக இருந்த நீதிபதி சவந் அவர்கள் இதில் தலையிட்டு அன்றைய தமிழக முதல்வருக்குக் கடிதம் எழுதினார். அரசு இந்த விஷயத்தில் தனிப்பட்ட முறையில் தலையிடவேண்டும். பத்திரிக்கைத் துறையினருக்கு பாதுகாப்பு அளிக்கவேண்டும் என்று கேட்டுக்கொண்டார்.

அடுத்த வருடம் கோபால் காட்டுக்குச் சென்று வீரப்பனை நேரில் சந்தித்து பேட்டி எடுத்துவந்தார். 1997-ல் ஒன்பது வன அலுவலர்கள் வீரப்பனால் கடத்தப்பட்டனர். கர்நாடக அரசும் தமிழக அரசும் நக்கீரன் கோபாலை அணுகியது. அரசாங்கத்துக்கும் வீரப்பனுக்கு மிடையே தூதுவராகச் செயல்பட்டு சமாதானம் பேச கோபால் சென்றார். பெரும் முயற்சிக்கு பிறகு வன அலுவலர்கள் விடுவிக்கப் பட்டனர். இதனால் இரு அரசும் கோபாலுக்குப் பாராட்டுக் கடிதம் அனுப்பியது.

சிறப்பு அதிரடிப்படை தனியாக நூற்றுக்கணக்கான காவலர்களுடன் களத்தில் பணியாற்றிக் கொண்டிருக்கும்போது வீரப்பனைச்

சந்தித்தேன் பேட்டி எடுத்தேன் இதோ சாட்சி என்று வீடியோக் களையும் கேசட்டுகளையும் வெளியிடும் நக்கீரன் பத்திரிகை மீது அதிரடிப்படை ஆட்கள் சிலருக்கு வஞ்சம் இருந்தது. வீரப்பனைச் சந்திக்க கானகத்துக்குள் வரும் நக்கீரன் பத்திரிகையாளர்களைக் கொடுமைப்படுத்தினர். இதற்கும் பிரஸ் கவுன்சில் தலையிட்டு பத்திரிகையாளர்களைத் துன்புறுத்தக்கூடாது என்று அதிரடிப்படை யினரைக் கேட்டுக்கொண்டார்கள். நக்கீரன் பத்திரிகை, அரசு, அரசு அதிகாரிகள் என முத்தரப்பாக பனிப்போர் தொடர்ந்தவேளையில் மீண்டும் நக்கீரன் பத்திரிகையாளர்களுக்கு பிரச்னை வலுத்தது. சேலம் ரிப்போர்ட்டர் சிவசுப்ரமணியம் கைது செய்யப்பட்டார். விசாரணை வழக்கு என்று பலவற்றை நக்கீரன் ஆசிரியர் சந்தித்தார். உயர்நிதிமன்றத்தில் ரிட் வழக்கு தாக்கல் செய்தார். நக்கீரன் பத்திரிகையில் வெளியிடும் வீரப்பனின் செய்திக்காக அவர் இதுபோல் பல இன்னல்களை சந்தித்தார்.

வீரப்பனிடம் பேட்டி எடுத்து வந்த கேசட்டை அவர் தனியார் தொலைக்காட்சிக்குக் கொடுத்தார். அதில் ஒரு இடத்தில் நடிகை சுகன்யாவை விமர்சிப்பதாக இருந்தது. அதனால் தனது நற்பெயரைக் களங்கப்படுத்தும் அந்த கேசட் தொடர்பாக வீரப்பன், நக்கீரன் கோபால், சன் தொலைக்காட்சி ஆகிய மூவர் மீதும் சென்னை கூடுதல் உரிமையியல் நீதிமன்றத்தில் சுகன்யா வழக்குத் தொடுத்தார். கடந்த 2015-ல் அந்த வழக்குக்குத் தீர்ப்பு வெளியாகியுள்ளது.

வீரப்பனிடம் பேட்டி எடுத்துவந்த வீடியோவை சன் குழுவிடம் கொடுக்கும்போது ஏற்பட்ட ஒப்பந்தத்தில் 'நேர்காணலை ஒளிப்பரப்பி அதனால் ஏற்படும் பின்விளைவுகளுக்கு நக்கீரன் பொறுப்பில்லை' என்று குறிப்பிடப்பட்டுள்ளது. அதைச் சுட்டிக்காட்டி அந்த வழக்கிலிருந்து கோபால் விடுவிக்கப்பட்டார். அதே போல வீரப்பன் உயிரோடு இல்லாததால் அவரும் இயற்கை யாக அந்த வழக்கில் இல்லாமலானார். கடைசியாக நடிகையின் நற்பெயருக்கு களங்கம் ஏற்படுத்திய சன் தொலைகாட்சி நடிகைக்கு பத்து லட்சத்து ஐநூறு ரூபாய் அபராதமாகக் கொடுக்கவேண்டும் என்று தீர்ப்பாகியுள்ளது.

வெள்ளை வேட்டி சட்டையுடன் கருப்பு கம்பளி போர்த்தியபடி, தோள்பட்டையில் துப்பாக்கி தொங்க வீரப்பன் பேட்டி வெளியாகும். அதில் அவன் காரசாரமாகப் பேசுவான்: 'என்னை அழிக்க பல்லாயிரக் கணக்கான சித்து விளையாட்டு பண்ணுவாங்க. ஆனா அதைவிட நானும் எத்தனையோ நாடகம் போட்டு அவங்களை ஒழிச்சிட்டு இருக்கேன். இது என்னுடைய சித்தியில் ஒன்று. ஆனால் சாதாரண பொது மக்களுக்கு என் உயிரையும் கொடுப்பேன். அரசியல்வாதிங்க

உங்களுக்கு அதைச் செய்வேன்... இதைச் செய்வேன் என்று சொல்லி விட்டு ஆட்சிக்கு வந்ததும் சம்பாதிக்கப் போய்விடுவாங்க. ஆனால் நான் அப்படி அல்ல. சொன்னதை காப்பாத்தக்கூடியவன் நான்'.

இலங்கை தமிழர்களைப் பற்றி கவலைப்பட்ட வீரப்பன் உலக விஷயங்களை விரல் நுனியில் வைத்திருந்தான். அது எப்படி என கேட்டால் காமாராஜர் படித்தாரா எம்ஜிஆர் படித்தாரா அவர்கள் எப்படி அனைத்தும் அறிந்திருந்தார்கள். அதுபோல் கேள்வியறிவு தான் என்று முடிக்கிறான்.

கர்நாடகாவின் முன்னாள் மந்திரி நாகப்பா வீரப்பனால் கடத்தப் பட்டார். சந்தனக் கட்டைகள், தந்தங்கள் ஆகியவற்றைக் கடத்தி வந்த வீரப்பன் அடுத்ததாக இறங்கிய தொழில் ஆட்கடத்தல். முதல் இரண்டை விடக் கடைசித் தொழிலில் கொள்ளைகொள்ளையாகச் சம்பாதிக்கலாம் என்பது தெளிவானதால் ஆட்கடத்தலில் தீவிரமாக இறங்கினான். நாட்டின் பெரும் புள்ளிகளைக் கடத்திவந்து அவனது பாதுகாப்பில் காட்டில் வைத்துக்கொள்வான். கடத்திவந்த நபரை விடுவிக்க வேண்டுமென்றால் அவனது கோரிக்கைகளை நிறைவேற்றவேண்டும். அவனது கோரிக்கைகளைப் பட்டியலிட்டு கேசட்டில் பேசி சம்பந்தப்பட்டோருக்கு அனுப்பிவைப்பான். நாகப்பாவைப் பிணைக்கைதியாக்கியபோது வீரப்பன், அரசாங்கம் அவனைப் பிடிக்க ஏற்படுத்தியுள்ள தனிப்படையை விலக்கிக்கொள்ள வேண்டும்; 200 கோடி ரூபாய் கொடுக்கவேண்டும். கொளத்தூர் மணியை அவரது வழக்கிலிருந்து விடுவிக்கவேண்டும் என்பது போன்ற கோரிக்கைகளை முன்வைத்தான்.

நாகப்பா உட்கொள்ளும் மருந்துகள் அவரைச் சென்றடைய அனுமதித்தான். அதோடு அவருக்கு முகச்சவரம் செய்ய நாவிதரைக் காட்டுக்கு அனுப்பிவைக்க அனுமதி தந்தான். நாகப்பா வீட்டுக்கு அனுப்பிவைத்த கேசட்டில் அவருக்கு காலை உணவு பரிமாறப் படுவதாகவும், மாலை வேளையில் ரொட்டியும் உலர்பழங்களும் கொடுக்கப்படுவதாகவும் பேசி அனுப்பிவைத்திருந்தார்.

சில நாட்கள் கழித்து நாகப்பாவின் இல்லத்துக்கு அருகே இருந்த மரத்தில் கட்டப்பட்ட முடிச்சில் ஒரு கேசட் இருந்தது. அதில் நாகப்பன் - வீரப்பன் என்று எழுதப்பட்டிருந்தது. கேசட் கைப்பற்றப் பட்டு ஜனதா தள கட்சி உறுப்பினரிடம் ஒப்படைக்கப்பட்டு பிறகு காவல்துறை வசம் வந்தது. அந்த கேசட்டில் வீரப்பன் தமிழில் பேசி இருந்தான். 'தமிழகச் சிறப்புக் காவல்படை எங்களைக் கைது செய்ய வந்தது. அதனால் நாங்கள் அந்த இடத்திலிருந்து செங்காடி காட்டுக்குள் தப்பி ஓடினோம் அவரையும் தப்பிக்கவைத்தோம்.

ஆனால் அவரால் எங்களைப் போல் வேகமாக ஓடமுடியவில்லை. சிறப்பு தனிப்படைக்கும் எங்களுக்குமிடையே நடந்த துப்பாக்கிச் சூட்டில் நாகப்பா எங்கள் குழுவிலிருந்து காணாமல் போனார்' என்று அதில் பேசியிருந்தான்.

இந்தத் தகவல் கிடைத்ததும் நாகப்பாவுக்கு என்ன கொடுமை நிகழ்ந்ததோ என்று பரபரப்புடன் காட்டுக்குப் போனார்கள். நாகப்பாவின் ஆதரவாளர்களில் ஒருவரான பசவராஜு மற்றவர்களோடு செங்காடி காட்டுக்குள் விரைந்தார். நாகப்பாவைத் தேடி காலை பதினோரு மணிக்கு சென்ற அவர்களுக்கு மாலை நான்கு மணிவரை எந்தத் தடயமும் கிடைக்கவில்லை. 'நான் இங்கிருக்கிறேன்' என்ற குரல் கேட்டது. அது நாகப்பனாக இருக்குமோ என்ற சந்தேகத்தில் குரல் வந்த திசையை நோக்கிச் சென்றார்கள். அங்கு நாகப்பன் பிணமாகக் கிடந்தார்!

மாலை ஆறு மணி அளவில் மக்கள் சூழ்ந்து நின்றனர். சிறப்பு தனிப்படையினர் அங்கு செல்லவில்லை. உள்ளூர் காவலர்கள் அங்கு சென்றார்கள். நாகப்பாவின் உடலை கிடத்த ஸ்ட்ரெச்சர் கூட அவர்களுக்குக் கிடைக்கவில்லை. வீரப்பன் குழுவினர் டெண்டாக பயன்படுத்தும் பிளாஸ்டிக் காகிதத்தில் அவரைச் சுற்றி தூக்கி வந்தனர். திட்டம் போட்டு தமிழக சிறப்பு தனிப்படை கொன்றதாக நம்பவைத்துள்ளான் என்று தனிப்படையினர் தெரிவித்தனர்.

2000-ல் கன்னட சூப்பர் ஸ்டார் ராஜ்குமார் ஈரோடு மாவட்டம் தாளவாடி அருகே உள்ள அவரது பண்ணை வீட்டுக்கு ஓய்வெடுக்க தன் சொந்த பந்தங்களோடு சென்றார். வாசலில் இருந்தவர்களை மிரட்டி ராஜ்குமார் இருக்கும் அறைக்கு வந்தான் வீரப்பன். ராஜ்குமார் சாரைக் கடத்தப்போகிறேன் என்று அவன் சொன்னதும், ராஜ்குமாரின் மனைவி பணம் எவ்வளவு வேண்டுமானாலும் கொடுத்துவிடுகிறேன் அவரை விட்டுவிடு என்று கெஞ்சியிருக்கிறார். ஆனால் வீரப்பன் அவன் கொண்டுவந்திருந்த ஒரு கேசட்டை அவரிடம் கொடுத்து, சாருக்கு ஒரு துன்பமும் செய்யமாட்டேன். இந்த கேசட்டை முதல்வரிடம் கொடுத்துவிடுங்கள் என்று சொல்லிவிட்டு ராஜ்குமாரோடு அவர் உடனிருந்த மூன்று பேரையும் கடத்திக்கொண்டு மாயமானான்.

நக்கீரன் ராஜகோபாலை அரசுத் தரப்பில் தூதுவராக அனுப்ப இரு மாநில அரசும் முடிவெடுத்து அவரிடம் கேட்டுக்கொண்டன.

முதலில் தூதுவராகப் போக கோபால் மறுத்துவிட்டார். ஆனால் இவரது மறுப்பு கன்னட மக்களுக்குக் கோபத்தைத் தூண்டும் என்பதைத் தெரிந்துகொண்ட கோபால் கானகத்துக்குள் சென்றார்.

வீரப்பனைச் சந்திக்க வழியில்லாமல் ஏதோ ஒரு கொட்டகைக்குள் அமர்ந்திருந்தார்கள். பத்துநாட்கள் கானகத்துக்குள் காத்திருந்த அவர்களுக்கு ஏமாற்றம் மட்டுமே மிஞ்சியது. ராஜ்குமாரையும் சந்திக்க முடியவில்லை, வீரப்பனும் வெளியே வரவில்லை. தினம் ஒரு இடத்தைத் தன் இருப்பிடமாக வைத்திருக்கும் வீரப்பன் பிணையக்கைதியாக வைத்திருந்த ராஜ்குமாரையும் காட்டுக்குள் நடக்கவைத்தான்.

வீரப்பன் ஆட்கள் பத்து நாட்கள், பதினைந்து கிலோமீட்டர் நடைக்குப் பிறகு அவனிருக்கும் இடத்தை கோபாலுக்குக் கண்ணில் காட்டினார்கள். ராஜ்குமார் உயிரோடுதான் இருக்கிறார் என்ற உண்மையைக் கண்கூடாகக் கண்டதும் வீரப்பனிடம் அனுமதி பெற்று கன்னடா மற்றும் தமிழில் ராஜ்குமாரைப் பேச வைத்து கேசட்டில் பதிவு செய்தார் கோபால். ராஜ்குமாருக்கு என்ன ஆனதோ என்று இரு மாநிலத்து மக்களும் கொதிப்பில் இருக்கிறார்கள்; அவர்களுக்கு இந்த கேசட்டை கொடுத்தனுப்பி அவர் நலமாக இருக்கிறார் என்ற தகவலை உடனடியாகத் தெரிவிப்பது அவசியம் என்பதை உணர்ந்த கோபால் அந்த கேசட்டை உடனடியாகப் பத்திரிகையாளரிடம் கொடுத்தனுப்பினார். அடுத்த தடவை கானகத்துக்குள் வரும்போது காட்டுக்குள் நடந்து நடந்து கால் வலியால் கஷ்டப்படும் ராஜ்குமாருக்கு மருந்து கொண்டுவருவதாக கோபால் வைத்த கோரிக்கையை வீரப்பன் நிராகரித்துவிட்டான். தானே அவரை கவனித்துக்கொள்வதாக சொன்னான்.

கோபாலின் இரண்டாவது சந்திப்பின்போது ராஜ்குமாரை நேரில் சந்திக்க வீரப்பன் அனுமதிக்கவில்லை. ராஜ்குமார் கடத்தலின்போது அவரை மீட்க ஐந்து தடவை கோபால் காட்டுக்குள் சென்றுள்ளார். ராஜ்குமாரின் குரலைப் பதிவு செய்தும் அவரது உருவத்தைப் படம் பிடித்தும் வந்து மக்களுக்கும் அவரது குடும்பத்தாருக்கும் காட்டி பலரது நிம்மதிக்கு காரணமாக இருந்துள்ளார். நாடே கொண்டாடும் பிரபல நடிகர் காட்டுக்குள் 108 நாட்கள் சிறைவைக்கப்பட்டு இருந்தது, அந்தச் சூழலை அவர் கையாண்டது எல்லாம் சாதாரணமானவர் களுக்குச் சாத்தியமில்லாதது.

கோடிக்கணக்கில் பணம் தரவேண்டும்; தீவிரவாதிகள் என்ற பேரில் கைது செய்துள்ள தன் ஆட்களை விடுவிக்கவேண்டும். விசாரிக்கப் பட்டு வரும் 121 அப்பாவிகள் விடுவிக்கப்படவேண்டும். காவிரி நீருக்காக 1991 ல் கர்நாடகாவில் நடந்த கலவரத்தில் பாதிக்கப்பட்டவர் களுக்கு இழப்பீடு கொடுக்க வேண்டும். டீ எஸ்டேட் கூலிகளுக்கு ஊதியம் உயர்த்திக் கொடுக்கவேண்டும். பெங்களூருவில் திருவள்ளுவர் சிலையை வைக்கவேண்டும்.

ராஜ்குமாரை விடுதலை செய்யவேண்டுமென்றால் அவனது இந்த அத்தனை கோரிக்கைகளையும் அரசாங்கம் நிறைவேற்றவேண்டும் என்றான். வீரப்பனிடமிருந்து ராஜ்குமாரை மீட்க இரு மாநில முதல்வர்களும் சந்தித்துப் பேசினார்கள்.

திருவள்ளுவர் சிலையை மட்டுமல்லாது, கன்னட கவிஞர் சர்வக்ஞர் சிலையும் பெங்களூரு மற்றும் சென்னையில் வைக்க முடிவு செய்யப் பட்டது. வீரப்பனின் ஆட்களை விடுவிக்க வேண்டும் என்ற கோரிக்கையை ஏற்க தீவிரவாதத்தைத் தடுக்கும் அமைப்பினருக்கு ஆர்வமில்லை. கன்னட திரைத்துறையும் ராஜ்குமாரின் குடும்பத்தினரும் பதினாறு கோடி ரூபாய் கோபால் மூலம் கொடுத்து அனுப்பியதாகவும் அந்த தொகையை வீரப்பனிடம் சேர்க்கும்போது கோபால் தன் பங்காக கொஞ்சத்தை எடுத்துக்கொண்டார் என்றும் சிலர் குற்றம்சாட்டினர்.

ராஜ்குமார் யோகியைப்போலக் காட்டுக்குள் வாழ பழகிக்கொண்டார். அவர் கற்றுவைத்திருந்த யோகா கலை அவருக்கு அந்தப் பக்குவத்தைக் கொடுத்தது. தீவிரவாதிகள் என்று அடைக்கப்பட்டுள்ள வீரப்பனின் ஆட்களை விடுவிக்க அரசு முன்வந்தது. ஆனால் அவர்களை விடுவிக்கக்கூடாது என்று ஷகீல் அகமதின் தந்தை உச்சநீதிமன்றத்தில் வழக்கு போட்டார். ஒருவாறாக 108 நாட்களுக்கு பிறகு ராஜ்குமார் வீரப்பனின் கானகச் சிறையிலிருந்து விடுவிக்கப் பட்டார். ராஜ்குமார் கடத்தல் வழக்கில் பலர் கைது செய்யப்பட்டனர். அதில் வீரப்பனின் மனைவி முத்துலட்சுமியும் ஒருவர். சமீபத்தில் தான் அவருக்கும் ராஜ்குமார் கடத்தல் வழக்குக்கும் தொடர்பில்லை என்று முத்துலட்சுமி அந்த வழக்கிலிருந்து விடுவிக்கப்பட்டுள்ளார்.

தாளவாடி காவல் நிலையத்தில் 11 பேர் மீது கடத்தல் மற்றும் இதர வழக்குகள் பதிவுசெய்யப்பட்டது. கோபியில் மூன்றாவது கூடுதல் மற்றும் மாவட்ட அமர்வு நீதிமன்றம் இந்த வழக்கை விசாரித்து வருகிறது.

வனயுத்தம், கில்லிங் வீரப்பன், வீரப்பன் என்று தமிழ், தெலுங்கு, கன்னடம், இந்தி ஆகிய மொழியில் வீரப்பனின் வாழ்க்கை படமாக்கப் பட்டுள்ளது.

★

வீரப்பனால் கடத்தப்பட்ட பிரபலங்களில் குறிப்பிட்டுக் கூற வேண்டிய இருவர் உள்ளனர். ஆராய்ச்சிக்காக பந்திபூர் காட்டில் தங்கியிருந்த கானுயிர் புகைப்படக்காரர்களான செனானி மற்றும் குருபகர் ஆகிய இருவரையும் அரசு அதிகாரிகள் என்று நினைத்துத்

தவறுதலாகக் கடத்தினான். பதினான்கு நாட்களுக்கு பிறகு விடுதலையான அவர்கள் வீரப்பனுடன் இருந்த அனுபவத்தை பத்திரிகையில் தொடராக எழுதினார்கள். பின்பு அந்தத் தொகுப்பு வீரப்பனுடன் 14 நாட்கள் என்ற புத்தகமாக வந்தது. இவர்கள் மட்டுமில்லை, வீரப்பனைச் சந்தித்துவிட்டுவந்த யாரும் அவனை வில்லனைப்போல எழுதியதில்லை. புகைப்படக்காரர்களும் வீரப்பன் மீது மிகுந்த மரியாதை கொண்டவர்களாகத்தான் இருந்திருக்கிறார்கள்.

நாங்கள் ஒன்பது ஆண்டுகள் முதுமலையில் தங்கி ஆராய்ச்சி செய்துள்ளோம் அப்போது உங்களைச் சந்தித்து பேட்டி காண காடுகளில் உங்களை தேடியுள்ளோம் என்றார்கள் குருபகரும் செனானியும். அதற்கு வீரப்பன், அது தான் விதி நீங்கள் தேடியபோது கிடைக்காத நான் நீங்கள் வசிக்கும் இடத்துக்கே நேரில் வந்து உங்களைக் கடத்தி வந்திருக்கிறேன் என்றிருக்கிறான். வீரப்பன் விதியின் மீது மிகுந்த நம்பிக்கை கொண்டவன். வீரப்பன் மிகுந்த கடவுள் பக்தியும் கொண்டவன்.

யானைகளை கொல்லாதீர்கள், சந்தனமரத்தை வெட்டாதீர்கள்; மனம் திருந்தி அரசிடம் சரணடைந்துவிடுங்கள் என்று குருபகர் மற்றும் செனானி கேட்டுக்கொண்டதும் வீரப்பனும் அதற்கு சம்மதித்துள்ளார். நான் யானைகளைக் கொல்வதை நிறுத்தி பல ஆண்டுகள் ஆகிவிட்டது. வேட்டையாடுபவர்கள் யானைகளைக் கொன்று தந்தங்களை எடுத்துப்போகிறார்கள். காட்டில் அவர்கள் செய்யும் தவறுக்கு என்னைத்தான் காரணமாகச் சொல்கிறார்கள் என்று வருந்தியுள்ளான். தன் கோரிக்கைகளை அரசு நிறைவேற்றினால் சரணடைவதாகச் சொல்லியுள்ளான். அவனது கோரிக்கைகளை கேசட்டில் பேசும்போது கணீர் குரலில் அதிகாரத்தொனியில் பேசுவது தான் அவன் வழக்கம். சரணடைவதைப் போவதை சாந்தமாகச் சொல்லவேண்டும் என்று அவருக்கு எடுத்துக் கூறி புரிய வைத்திருக்கிறார்கள். அவனும் சாந்தமான குரலில் பேசி பயிற்சி எடுத்துக்கொண்டு கேசட்டில் பேசிமுடித்துள்ளான்.

வீரப்பனிடமிருந்து வெளியே வந்த பிறகு வீரப்பன் பேசிய கேசட்டை அவர்கள் கர்நாடக முதல்வரிடம் ஒப்படைத்திருக்கிறரார்கள். வீரப்பனுக்கு வயதாகிவிட்டது அவனால் முன்பு போல செயல்பட முடியாது அவனை நாம் கைது செய்யலாம். அதோடு இது அவனது குரலே இல்லை. அவன் குரல் கம்பீரமாக இருக்கும். இப்படி மென்மையாக இருக்காது என்று காவலர்கள் வீரப்பன் சரணடைவதை ஏற்காமல் மறுத்துள்ளனர்.

வீரப்பனைப் பிடிக்கும்போது நடந்த சம்பவங்களை காவல் அதிகாரி விஜயகுமார் புத்தகமாகக் கொண்டுவர உள்ளார்.

காவல்துறை தருமபுரி மாவட்டம் பாப்பிரெட்டிப்பட்டியில் வீரப்பனின் இறுதி நாளுக்குக் குறித்து வைத்தது. காவல் துறையின் உயரதிகாரி விஜயகுமார் ஆபரேஷன் கக்கூனுக்குத் தலைமையேற்று வீரப்பனை அழிக்கும் நாளைத் தேர்வு செய்தார். வீரப்பனுக்குக் கண் பார்வையில் கோளாறு இருந்ததால் சிகிச்சைக்காக காட்டை விட்டு மருத்துவமனைக்குப்போகத் தனது சகாக்களோடு தயாராக இருந்தான். அவனைச் சுட்டு பிடிக்க ஆபரேஷன் கக்கூனில் ஈடுபட்டிருந்த அலுவலர்களும் சீருடை அணியாமல் வண்ண ஆடையில் சாதாரண மக்களுக்கு மத்தியில் கலந்திருந்தனர். வீரப்பன் எதிர்பாராமல் இருந்த நேரத்தில் ஆபரேஷன் கக்கூனில் ஈடுபட்டிருந்த காவலர்கள் வீரப்பன் வந்த ஆம்புலன்ஸைத் தாக்கினர். வீரப்பன் நெற்றியிலும் கண்ணிலும் விஜயகுமார் சுட்டார். அந்த இடத்திலேயே இறந்துபோனான். சேத்துக்குளி கோவிந்தன், சந்திரி கௌடர், சேதுமணி ஆகியோரும் கொல்லப்பட்டனர்.

ஆயிரக்கணக்கான மக்கள் வீரப்பனின் இறுதி ஊர்வலத்தில் கலந்து கொண்டனர். வீரப்பன் உடலை எரிக்க காவல் துறை திட்ட மிட்டிருந்தனர். வீரப்பன் உடலை எரிக்க அவரது உறவினர்கள் மறுப்பு தெரிவித்ததால் காவல் துறையினர் அந்த திட்டத்தைக் கைவிட்டனர். மூலக்காடு என்ற இடத்தில் வீரப்பன் உடல் அடக்கம் செய்யப் பட்டுள்ளது.

1998 வீரப்பனின் கூட்டாளிகள் சிலர் தமிழக காவல்துறையிடம் சரணடைந்தனர். அவர்கள் அன்றைய தேதியிலிருந்து சுமார் பதினெட்டு வருடங்கள் சேலம், மைசூரு சிறைகளில் தண்டனையை அனுபவித்து வந்தவர்கள். நாட்டின் எழுபதாவது சுதந்திர தினத்தைக் கொண்டாடும்போது சிறையில் நன்னடத்தையோடு நடந்துகொண்டு கைதிகளை விடுவிப்பது வழக்கம். அந்த அதிர்ஷ்டம் இந்தக் கைதிகளுக்கும் கிடைத்தது. அன்புராஜ், தங்கராஜ், துப்பாக்கி சித்தன், அப்பர்சாமி ஆகிய நால்வரும் விடுதலை செய்யப்பட்டனர்.

தீவிரவாதத்தை தடுக்க மைசூரில் சிறப்பு நீதிமன்றத்தில் நடந்த வழக்கில் பாலார் வெடி விபத்து உட்பட வீரப்பனால் நடத்தப்பட்ட படுகொலைகளில் சம்பந்தப்பட்டவர்கள் விசாரிக்கப்பட்டனர். ஆரம்பத்தில் இவர்களின் மீது எம் எம் ஹில்ஸ் காவல் நிலையத்தில் வழக்கு பதிவானது. பிறகு இந்த வழக்கு சிறப்பு நீதிமன்றத்துக்கு மாற்றப்பட்டது. மொத்தம் 123 குற்றவாளிகளில் 14 பேருக்கு தண்டனை உறுதியானது. மீதமுள்ளவர்கள் விடுவிக்கப்பட்டனர்.

வீரப்பன் மறைந்து பதினோரு வருடங்களுக்கு பிறகு அவரது மனைவி முத்துலட்சுமி கணவனின் நினைவு தினத்தை அவருடைய ஆன்மா சாந்தியடையும் வகையில் அனுஷ்டிக்க வேண்டி அன்னதானம் செய்யவிரும்பினார் . அதற்கு கொளத்தூர் காவல்நிலையம் சென்று அனுமதி வேண்டினார். அவர்கள் மறுத்துவிட்டனர். அதே வேகத்தோடு முத்துலட்சுமி உயர்நீதிமன்றத்தில் வழக்குதொடுத்தார். வீரப்பனின் நினைவு தினத்தன்று அன்னதானம் வழங்க உயர்நீதிமன்றம் அனுமதி வழங்கியது. அன்னதானம் முடித்த கையோடு, 'அவரது கட் அவுட் வைக்கப்பட்டுள்ளது. அன்னதானம் வழங்க மட்டுமே நீதிமன்றம் அனுமதி கொடுத்தது. கட் அவுட் வைக்க இல்லை. சட்டம் குற்றவாளி என்று அறிவித்த நபருக்கு கட் அவுட் வைத்தது தவறு' என்று காவல் துறை முத்துலட்சுமி மீது வழக்கு போட்டுள்ளது.

சண்டையாண்டிக்குப்பம் விழுப்புர மாவட்டத்தில் அமைந்துள்ள ஒரு கிராமம் அங்கே உள்ள கோயிலில் ஐயனார் சிலைக்குப் பக்கத்தில் வீரப்பனின் சிலை வைக்கப்பட்டுள்ளது. 2010 லிருந்து அந்த ஊர் மக்கள் வீரப்பனை வணங்கி வருகின்றனர்.

வீரப்பன் நல்லவனா கெட்டவனா?

யாரிடமும் தெளிவாக இதற்கு பதில் இல்லை. சிலர் அவனைக் கடத்தல், கொலைகளில் ஈடுபட்ட குற்றவாளி என்கின்றனர். வேறு சிலரோ, அரசியல்வாதிகள், அதிகார வர்க்கத்தினர் தவறு செய்து விட்டு அவனைப் பலிகடாவாக்கிவிட்டனர்; அவன் கிராம மக்களுக்கு காவலனாக இருந்திருக்கிறான் என்று சொல்கின்றனர். இந்த இரண்டில் எது உண்மை... அல்லது இரண்டுமே உண்மையா... ஆண்டவனுக்குத்தான் தெரியும்.

4

சீமா மற்றும் ரேணுகா

பெண்கள் அன்பே உருவானவர்கள். கருணையின் பிறப்பிடம். தியாகத்தின் உறைவிடம். என்னதான் நவீனமானாலும் என்னதான் வேலைகள் செய்யப் புறப்பட்டாலும் பெண்களின் அடையாளம் என்று கருதப்படும் அனைத்தையும் தொலைத்திருந்தாலும், தாயுள்ளம் என்ற பொக்கிஷத்தை மட்டும் கைவிடவே மாட்டார்கள். சமத்துவம் பேசி, தன்னலம் கருதி திருமண பந்தத்தை உடைத்தெறிந்து இன்னொரு துணையை ஏற்றுக்கொள்ளத் துணியும் பெண்கள்கூடத் தாங்கள் சுமந்த சிசுவைத் தள்ளிவைக்க நினைப்பதில்லை. எதிரில் தென்படும் குழந்தை அவர்களுடையதாக இல்லாதபோதும்,குழந்தை என்றதுமே அதன் மீது கருணை பொங்கும் தாயுள்ளத்தை எல்லா வகையான பெண்களிலும் காணலாம். ஆனால், தாய்மை சுரக்கும் நெஞ்சைச் சுத்தமாக துடைத்துப் பாலைவனமாக்கி கொண்டு பூவுலகில் வாழும் பெண்களும் இருக்கிறார்கள் என்னும்போது பேரதிர்ச்சியே நமக்கு ஏற்படும்.

குற்ற செயலிலோ கற்பு விஷயத்திலோ பெண்கள் சம்பந்தப் பட்டிருந்தால் அவர்களின் குடும்பம், எதிர்க்காலம் ஆகியவற்றை மனதில் கொண்டு அவர்களின் நிஜ பெயரை குறிப்பிடாது ஏதாவது ஒரு புனைப்பெயரைப் பயன்படுத்துவதுதான் நாகரிகம். ஆனால் இந்த இரண்டு பெண்களிடம் அந்த நாகரிகத்தைக் காட்டவேண்டியதே இல்லை. பெண்கள் கொலை செய்தார்கள் என்றால்கூட மன்னித்து விடலாம் ஆனால் இவர்கள்...

சீமா காவிட், ரேணுகா ஷிண்டே இந்த இரண்டு பெண்களும் சகோதரிகள். கோலாப்பூர் செஷன்ஸ் நீதிமன்றத்தில் நீதிபதி ஜெ.எல்.எட்கே அவர்கள் சகோதரிகள் இருவருக்கும் 2001 ல் தூக்குத்தண்டனை விதித்து தீர்ப்பெழுதினார். உடனே மும்பை உயர்நீதிமன்றத்தில் மேல் முறையீடு தாக்கல் செய்தனர். மும்பை உயர்நீதிமன்றம் இவர்கள் செய்த குற்றத்துக்கு தண்டனை சரியானது தான் என்று மரண தண்டனையை உறுதி செய்தது. அதன் பிறகு சகோதரிகள் உச்சநீதிமன்றத்தை அணுகினார்கள். அங்கும் அவர்களின் மரணதண்டனை உறுதி செய்யப்பட்டது.

துரத்தும் தூக்குக் கயிறில் இருந்து தப்ப முடியாது என்பது உறுதியானதும் குடியரசுத்தலைவர் பிரணாப் முகர்ஜியை நாடினார்கள். குற்றம் செய்தவர்களாகவே இருந்தாலும் அவர்கள் பெண்களாக இருந்தால், காயப்பட்டவர்களும் அவர்களுக்கு தண்டனை கொடுக்க யோசிப்பார்கள். மன்னித்துவிட்டுவிடலாம் என்ற பச்சாதாபம் எல்லோருக்குமே வருவது இயல்பு. ஆனால் சீமா, ரேணுகா ஆகிய இருவர் மீது கருணைகாட்ட முடியாது என்று அவர்களின் விண்ணப்பம் குடியரசு தலைவராலும் நிராகரிக்கப் பட்டது. ஆனாலும் இந்தப் பெண்கள் சளைத்தவர்கள் அல்ல. திரும்பவும் மும்பை நீதிமன்றத்துக்கே சென்றிருக்கிறார்கள். அவர்களின் மரணதண்டனையைத் தாமதப்படுத்தி நிறைவேற்ற வேண்டும் என்று புதிதாக மனுசெய்திருக்கிறார்கள்.

கொலைகாரிகள் இருவரின் மரணதண்டனை ஒத்திவைக்கப்படுள்ளது. தூக்கு மேடை இவர்கள் வருகைக்காகக் காத்திருக்கிறது. மும்பை உயர்நீதிமன்றம் தலை அசைந்ததும் இவர்கள் கயிறுக்கு இரையாக்கப் படுவார்கள். மரண தண்டனை தவறு. கடவுள் படைத்த உயிரைப் பறிக்க சட்டத்துக்கு எந்த உரிமையும் இல்லை என்று மரணதண்டனைக்கு எதிராகப் போராடுபவர்களும் சீமா, ரேணுகாவைத் தூக்கில் இடுவது தவறா என்று கேள்வி எழுப்பினால், கொஞ்ச நேரம் காது கேளாதவர்களாகிவிடுவார்கள்.

யாருமே கருணை காட்டமுடியாத அளவுக்கு இவர்கள் அப்படி என்ன தவறை செய்திருப்பார்கள்? சகோதரிகள் இருவரும் கொலைக் குற்றவாளிகள். கொலை என்றால் சாதாரண கொலை அல்ல. அணு அணுவாக இம்சித்து கதறடித்துச் செய்யப்பட்ட கொலை. இவர்கள் கொலைசெய்தவர்களின் எண்ணிக்கை 6. கொலையுண்டவர்கள் எல்லோருமே பச்சிளம் குழந்தைகள், பருவவயதை அடையாத பாலகர்கள். ஒரு பாவமும் அறியாத பிஞ்சுகளை துடிக்க துடிக்கக் கொன்றிருக்கும் இவர்கள் பெண்களாக எப்படி இருக்க முடியும்?

பாவிகள் குழந்தைகளை கொன்றிருக்கிறார்களே என்று ஆதங்கப் பட்டபோது, அவர்கள் கொலை செய்ததற்கு பின்னால் ஏதாவது மனவலியோ பாரமோ இருக்கும். வாழ்க்கையில் யாராலோ பாதிக்கப் பட்டிருப்பார்கள் என்று பெண் வழக்கறிஞர் ஒருவர் சொன்னார். குற்றங்களையும் கொலையையும் நியாயப்படுத்தி தர்மக் கணக்கில் கொஞ்சமும் கருணைக்கணக்கில் கொஞ்சமும் எனச் சேர்த்துக் குற்றவாளிகளை ஆன்டி ஹீரோவாகக் கொண்டாடும் மனநிலைக்கு நாம் தயாராகிவிட்டோம் என்று நொந்து கொள்வதைத்தவிர வேறென்ன செய்யமுடியும்?

சட்டவிரோதமான தொழில் செய்பவர்கள் அவர்களின் தொழில் கூட்டாளிகளைப் பயந்து பயந்து வீட்டுக்குள் அழைத்துவருவார்கள். குடும்பத்துக்குத் தெரியாமல் அவர்களை வெளி இடங்களுக்கு அழைத்துச்சென்று தொழில்பற்றி விவாதிப்பார்கள் இதுபோன்ற தர்மசங்கடங்கள் எதுவும் சீமாவுக்கு இல்லை. தங்கை ரேணுகா தான் தொழில் கூட்டாளி. அதனால் குடும்பத்துக்கு அஞ்சி கொலையை மறைக்கும் அவசியம் அவளுக்கு இல்லை. உடன் பிறந்தவள் மட்டும் துணைக்கு இருந்தால் போதுமா. குடும்பத்து பெரியவர்களிடம் அகப்படமாடார்களா. இவர்களை அப்படிக் கொடூரர்களாக உருவாக்கியதே இவர்களின் தாயார் அஞ்சனாபாய் காவித்தான்! குடும்பத்தலைவன் இவர்களின் கொடுமை தாளாமல் வேறொரு வாழ்க்கையை அமைத்துக்கொண்டான். ஆண் துணைக்கு ரேணுகாவின் கணவர் கிரண் ஷிண்டே. அம்மா, தங்கை, தங்கையின் கணவன் பலமான கூட்டணியில் கொலைகள் பக்கத்துக்கு வீட்டினருக்குக்கூட சந்தேகம் வராதபடிக்கு நடந்துவந்தது.

எம்மொழி பேசுபவளாக இருந்தாலும் அம்மா என்பவள் நல்லதை சொல்லித்தரும் ஒரு புத்தகம். தவறு செய்ய மகளைத் தூண்டுபவள் தாயாக இருக்கமுடியுமா. அஞ்சனா காவலர்களிடம் அகப்பட்டுக் கொண்டபோது அவள் வயது 58. சிறுவயதில் திருட்டு தொழிலை மட்டுமே கற்றுவைத்திருந்த அஞ்சனா திருமணம் ஆன பிறகாவது மாறியிருக்கவேண்டும். ஆனால், அவளது தொழிலைக் கைவிடாது தொடர்ந்தாள். கூடவே, சாராய வண்டி ஓட்டும் ஒருவனுடன் முறைகேடான தொடர்பு. ஒரு கட்டத்தில் அவனோடு பூனாவுக்கு ஓடிவந்துவிட்டாள் அஞ்சனா. பூனாவில் அஞ்சனாவின் மூத்த மகள் சீமா பிறந்தாள். ஓட்டுனர் இவளைவிட்டு ஒதுங்கிவிட, மோகன் என்பவரைத் திருமணம் செய்துகொண்டாள். ரேணுகா என்ற பெண்ணும் பிறந்தாள். பிட் பாக்கெட், நகை திருட்டு என்று பொதுமக்களிடம் கைவரிசையைக் காட்டும் அஞ்சனாவைத்தேடி காவலர்கள் விசாரணை நடத்துவார்கள். அவளின் கணவனுக்கும்

இதில் பங்கிருக்கும் என்று காவலர்களின் விசாரணை மோகன் பக்கமும் திரும்பும். அதனால் அவர் குடும்பத்தை விட்டு விலகி வேறொரு பெண்ணைத் திருமணம் செய்துகொண்டார்.

ஜூன் 1990 லிருந்து அக்டோபர் 1996 வரை கொந்தாளி நகர் பூனாவில் வாடகை வீட்டில் அஞ்சனா குடும்பத்தோடு வசித்து வந்தாள். ரேணுகா சிண்டேக்கு ரேணுகா பாய், ரின்கு, ரத்தன் என்று மூன்று இதர பெயர்களும் உண்டு. சகோதரியும் இவளுக்கு சளைத்தவளல்ல சீமா, தெவிலி, தேவகி என்று அவளுக்கும் மூன்று பேர். மும்பையைச் சுற்றியுள்ள நகர காவல்நிலையங்களில் திருட்டு வழக்கில் பிடிபடும் போது சந்தேகம் வராமலிருக்க பல பெயர்கள் வைத்திருப்பார்கள் போலும். படிக்காத அம்மாவாக இருந்தால் மகளுக்கு சமைப்பது எப்படி என்று சொல்லிகொடுப்பார்கள். படித்தவராக இருந்தால் கல்வி கற்றுத் தருவார்கள். கேடு கெட்ட இவளோ திருடுவது எப்படி என்று மகள்களுக்குப் பாடம் நடத்தியிருக்கிறாள். கொலைகளை வரிசையாக அரங்கேற்றம் செய்யத் துவங்கும் ஒரு வருடத்துக்கு முன்பு தான் கிரண் என்பவனை ரேணுகா கைப்பிடித்தாள். ஏற்கெனவே திருமணமாகி முதல் திருமணத்தின் மூலம் ஒரு மகனுக்கு தாயான ரேணுகாவைக் கைபிடித்த அந்த உத்தமன் தையல் கடையில் வேலையில் இருந்தான். மகாராஷ்டிரா மாநிலத்தில் பூனா, நாசிக், கோலாபூர் ஆகிய நகரங்களில் திருவிழாக்களோ மக்கள் கூடி இருக்கும் பொதுவான நிகழ்வுகளோ நடைபெற்றால் அஞ்சனா அவளுடைய இரண்டு மகள்களோடு மருமகன் காவலோடு திருட்டுத் தொழிலுக்கு வந்துவிடுவாள். திருடி வரும் நகைகளை விற்று குடும்பம் நடத்திவந்தார்கள்.

திருவிழாவில் தன் கைக்குழந்தையை இடுப்பில் வைத்துக்கொண்டு நகை இருக்கும் கழுத்தைத் தேடியபடி இருந்தாள் ரேணுகா. அப்போது பணமுள்ள பர்ஸ் அவள் கண்ணில்பட்டது அதைக் களவாட முயற்சிசெய்தபோது பிடிபட்டாள். ஆனால், பர்ஸுக்கு சொந்தக்காரர் 'ஓடிவாங்க... திருடி' என்று கத்துவதற்குள், 'ஓடிவாங்க' என்று கூப்பாடு போட்டாள் ரேணுகா, அவளின் அபாயகுரல் சுற்றியிருந்தவர்களை அவள் பக்கம் கொண்டுவந்து நிறுத்தியது. 'குழந்தையுடன் நின்றிருக்கும் என் கையைப் பிடித்து இழுத்தான்' என்று எதிராளியின் மேல் பழியைப் போட்டாள். அவள் கையில் குழந்தையைப் பார்த்த கூட்டம் தப்பான தீர்ப்பெழுதி ரேணுகாவைத் தப்பிக்கவிட்டது.

திருவிழாவில் நடந்தவற்றை குடும்பத்தாரிடம் ஒப்புவித்தாள் ரேணுகா. கையில் குழந்தை இருந்ததால்தான் தான் சொன்ன பொய்யை மக்கள் நம்பினார்கள் என்றும் சொன்னாள். இது தான் இனி

மேல் நம் திருட்டுத் தொழிலுக்கு ஆதாரம் என்று அஞ்சனா தீர்மானித்தாள். தாம் செயும் திருட்டுச் செயலில் பிடிபட்டால் பொதுமக்களின் கவனத்தைத் திசை திருப்புவதற்கான கேடயமாக குழந்தைகளைப் பயன்படுத்த ஆரம்பித்தனர். அந்தக் குழந்தைகள் கொஞ்சம் பெரிதானதும் தூக்கிச் செல்வது சிரமமாகிவிடும் என்பதால் கொன்றுவிடுவார்கள். அல்லது பொது இடத்தில் அழுது மற்றவர்களிடம் சந்தேகத்தை ஏற்படுத்தினால் அப்போதும் கொன்று விடுவார்கள். ஏழு வருடத்தில் பதிமூன்று குழந்தைகளைக் கடத்தியுள்ளனர். அதற்கெல்லாம் உடனிருந்து உதவியது மாப்பிள்ளை கிரண். இவர்கள் கடத்தி வந்தது 13 குழந்தைகள், அதில் 9 குழந்தைகளைக் கொன்றுள்ளனர்!

கோலாபூர் செஷன்ஸ் நீதிமன்றத்தில் ஒன்பதில் ஆறு கொலைகளை மட்டுமே அரசு தரப்பால் நிரூபிக்க முடிந்தது. இந்த வழக்கு மும்பை உயர்நீதிமன்றத்துக்குப் போனபோது வெறும் ஐந்து கொலைகள் மட்டுமே நிரூபிக்கப்பட்டன. சந்தோஷ், அஞ்சலி என்கிற பிங்கி, ராஜா, ஷர்தா,கௌரி, பங்கஜ் ஆகிய இந்த மொட்டுகள்தான் ரேணுகா சகோதரிகளால் சிதைக்கப்பட்டவை. இவர்கள் செய்யும் கிரிமினல் குற்றத்துக்குக் காவலர்களிடம் அகப்படுவார்கள். ஆனால் குழந்தையை முன்னிறுத்தி நைஸாக வெளியே வந்துவிடுவார்கள். ராஜாவின் கொலையை தகுந்த சாட்சியத்தோடு மெய்ப்பிக்க முடியாததால் அந்தக் கொலைகணக்கில் எடுத்துக்கொள்ளப்பட வில்லை. இத்தனை கொலைகளைச் செய்வதற்கு வரைபடம் வரைந்து திட்டம் போட்டு அதை கச்சிதமாக நிறைவேற்றப் பயிற்சி கொடுத்த தாய் அஞ்சனா மரத்தில் கட்டிவைத்து ஊராரெல்லாம் ஒன்று திரண்டு குறிப்பாக குழந்தையைப் பறிகொடுத்த பெற்றோர்கள் சேர்ந்து அடித்து நொறுக்க வேண்டியவள். அதிர்ஷ்டம் அவள் வசமிருக்க உடம்பில் ஒரு கீறல்கூடப் படாமல் 1997 ல் எமலோகம் போய்விட்டாள். எமனுக்குக் கண் தெரியாது என்பது உண்மைதான்.

அஞ்சனாவின் கணவன் மோகனுக்கு இரண்டாவது திருமணத்தில் இரண்டு குழந்தைகள் பிறந்தன. கணவனைத் தன்னிடமிருந்து அபகரித்துக்கொண்ட அந்தப் பெண்ணையோ கணவனையோ பழிவாங்க அஞ்சனா சமயம் பார்த்துக் காத்திருந்தாள். தனது இரு மகள்களைத் துணைக்கு வைத்துக்கொண்டு கணவரின் இரண்டாவது மனைவியின் முதல் குழந்தை கிராந்தியைக் கடத்தி வந்து கொலை செய்தார்கள். இதுதான் அவர்களின் முதல் கொலை. அஞ்சனா குரூப்பின் கொலை அத்தியாயம் துவங்குவதற்கும் முடிவுக்கு வருவதற்கும் மோகனின் இரண்டாவது குடும்பமே காரணமாக யிருந்தது. தொடர் கொலைகளில் ஈடுபட்ட இவர்கள் கடைசியாக

மோகனைப் பார்க்கச் சென்றார்கள். அவரது இரண்டாவது மகளைக் கடத்த முயன்றபோது மோகனின் இரண்டாவது மனைவியால் தடுக்கப்பட்டார்கள். அதோடு அந்தப் பெண் சும்மா இருக்கவில்லை. மூன்று பெண்மணிகள் மீதும் காவல்நிலையத்தில் புகார் கொடுத்தார். இந்த விசாரணையில் தொடர்கொலைகள் அம்பலமாகவே இந்த வழக்கு சி.பி.ஐ-க்கு மாற்றப்பட்டது.

1990 ல் ரேணுகா அவளது சகோதரி மற்றும் அம்மாவோடு கோலாப்பூர் செல்கிறார்கள். அங்கு பேருந்து நிலையத்தில் பிச்சை எடுத்துக் கொண்டிருந்த ஒரு பெண்ணின் கையில் தவழும் குழந்தையின் மேல் தான் இவர்களின் கவனம் முழுவதும் இருந்தது. அந்த குழந்தையை அபகரிக்க குழந்தையின் தாயின் கவனத்தை திசைதிருப்ப அவளிடம் பேச்சுக்கொடுத்தார்கள். பிச்சை எடுக்கும் அவளுக்கு வேலை வாங்கிக் கொடுப்பதாக ரேணுகா உத்தரவாதம் கொடுத்தாள். பிறகு, அந்தப் பெண்ணை ஏமாற்றி அவளிடமிருந்து குழந்தையைத் திருடிவந்து விட்டார்கள். பிச்சைக்காரியிடமிருந்து பிச்சை எடுத்துவந்தவர்கள் இவர்களாகத்தான் இருக்கும். அந்தக் குழந்தைக்கு சந்தோஷ் என்று இவர்களே பெயரும் சூட்டினார்கள்.

அதே வருடம் ரேணுகா சீமாவை அழைத்துக்கொண்டு ஷிரிடிக்குப் போனாள். இவர்கள் போகும் இடம் சாய்பாபா வீற்றிருக்கும் இடமாக இருந்தாலும் சாமி கும்பிடவா போயிருப்பார்கள்... திருடுவதற்குத் தான் போனார்கள். ஐந்தாறு நாட்களாகியும் திரும்பிவரவில்லை. மகள்களைக் காணாத தாயார் ஏதோ அசம்பாவிதம் நடந்து விட்டிருக்குமோ என்று பயந்து அவர்களைத் தேடிக்கொண்டு ஷிரிடிக்குப்போனாள். பயந்ததுபோலவே அவர்கள் இருவரும் காவலர்களிடம் சிக்கிக்கொண்டிருந்தார்கள். அம்மா ஷிர்டிக்குப் போயிருந்த நேரம் இவர்கள் குடியிருக்கும் பூனா வீட்டுக்கு காவலர்கள் இரண்டு பெண்களையும் கூட்டிக்கொண்டு வந்து வீட்டைத் துழாவினார்கள். அந்த நேரத்தில் ரேணுகாவின் குழந்தை ஆசிஷ் மற்றும் சந்தோஷ் ஆகிய இரண்டு குழந்தைகள்தான் வீட்டில் இருந்தன. மகள்களையும் அம்மாவையும் காவல்துறை கைது செய்தது. இது தெரிந்ததும் அங்கிருந்து தலைமறைவாகிவிட்டான் கிரண். மூன்று பேரையும் காவலர் கஸ்டடியில் வைத்திருந்து சில நாட்கள் கழித்துப் பிறகு விடுவித்தார்கள்.

இவர்களின் தொழிலுக்கு இன்னொரு மூலதனம் நோகாமல் வந்து சேர்ந்தது. ரேணுகாவுக்கு கிஷோர் என்ற ஆண் குழந்தையும் பிறந்தான். சொந்தக் குழந்தை இரண்டு, கடத்தி வந்த குழந்தை சந்தோஷ் என பெண்மணிகளுக்கு மூன்று பொக்கிஷங்கள். திருடும் போது மனிதர்களிடம் அடி, உதை வாங்க நேரிட்டால் இடுப்பில்

வைத்திருக்கும் குழந்தையைக் காட்டி காவல் நிலையம் போகாமல் தப்பித்துவிடுவார்கள். அம்மா மகள்களோடு வழக்கம்போல கோலாப்பூருக்கு திருடக் கிளம்பினாள். அங்கு தர்மஸ்தலத்தில் அவர்களது உடமைகளை பத்திரப்படுத்தினார்கள். மகாலட்சுமி கோயிலில் மூன்று பேரும் திருட்டுக் கைவரிசையைக் காட்ட ஆரம்பித்தார்கள். ஒருவரிடமிருந்து பர்ஸைத் திருடும்போது சீமா சிக்கிக்கொண்டுவிட்டாள். மக்களின் கவனத்தைத் திசை திருப்ப அப்போது வேண்டுமென்றே கையிலிருந்த குழந்தை சந்தோஷைக் கீழே விழவைத்தாள் அஞ்சனா. விழுந்த வேகத்தில் குழந்தைக்குத் தலையில் அடிபட்டு ரத்தம் பீறிட்டு வந்தது. குழுமியிருந்தவர்களின் கவனம் அடிபட்ட குழந்தையின் பக்கம் திரும்பியது. அதனால் காவல் நிலையத்தில் புகார் கொடுக்காமல் அவர்களை மன்னித்து அங்கிருந்து போகவிட்டார்கள்.

சந்தோஷுக்கு அடிப்பட்டும் அவர்களுக்கு புத்திவரவில்லை. இன்னும் கொஞ்சம் திருடலாம் என்று ரேணுகா தூண்டினாள். அதனால் அவர்கள் பேருந்து நிலையத்துக்கு போனார்கள். இரண்டு மூன்று பர்ஸைச் சுருட்டிக்கொண்டு தப்பித்துவரும்போது ஒரு இடத்தில் பதுங்கிக் கொண்டார்கள். அப்போது சந்தோஷ் அழத் துவங்கினான். கோயிலில் அஞ்சனா தூக்கி வீசியதில் அவன் தலையில் உண்டாக்கிய காயத்தைப்பற்றி இவர்கள் கண்டுக்கொள்ளவில்லை. குழந்தை எக்கேடு கெட்டால் இவர்களுக்கென்ன. வீறிட்டுக் கதறும் குழந்தையை இவர்களால் சமாதானப்படுத்த முடியவில்லை. சந்தோஷின் அழுகை இவர்களைக் காவலர்களிடம் காட்டிக் கொடுத்துவிடும் என்று அஞ்சனா நினைத்தாள். சற்றும் தாமதிக்காமல் சந்தோஷின் வாயைக் கையால் அழுத்திப்பிடித்துக்கொண்டு இரும்பு கம்பியின் மீது அந்த பச்சிளங்குழந்தையின் தலையை மோதினாள். அதன் அலறல் சப்தம் வெளிவராமல் அதிகப்படியாக ரத்தம் வெளியேறி குழந்தை அதே இடத்தில் மூச்சை நிறுத்திக்கொண்டது. எந்தச் சலனமும் இல்லாமல் ரத்தம் படிந்த அவளது புடவையை குழாய் தண்ணீரில் கழுவிக்கொண்டாள் அஞ்சனா. இவள் இப்படிச் செய்வதை மற்ற இருவரும் பக்கத்து கடையில் டீ குடித்தபடியே வேடிக்கை பார்த்துக் கொண்டிருந்திருக்கிறார்கள். பிறகு அங்கிருந்து வந்த சுவடு தெரியாமல் தர்மஸ்தலத்துக்குத் திரும்பிப்போனார்கள்.

உயிரோடு இருக்கும் குழந்தையிடமே கருணை காட்டாதவர்கள் இனி பயன்படவே போகாத சடலத்தின் மீது இவர்களுக்கென்ன அக்கறை இருக்கப்போகிறது. நடந்து வரும் வழியிலேயே பழைய ஆட்டோ பட்டறைக்குப் பின்னால் அதைப் போட்டுவிட்டுவந்தார்கள். மறுநாள் இறந்த குழந்தையின் உடல் லட்சுமிபூர் காவல்நிலையத்தில்

ஒப்படைக்கப்பட்டது. காவலர்களுக்கு கொலைக்கான எந்தத் தடையமும் கிடைக்கவில்லை. இரந்து பிழைக்கும் சந்தோஷின் அம்மா மகனைக் காணவில்லை என்று எவரிடம் புகார் அளிப்பார்.

சந்தோஷின் கொலையை நிரூபிக்க 14 சாட்சியங்கள் விசாரிக்கப் பட்டன. குழந்தையின் உடலை உடற்கூறு செய்த சி பி ஆர் மருத்துவமனையின் மருத்துவர் சந்திரசேகர் கொடுத்த அறிக்கையின் படி, மண்டையில் அடிபட்டதால் அந்த அதிர்ச்சியில் குழந்தை இறந்திருக்கிறது. சந்தோஷின் உடலை விக்ரம் உயர்நிலைப் பள்ளியின் அருகே கண்டெடுத்தார்கள். அப்போது அங்கு இருந்த பியூனின் சாட்சியப்படி குழந்தையின் தலையிலிருந்தும் காதிலிருந்தும் இரத்தம் வந்திருக்கிறது. மாநில ரிசர்வ் போலீஸில் கான்ஸ்டபிளாக இருந்தவரின் சாட்சியம் இந்த வழக்குக்குப் பெரிதும் உதவியது. கான்ஸ்டபிள் பூனாவில் கோந்தாலி நகரில் இருந்த அவரது வீட்டை இந்தத் திருட்டுக் குடும்பத்துக்கு வாடகைக்கு விட்டிருந்தார். வாடகையை வசூலிக்கப் போகும்போது அவர்களைச் சந்தித்திருக் கிறார். அவர்கள் வீட்டிலிருந்த சந்தோஷ் பற்றி அவர் விசாரித்தபோது அவன் இவர்கள் உறவினரின் குழந்தை என்றிருக்கிறார்கள். ஆகவே இறந்த குழந்தையின் சடலத்தை கான்ஸ்டபிள் அடையாளம் காட்டினார். இவரின் சாட்சியம் சந்தோஷின் கொலையை மூன்று பெண்களும் செய்ததை உறுதிப்படுத்தப் போதுமானதாக இருந்தது. பெண்மணிகள் மூவரும் திருடிகள் எனத் தெரிந்ததும் கான்ஸ்டபிள் வீட்டைக் காலி செய்யச்சொன்னார். ஆனால் அவர்கள் மூவரும் கிட்டத்தட்ட பத்து மாதங்கள் சிறையில் இருந்ததால் அவரால் அப்போது காலி செய்யவைக்க முடியவில்லை. ஒருவாறாக இவருக்கு வீடு திரும்பக் கிடைத்தது.

1992-ல் இவர்கள் இந்துபாய் சவல் என்ற இடத்தில் குடியிருந்தார்கள். அப்போது அங்கிருந்து தானே என்ற பேருந்து நிலையத்துக்குப் போனார்கள். அங்கே பிச்சைக்காரி அவளது குழந்தையைக் கையில் வைத்திருக்கும் கண்டதும் குழந்தையை அபகரிக்க அவளருகே சென்றார்கள், அவளிடம் பேச்சுக்கொடுத்தார்கள். ரேணுகா கொஞ்சம் அதிக நெருக்கமாக ஒன்பது மாத குழந்தையைக் கையில் வாங்கி கொஞ்சினாள். உதவிசெய்வதைப்போல பாவனை செய்து குழந்தைக்கு பால் வாங்கிவர அந்த பெண்ணை அங்கிருந்து அனுப்பினார்கள். ரேணுகாவின் கண் பார்வையிலிருந்து அவள் அகன்றதும் அதே வேகத்தில் ஆட்டோவில் ஏறி மாயமானார்கள். அந்தக் குழந்தைக்கு நரேஷ் என்று பெயர் சூட்டினார்கள். நாசிக்கில் நடந்த கும்பமேளாவுக்கு நரேஷைத் தூக்கிச் சென்றார்கள். புது ஆட்களிடம் வந்ததால் குழந்தை அழுதது. அது கதறும்போதெல்லாம்

அஞ்சனாவிடமிருந்து அதற்கு அடியும் கிடைத்தது. ஆனாலும் குழந்தை விடாமல் அழுதது. அஞ்சனா கிழவி அடித்ததால் அழுத்ததா/ அம்மாவை காணவில்லை என்று தவித்ததா இதைப்பற்றியெல்லாம் நினைத்துப் பார்க்கும் பெண் ஜென்மங்கள் அல்லவே. இது ஏதடா வம்பு என்று அந்த குழந்தையை கோயிலிலேயே கிடத்திவிட்டு ஓடிப்போனார்கள். நரேஷுக்கு நீண்ட ஆயுளை கடவுள் கொடுத்திருப் பார் போலும். கோயிலில் அழுதுகொண்டிருந்த நரேஷைக் காவலாளி தூக்கிப்போனார்.

அங்கிருந்து ஆதார் ஆஸ்ரமம் என்ற அனாதை இல்லத்தில் நரேஷ் ஒப்படைக்கப்பட்டான். ஆச்சர்யம் இனி வருவது தான், நரேஷைப் பிரிந்த ரேணுகா அவனைத் திரும்பவும் கொண்டுவந்துவிடவேண்டும் என்று விரும்பினாள். மகளின் ஆசையை நிறைவேற்ற அஞ்சனா அனாதை ஆசிரமத்துக்கு போனாள். மிகைப்படுத்திய நடிப்பை வெளிக்காட்டினாள் அஞ்சனா. பாட்டி வயதுடைய அவள் நரேஷ் தன்னுடைய குழந்தை. அதனால் அதைத் திருப்பிக் கொடுக்க வேண்டும் என்று ஆசிரமத்தில் விண்ணப்பம் கொடுத்தாள். அது தோல்வியில் முடிந்ததும் தளரவில்லை. அஞ்சனா முயற்சியைக் கைவிடாமல் சட்டத்தின் கதவுகளையும் தட்டினாள். அங்கு தான் அவள் வசமாக மாட்டிக்கொண்டாள். நரேஷை யாரிடமிருந்தோ கடத்தி வந்திருக்கிறார்கள் அம்பலமானது. நரேஷ் கடத்தி வந்த குழந்தை என நிரூபிக்க சாட்சி அளித்தவர்களில் ஆறு பேரின் சாட்சியங்களில் நிரூபணமானது.

1993 ஏப்ரலில் பண்டி என்ற குழந்தையைக் கடத்திவந்தார்கள். அந்தக் குழந்தையை வைத்து திருட்டுத் தொழிலைத் தொடர்ந்தார்கள். பண்டி ரொம்பவும் அடம் பிடிக்கவே கொன்றுவிட்டார்கள். அதே வருடம் இரண்டு வயதான சுவாதி மற்றும் குடு என்ற இரண்டு குழந்தைகளைக் கடத்திவந்தார்கள். ஆனால், இவர்கள் அசந்த நேரம் சுவாதி அதிர்ஷ்டவசமாக இவர்களிடமிருந்து தப்பிவிட்டாள். குடுவைக் கொலை செய்துவிட்டார்கள். அரசுத் தரப்பு நம்பகமான சாட்சியங் களைச் சமர்ப்பிக்காததால் இந்தக் கொலை நிரூபணமாகவில்லை.

1994 ல் மூன்று தேவிகளும் அஞ்சலி என்ற குழந்தையோடு வீட்டுக்கு வந்தார்கள். யார் இந்த குழந்தை என்று மாப்பிள்ளை கிரண் விசாரித்திருக்கிறான். நாசிக்கில் காளிகாம்பாள் கோயிலில் இருந்து அந்தக் குழந்தையைக் கடத்திவந்ததாகச் சொல்லியிருக்கிறார்கள். இவர்கள் கடத்திவந்த மற்ற குழந்தைகள் செய்த அதே தவறை இரண்டு வயதான அஞ்சலியும் செய்தாள். அவளின் கதறல் அக்கம் பக்கத்தாரை இவர்கள் வீட்டுப்பக்கம் எட்டிப்பார்க்க வைத்தது. அஞ்சலியின் அம்மாவை மருத்துவமனையில் சேர்த்திருக்கிறார்கள் அதனால்

நாங்கள் வீட்டுக்கு அழைத்து வந்துள்ளோம் என்ற நொண்டி சமாதானத்தை சொல்லி சமாளித்தார்கள். ஆனால், அஞ்சலியின் தொடர் அழுகை அவர்களைச் சும்மா இருக்கவிடவில்லை. அஞ்சலியின் சப்தத்தை அடக்கமுடியாமல் ஆத்திரமடைந்த அஞ்சனா வேகமாக குழந்தையைத் தரையில் தள்ளிவிட்டாள், அதே வேகத்தில் குழந்தை கழிவறையில் விழுந்தது. ரேணுகா அஞ்சலியை காலால் மிதித்தே கொன்றிருக்கிறாள். சடலத்தைப் பையில் பத்திரப்படுத்திக் கொண்டு தெருவில் இறங்கி நடந்தார்கள். சஸ்வத் சாலை தென்பட்டதும் மதில்சுவருக்கு அப்பால் பையிலிருந்த சடலத்தை வீசிவிட்டு எதுவுமே நடக்காதது போல் திரும்பினர்.

காளிகாம்பாள் கோயிலுக்கு கணவர் மற்றும் இரண்டு மகள்களுடன் பூஜையில் ஈடுபட்டிருந்தார் சுஜாதா. கணவனின் பொறுப்பில் இருந்த மகள் இருக்கிறாள்; தன்னிடமிருந்த மகள் அஞ்சலியைக் காணவில்லை என தெரியவந்தபோது கோயில் முழுவதும் தேடினார்கள். மகள் கிடைக்க வாய்ப்பில்லை என்றானதும் காவல் நிலையத்தில் புகார் கொடுத்தார்கள். காளிகாம்பாள் கோயிலில் இருந்து கடத்தி வந்த குழந்தை அஞ்சலியை இவர்கள் நேராக வீட்டுக்குக் கொண்டுவரவில்லை. நாசிக்கில் இருந்த லாட்ஜ் ஒன்றுக்கு இரண்டு மூன்று குழந்தைகளோடு சென்றிருக்கிறார்கள். அங்கு பத்து நாட்கள் தங்கப்போவதாகத் தெரிவித்து வாடகைக்கு அறை கேட்டார்கள். முதலாளி அறையைக் கொடுப்பதற்கு தயங்கினார். ஆனால், அந்தப் பெண்களுடன் குழந்தைகளும் இருந்ததால் இரக்கப்பட்டு அறையை வாடகைக்கு விட்டார்கள். சீமா காவிட் என்ற பேரில் தான் அறை எண் ஆறு அவர்களுக்கு ஒதுக்கப்பட்டது.

எட்டு நாட்கள் அங்கு தங்கியிருந்தார்கள். அம்மா அப்பாவை கோயிலில் தொலைத்த அஞ்சலி அழுதுகொண்டே இருந்தாள். அவளின் அழுகையை இவர்களால் கட்டுப்படுத்த முடியவில்லை. லாட்ஜின் உரிமையாளர் கேட்டபோது இந்தக் குழந்தை என் அம்மா வழி உறவினருடையது. இவள் அம்மா காளிகாம்பாள் கோயிலில் கடை போட்டிருக்கிறாள். அஞ்சலி அங்கு அழுதுகொண்டே இருந்தாள்; அதனால் இங்கே கூட்டி வந்திருக்கிறோம் என்றனர். அஞ்சலி தொடர்ந்து அழுததைப் பொறுக்க முடியாத லாட்ஜ் முதலாளியும் அவரது அம்மாவும் அறையைக் காலி செய்யச் சொல்லி விட்டனர். காணாமல் போன அஞ்சலி கடத்திக் கொல்லப்பட்டது தெரியவந்ததும், காவலர்களின் சந்தேகம் அஞ்சனாவின் வாசலில் வந்து நின்றது. சாட்சியங்களை சேகரித்த காவல்துறை அவர்கள் தங்கியிருந்த லாட்ஜிக்கும் சென்றது. ஆறுநாட்கள் அறை எண் ஆறில் தங்கியிருந்த பெண்களையும் அவர்களுடன் இருந்த குழந்தைகளில்

அஞ்சலியும் இருந்தாள் என்பதையும் அடையாளம் காட்டி சாட்சி சொன்னார் லாட்ஜின் உரிமையாளர்.

அஞ்சலி இந்தத் திருட்டு கும்பலிடம் இருந்ததை உறுதிப்படுத்தி சாட்சியம் சொன்ன இன்னொரு நபர் அவர்களின் பக்கத்து வீட்டம்மா காண்டா பாய் போர்கர். அஞ்சனா குருப் வீசிய சடலத்தைக்கண்டு காவல் நிலையத்தில் புகார் அளித்த ராஜேந்திர சங்கல்ப் இன்னொரு சாட்சி. இப்படி இன்னும் பல சாட்சிகளின் வாக்கு மூலங்கள் மூலம் அஞ்சலியைக் கொன்றது இவர்கள்தான் என்று உறுதியானது.

1995-ல் கோலாப்பூர் பேருந்து நிலையத்திலிருந்து சொப்னில் என்ற ராஜாவைக் கடத்திவந்தார்கள். இரண்டு வாரத்திலேயே அந்தக் குழந்தையைக் கொன்று கண்டாலா காட் பகுதியில் வீசிவிட்டார்கள். கோலாபூர் மகாலட்சுமி கோயிலில் இருந்து இரண்டு வயதாகன சர்தா என்கிற ராணியைக் கடத்திவந்தார்கள். வாடகை காரில் பூனாவில் இருந்து சூரத் செல்லும் வழியில் அந்தக் குழந்தையைக் கொன்று சடலத்தை வீசிவிட்டார்கள். நர்சோபா என்ற இடத்தில் கிராந்தி என்ற ஒன்பது வயது சிறுமியைக் கடத்திவந்து பிறகு கொன்று கரும்பு தோட்டத்தின் பக்கம் வீசிவிட்டுச் சென்றுவிட்டார்கள்.

நாசிக்கில் பிரைமரி பள்ளிக்கூடத்தில் டெவிலி என்ற சிறுமியைக் கடத்தினார்கள் என்று செஷன்ஸ் நீதிமன்றம் தண்டனை கொடுத்தது. ஆனால் டெவிலியைக் கடத்தியது இவர்கள் மேல் சுமத்தப்பட்ட பொய் குற்றச்சாட்டு என்று உயர்நீதிமன்றம் கூறியது.

கௌரி என்ற ஒரு வயது குழந்தையை காய்கறி சந்தையில் இருந்து கடத்திவந்து பிறகு அதைக் கொன்று திரையரங்கில் பெண்கள் கழிப்பறையில் உடலை வீசிவிட்டுச் சென்றுவிட்டனர். பங்கஜ் என்ற நாலு வயது சிறுவனை விட்டல் கோயிலில் இருந்து கடத்தி வந்தார்கள். இரண்டு மாதத்துக்குப் பிறகு அவனைக்கொன்று பையில் வைத்து அப்புறப்படுத்திவிட்டார்கள்.

இந்திய தண்டனைச்சட்டம் பிரிவு 302 மற்றும் 120 ஆ ன் கீழ் தண்டிக்கப்படவேண்டியவர்கள். கொலை கடத்தலைத்தவிர இவர்கள் மீது 125 க்கும் மேற்பட்ட திருட்டு போன்ற சின்னச் சின்ன வழக்குகள் பதிவாகி இருந்தன. ரேணுகாவுக்கு நான்கு குழந்தைகள், சீமா திருமணம் ஆகாதவள். அப்ரூவர் கிரண் அதிக சேதாரமில்லாமல் தப்பித்துவிட்டான். தீர்ப்பு வெளியான அன்று அதற்கு நன்றியாக அரசுத் தரப்பு வழக்கறிஞர் உஜ்வல் நிகம் காலில் விழுந்து வணங்கினான் கிரண். கோலாப்பூர் நீதிமன்றத்தில் இந்த வழக்குக்கான தீர்ப்பைக் கேட்க மூவாயிரம் பேர் நீதிமன்ற வளாகத்துக்குள் கூடியிருந்தனர்.

அரசுத் தரப்பில் சாட்சி சொல்லும் கிரணின் சாட்சியங்களை முழுவதுமாக ஏற்றுக்கொள்ள முடியாது என்று பெண்மணிகளின் சார்பாக வாதாடிய வழக்கறிஞர் தெரிவித்தார். உயர்நீதிமன்றமும் கிரண் சாட்சியத்தை சந்தேகம் கொண்டு ஆராய்ந்திருக்கிறது. அஞ்சனா அவளுடைய இரு மகள்களுடன் இத்தனை கொலைகளைத் தைரியமாக செய்து முடிக்க மறைமுகமாக கிரணின் துணையும் இருந்திருக்கும். ஆனால் குற்றவியல் நடைமுறை சட்டம் கிரணுக்கு கடுமையான தண்டனை வழங்கவிடாமல் கையைகட்டி போட்டிருக் கிறது. அப்ரூவர்களை மன்னிக்கவேண்டும் என்பது விதி.

அப்ரூவர் கிரண் சில கொலைகள் நடக்கும்போது அந்த இடத்தில் இருந்திருக்கிறார். அதனால் அவரும் இந்தக் கொலைகளில் சம்பந்தப் படிருப்பார் என்று உயர்நீதிமன்றம் நம்பியது. அதேபோல அவரது சாட்சியங்களை முழு நம்பகத்தன்மையோடு ஏற்கவில்லை. உண்மையில் நிகழ்ந்தவற்றை மறைக்கிறார் என்று சந்தேகித்தது. குழந்தைகளைக் கடத்திவந்து வீட்டில் வைத்திருக்கும் போது, கொலை செய்தபோது கிரணும் உடனிருந்தார். பல நேரங்களில் மாமியார், மனைவி, மச்சினி சட்டத்தின் பிடியில் சிக்கியபோது அவர்களை காப்பாற்றியும் உள்ளார். கடத்தல் பற்றியோ கொலைகள் பற்றியோ இதற்கு முன்னால் அவர் யாரிடமும் மூச்சுகூட விடவில்லை. சாட்சி பொய் சாட்சியாகவோ, உண்மையை மறைப்பவராகவோ இருந்து அரசு தரப்பு வழக்கறிஞர் அப்ரூவர் மீது எந்த நடவடிக்கையும் எடுக்காதபோது நீதிமன்றமே அதில் தலையிட்டு அப்ரூவருக்கு எதிரான நடவடிக்கைகள் எடுக்க அதிகாரம் உள்ளது என்று உச்சநீதிமன்றம் தெரிவித்தது.

‘மிகவும் கொடூரமான முறையில் ஐந்து குழந்தைகள் கொலை செய்யப் பட்டிருக்கிறார்கள். தகுந்த சாட்சியங்களின் வாயிலாக அது நிரூபிக்கப் பட்டுள்ளது. இறந்துபோன சில குழந்தைகளின் சடலங்கள் கண்டுபிடிக்கப்பட்டுள்ளன. சில கண்டுபிடிக்கப்படவில்லை. செஷன்ஸ் நீதிமன்றம் கொடுத்த தீர்ப்பிலும் அதை உயர்நீதிமன்றம் உறுதிபடுத்தி இருப்பதிலும் எந்தத் தலையிடும் தேவை இல்லை. மூன்று குற்றவாளிகளுக்கும் சலுகை காட்ட அவர்கள் பெண்கள் என்பதைத்தவிர வேறு எந்த பச்சாதாபமும் இல்லை. வெளியிலிருந்து யாரும் இவர்களைக் கட்டுப்படுத்தவில்லை. கொலை செய்தாக வேண்டிய நிர்பந்தமும் ஏற்படவில்லை. ஆனாலும் சர்வசாதாரண மாக கொலைகளைச் செய்துள்ளார்கள். காவல்துறையிடம் சிக்கும் வரையிலும் அநாவசியமாகக் கொலைகளை அச்சமில்லாமல் செய்திருக்கிறார்கள்’ என்று உச்ச நீதிமன்றம் தன் தீர்ப்பில் கூறியுள்ளது.

குழந்தைகளின் வாழ்க்கையைப்பற்றியோ அவர்களின் பெற்றோர்கள் படவிருக்கும் துயரத்தைப்பற்றியோ இவர்களுக்குத் துளியும் அக்கறை இல்லை. சீமா சகோதரிகளின் வழக்கை அறிந்தவர்கள் தன் பிஞ்சுகளைப் பள்ளிக்கு அனுப்பக்கூட இனி தயங்குவார்கள். கொலைக்குக் காரணமான இந்த மூன்று பெண்களும் தண்டிக்கப்படவேண்டியவர்கள். அவர்களுக்கு செஷன்ஸ் நீதிமன்றமும் உயர்நீதிமன்றமும் வழங்கிய மரண தண்டனையை உச்சநீதிமன்றமும் உறுதி செய்கிறது. அதனால் மரண தண்டனையை நிறைவேற்றுவதில் இருந்த இடைக் காலத்தடையை இந்த நீதிமன்றம் நீக்குகிறது. அவர்களுக்குக் கொடுக்கப்பட்ட மரண தண்டனையை நிறைவேற்ற உத்தரவிடுகிறது என்று உச்ச நீதிமன்றம் தடாலடியான தனது இறுதி தீர்ப்பை வாசித்தது.

பூனா சிறையில் சீமா மற்றும் ரேணுகா அடைப்பட்டுள்ளனர். உச்சநீதிமன்றத் தீர்ப்பு பிறகு ரேணுகாவை நாக்பூர் சிறைக்கு மாற்றினார்கள். தங்கையைப் பிரிந்து சீமாவால் தனித்து சிறையில் கழிக்கமுடியவில்லை. ஆணையை நிராகரிக்க முடியாதே, ரேணுகாவின் குழந்தைகள் அவளின் மாமியார் பொறுப்பில் விடப்பட்டது. ரேணுகாவின் வங்கிக் கணக்கை அவளுடைய குழந்தைகள் இயக்க அனுமதி மறுக்கப்பட்டிருந்ததால் அதுவே அவளுக்குப் பெரும் பாரமாக இருந்தது. சிறிது காலத்துக்கு பிறகு ஒருவாறாக மீண்டும் பூனா சிறைக்கே ரேணுகா மாற்றப்பட்டாள். அக்கா தங்கைகள் மீண்டும் ஒன்று சேர்ந்துவிட்டாள்.

பெண் ஜென்மம் எடுத்து வந்துள்ள இந்த ஜடங்கள் கொஞ்சமும் ஈவு இரக்கம், பச்சாதாபம், கருணை இதில் துளி அளவுகூட பிஞ்சு ஜீவன்களின் மேல் காட்டாத இவர்கள் அரசிடம் கருணையை யாசகம் கேட்கிறார்கள். குழந்தைகளைக் கடத்திவந்து பிச்சை எடுத்தார்கள், திருடும்போது தப்பித்து வர குழந்தையைக் காட்டி அங்கிருந்து சிக்கல் இல்லாமல் நழுவிவந்தார்கள், இவர்களிடம் இருக்கமுடியாமல் கதறும் பிள்ளைகளால் இவர்கள் மாட்டிக்கொள்வார்கள் என்ற சூழ்நிலை வரும்போது குழந்தைகளை போகும் இடத்தில் தொலைத்துவிட்டு வந்துவிடலாம் என்று இவர்களுக்கு ஏன் தோன்றவில்லை. கடத்தப்பட்ட குழந்தைகள் காவல்நிலையத்தில் புகார் கொடுத்து இவர்களை அடையாளம் காட்டுவார்கள்; அதனால் தண்டனை கிடைக்கும். வேறுவழியே இல்லை கொன்றே ஆகவேண்டும் என்ற நிர்பந்தம் இவர்களுக்கு இல்லாதபோது காலில் மிதித்தும், இரும்பு கம்பியின் மீது மோதியும், கழிவறையில் வீசியும் கொடூரமாகக் கொலை செய்த இவர்கள் கிராதகிகள்.

கிரணின் விஷயத்தில் நீதிமன்றங்கள் எழுப்பிய சந்தேகங்கள் தான் பொது மனிதர்களுக்கும். அரசுத் தரப்பு சாட்சியாக மாறிவிட்டதால்

மட்டும் அவன் யோக்கியன் ஆகிவிடுவானா. 14 குழந்தைகளுக்கு மேல் கடத்தல், கொலை ஆகிய சட்டவிரோதச் செயல்களை மூன்று பெண்களும் செய்தபோது அவர்களின் கைக்கு கிரணின் கைகள் வலு சேர்த்திருக்குமே. அவனை மட்டும் எப்படி தண்டிக்காமல் விடலாம்?

கோலாப்பூர் செஷன்ஸ் நீதிமன்றம் 2001 ல் சீமாவுக்கும் ரேணுகாவுக்கும் மரணதண்டனை விதித்தது. அங்கிங்கென சட்டத்தின் எல்லா பக்கத்துக்கும் ஓடி ஓய்ந்து தற்போது ஏர்வாடா சிறையில் ஓய்வெடுக்கிறார்கள். தூக்கிலிடும் நாளை நீட்டிக்கக் கேட்டு சீமா சகோதரிகள் மும்பை உயர் நீதிமன்றத்தில் செய்துள்ள மனுவின் மீதான விசாரணை கடைசியாக ஜனவரி 2016 அன்று நடைபெற்றது, அடுத்த கட்ட விசாரணை டிசம்பர் 2016 அன்று நடைபெறும் என்று தேதி குறிப்பிட்டு ஒத்திவைக்கப்பட்டுள்ளது. இன்று விசாரிக்க எடுக்கப்பட்ட ஒரு வழக்கு தனது அடுத்த விசாரணையை ஒரு வருடத்துக்குப் பிறகு நடத்தும் என்று கொடுக்கப்படும் வாய்தா நமக்கு எதை உணர்த்துகிறது?

5

டாக்டர் சோம்நாத் பரிதா

ஒரிசா மாநிலத்தில் புவனேஸ்வர் அருகே நயப்பள்ளி என்ற பகுதியில் 2013 ஜுலை 21 அன்றைய நாள் நயப்பள்ளியை சுற்றியுள்ள சுற்றுவட்டாரப் பகுதியெங்கும் பரபரப்பாக இருந்தது. ராணுவத்திலிருந்து ஓய்வுபெற்ற மருத்துவர் சோம்நாத் பரிதா என்பவர் வீட்டின் முன்பு அடுத்தது என்ன என்ற வியப்போடு அந்த வீட்டை உற்று நோக்கியபடி பொதுமக்கள் பதற்றத்துடன் வீட்டுக்கு வெளிப்புறம் நின்று வேடிக்கை பார்த்தார்கள். புலனாய்வு துறையினரும் காவல் துறையினரும் பரப்பாக இயங்கிக்கொண்டிருந்தனர். ஊடகங்கங்களின் கேமிராக்கள் நடப்பவற்றைச் சுடசுட சுட்டுக்கொண்டிருந்தன.

நடந்தது என்ன? கொலை. இவ்வளவு தானா இதற்கா இத்தனை ஆர்ப்பாட்டம். நமக்கு அதிர்ச்சியும் ஆர்ப்பாட்டமும் கொலையைக் கண்டு ஏற்படவில்லை அதன் பின்னணி தெரிந்ததால் உண்டானது. கொலைக்கான பின்னணி காட்டு தீயைப்போல வேகமாகப் பரவியதால் அன்றைய நாள் நயப்பள்ளி சுற்றுவட்டாரமே அதிர்ச்சியில் உறைந்திருந்தது.

71 வயதான சோம்நாத் ராணுவத்தில் மருத்துவராகப் பணியாற்றி 1992-ல் ஓய்வு பெற்றவர். அவரது மனைவி 62 வயதான உஷாஸ்ரீ. இந்த தம்பதிகளுக்கு 2 பிள்ளைகள். மகள் துபாயிலும் மகன் அமெரிக்காவிலும் வசித்து வந்தனர். பணி ஓய்வில் இருந்த சோம்நாத் மருத்துவத்துறையில் பெற்ற அனுபவத்தைப் பயனுள்ள வகையில் வெளிப்படுத்த தனியார் மருத்துவமனையில் மருத்துவராகத் தனது சேவையைத் தொடர்ந்துவந்தார். பிள்ளைகள் வெளிநாட்டில்

வசிப்பதால் தம்பதிகள் நயப்பள்ளி வீட்டில் தனியாக வசித்தனர். உஷாஸ்ரீ ஒடிசி நடனக்கலைஞர். இவர்களுக்குத் துணையாக தோட்டக்காரர், வீட்டு வேலையாள் என இரண்டு வெளிநபர்களும் இருந்தார்கள். தோட்டக்காரர் அவர்கள் வீட்டுக்கு பின்பக்கம் கட்டியிருந்த விருந்தினர் வீட்டில்தான் தங்கி இருந்தார்.

சொத்து காரணமாக சோம்நாத்தின் மகளுக்கும் அவருக்கும் பேச்சு வார்த்தை சரிவர இருக்கவில்லை. அவரது மகன் அடிக்கடி தொலைபேசியில் இவர்களுடன் பேசுவார். ஜூன் மாதம் பலதடவை தொலைபேசியில் அப்பாவுடன் பேசியிருக்கிறார். சம்பவம் நடந்த அன்றுகூடத் தந்தையுடன் உரையாடி இருக்கிறார் மகன். ஆனால், அவருக்கு எந்தவித பலத்த சந்தேகமோ ஏதோ அசம்பாவிதம் நடக்கப்போகிறது என்ற உணர்வோ அவருக்கு ஏற்படவில்லை. மகன் அப்பாவுடன் பேசும்போதெல்லாம் அம்மாவைப்பற்றி விசாரிப்பார். அம்மாவுடன் பேச வேண்டும் என்ற கோரிக்கையை அவர் முன்வைக்கும்போது, 'அம்மா குளிக்கிறார், கடைக்கு சென்றிருக்கிறார்' என்று ஏதோ ஒரு காரணத்தைச் சொல்லி தாயையும் மகனையும் சோம்நாத் பேசவிடவில்லை.

உறவினர்கள் எதேச்சையாக சோம்நாத்தின் வீட்டுக்கு வந்திருக் கிறார்கள். அவர்கள் உஷாஸ்ரீயைப்பற்றி விசாரித்தபோது துபாயில் வசிக்கும் அவரது மகள் வீட்டுக்குச் சென்றிருப்பதாக சொல்லியிருக் கிறார். நீண்டநாட்களாக அம்மாவுடன் பேசமுடியவில்லை அல்லது அவருடன் பேச அப்பா தவிர்க்கிறார் என்பதில் ஐயம் கொண்ட அவர்களது மகன் புத்தகக் கடை வைத்திருக்கும் அவரது தாய் மாமாவுக்கு விவரத்தை விளக்கி வீடுவரை சென்று நலம்விசாரித்து வரக் கேட்டுக்கொண்டார்.

வீட்டு வாசலில் உறவினர்களோடு மச்சான் வந்து நிற்பதை சோம்நாத் எதிர்பார்த்திருக்கமாட்டார். ஆனாலும் சலனப்படாமல் கதவைச் சிறிதளவு மட்டுமே திறந்து உஷாஸ்ரீ துபாய் சென்றிருக்கும் அதே பல்லவியை மீண்டும் பாடுகிறார். வந்தவர்களை உள்ளே அழைக்காமல் அவர் நடத்தும்விதமே வந்தவர்களுக்கு சந்தேகத்தை உண்டுபண்ணியிருக்கும். அவர்கள் அங்கிருந்து நகராமல் ஜன்னலைத் திறக்க முயன்றனர். அப்போது வீட்டின் உள்ளிருந்து செத்த எலியின் நாற்றம் வீசியது.

உறவினர்கள் அருகே உள்ள காவல்நிலையத்துக்குச் சென்றார்கள். சோம்நாத்தின் வீட்டில் செத்த எலியின் வாடை வீசுவதைப்பற்றியும் உஷாஸ்ரீ எங்கிருக்கிறார் என்று மர்மமாக இருப்பதைப்பற்றியும் புகார் தெரிவித்தார்கள். புகாரை விசாரித்த காவலர்கள் சோம்நாத்தின் வீட்டுக்கு வந்தார்கள். குளிரூட்டப்பட்ட அறையில் தூங்கிக்

கொண்டிருந்த சோம்நாத் காவல் துறையினர் எவ்வளவு நேரம் கதவைத் தட்டியும் திறக்கவில்லை. அதனால் அவர்கள் கதவை உடைத்துக்கொண்டுதான் உள்ளே சென்றார்கள். பேரதிர்ச்சி இடியென அவர்கள் தலையில் வந்திறங்கும் என்று அவர்கள் அப்போது எதிர்பார்த்திருக்கமாட்டார்கள்.

துர்நாற்றம் வீசும் அறையில் இரண்டு இரும்பு பெட்டிகள் தென்பட்டன. அதைத் திறந்தபோது 22 டிபன் பாக்ஸ்கள் உள்ளிருந்தன. மருத்துவர் சோம்நாத் பரிதா அவருடைய மனைவியை ஜுன் 3 ஆம் தேதி கொலை செய்துள்ளார். பிறகு அவரது உடலை 300 துண்டுகளாக வெட்டி 22 டிபன் பாக்ஸுக்குள் வைத்து அந்த சிறிய டப்பாக்களை இரும்பு பெட்டிக்குள் வைத்துப் பூட்டிவைத்துள்ளார் என்பதை அறிந்ததும் உறைந்துபோனார்கள். கொலை என்பதையே ஜீரணிப்பது கடினம். கொலையானவரைத் துண்டு துண்டாக வெட்டி சடலத்தை மறைத்துவைத்துள்ளார் என்பது உஷாஸ்ரீயின் பந்தங்களுக்குத் தாங்கவியலாத துயரத்தைத் தந்தது.

மருத்துவர் சோம்நாத்தான் அவரது மனைவியைக் கொலை செய்தார் என்று காவலர்கள் அவரைக் கைது செய்தனர். வீட்டுவாசலில் நின்றிருந்த மக்கள் அவரை ஏற்றிச் சென்ற காவலர் வாகனத்தின் மீது கல் எறிந்தனர். ஊர் போற்றும் ஒரு மருத்துவர் தன் மனைவியை இவ்வளவு கொடூரமாகக் கொலை செய்திருப்பார் என்று யாரும் எதிர்ப்பார்க்கவில்லை.

அவர்கள் கைப்பற்றிய டிபன் பாக்ஸில் மூளை மற்றும் நுரையீரல் காணாமல் போயிருந்தது. அவரது நகம் மற்றும் தலை முடி, இரத்தம் படிந்த ஆடை ஆகியவற்றை தடவியல் நிபுணர்களிடம் காவல் துறையினர் ஒப்படைத்தனர். வேதிப்பொருள் தடவிய நுரையீரல் பாலீத்தின் பைக்குள் குளியலறையில் கிடந்தது. ரத்த குரூப், டி என் ஏ ஆகிய சோதனைகளும் செய்யப்பட்டன. ஜுன் மூன்றாம் தேதிக்குப் பிறகு வேலையாளை வீட்டுக்கு வரவேண்டாம் என்று சொல்லி விட்டதால், தம்பதிகள் மட்டுமே வீட்டில் இருந்துள்ளனர். சூழ்நிலை களை வைத்துதான் மருத்துவரைக் குற்றவாளி என்று சுட்டிக்காட்ட முடிந்தது. ஆனால் அவர்தான் மனைவியைக் கொலை செய்தார் என்பதற்கு நேரடியான சாட்சியங்கள் கிடைக்கவில்லை. அதனால் மருத்துவர் சோம்நாத் தான் கொலையாளி என நிரூபிப்பது காவல்துறைக்குப் பெரும் சவாலாக இருந்தது.

உஷாஸ்ரீ கொலையான செய்தி வெளியுலகுக்குத் தெரிந்தபிறகு அவர்களது வாரிசுகளுக்குத் தெரிவிக்கப்பட்டது. அவர்களின் வாரிசுகள், தோட்டக்காரர், வீட்டு வேலையாள் ஆகியோர் கொடுக்கும் வாக்குமூலம் மருத்துவர்தான் கொலையாளி என்பதை

ஊர்ஜிதப்படுத்தும் என்று காவல்துறை நம்பி அவர்களின் வருகைக்காகக் காத்திருந்தது. ஆனால் அவர்களின் வாரிசுளிடமிருந்து கொலைக்குத் தொடர்பான வலுவான விஷயங்களைப் பெறமுடிய வில்லை. இதற்கு முன்பு அவர்கள் இந்தியா வந்திருந்தபோது தம்பதிகள் லேசாகச் சண்டையிட்டுள்ளனர். அவ்வளவுதான். அம்மா கொலைசெய்யப்பட்டுள்ளார். கொலை செய்தவர் அப்பா. சொல்லொண்ணா துயரத்தில் இருந்த அவரது மகன் அந்த நிலைமையிலும் காவலர்களின் கேள்விக்குப் பதிலளிக்கத் தயாராக இருந்தார். பிரேதப் பரிசோதனைக்குப் பிறகு உஷாஸ்ரீயின் உடலுக்கு கட்டாக்கில் உறவினர்களின் இறுதி மரியாதை செலுத்தினர்.

விசாரணைக் கைதியாக சிறையில் இருந்த மருத்துவருக்காக வாதாட எந்த வழக்கறிஞர்களும் ஆரம்பத்தில் முன்வரவில்லை. பிறகு அசோக் ராஜ் என்ற வழக்கறிஞர் அவர் சார்பாக வாதாட முன்வந்தார். மருத்துவருக்கு ஜாமீன் மனு தாக்கல் செய்தார்.

'ஜூன் 3 ஆம் தேதி மருத்துவமனையிலிருந்து நான் வீட்டுக்கு வந்தபோது இருளாக இருந்தது, மின் விளக்கை போட்டேன். ரத்த வெள்ளத்தில் உஷாஸ்ரீ இறந்துகிடந்தார். பிள்ளைகளுக்குத் தெரிவித்தால் அவர்கள் அதிர்ச்சியாகிவிடுவார்கள். பேரக் குழந்தை களுக்கு பரீட்சை இருந்தது. அதனால் அவர் தற்கொலை செய்து கொண்டதை நான் யாருக்கும் தெரிவிக்கவில்லை. நீங்கள் நினைப் பதைப்போல நான் கொல்லவில்லை' என்ற வாதத்தில் மருத்துவர் உறுதியாக இருந்தார்.

புலனாய்வு துறை எந்தத் திசையிலிருந்து கணை தொடுத்தாலும் அவர்களைச் சுலபமாகக் குழப்பி அடுத்த கேள்வியை அவர்கள் யோசிக்கவே அவகாசம் தேவைப்படும் அளவுக்கு சாமார்த்தியமாக பதிலளித்தார் மருத்துவர். உஷாஸ்ரீ தற்கொலை செய்துகொண்டார். அவரின் உடலை நான் வெட்டினேன். அவ்வளவு தான் என்பதுதான் மருத்துவர் சோம்நாத்தின் ஆணித்தரமான பதில்.

உங்கள் மனைவி தற்கொலை செய்துகொண்டார் என்கிறீர்கள்; அப்படியானால் ஏன் காவல் நிலையத்தில் தெரிவிக்கவில்லை என அவர் வழியிலேயே சென்று அவரை மடக்கினர். உஷாஸ்ரீ பொது இடத்தில் தற்கொலை செய்துகொண்டிருந்தால் அதைக் காவல் துறையில் தெரிவிக்கலாம். ஆனால் அவரோ என் சொந்த வீட்டில் தற்கொலை செய்துகொண்டார். அதை நான் ஏன் காவல்துறையிடம் தெரிவிக்க வேண்டும்.

அவரின் உடலை துண்டாக ஏன் துண்டுகளாக வெட்டினீர்கள் என்று காவலர் மடக்கியதும் இறந்த என் மனைவியின் உடலைத் துண்டாக

வெட்டுவது என் விருப்பம். அதில் நீங்கள் தலையிடக்கூடாது என்ற ரீதியில் பதிலடி கொடுத்துத் திகைக்கவைத்தார்.

எதைக் கேட்டாலும் இப்படி எடக்கு மடக்காக வந்துவிழும் அவரது பதில் காவல்துறையைக் கலங்கடித்தது.

உடற்கூறு மற்றும் தடவியல் பரிசோதனைகளின் முடிவின்படி உஷாஸ்ரீ தற்கொலை செய்துகொள்ளவில்லை. அவர் பலத்த காயம் ஏற்படுத்தப்பட்டு கொலைதான் செய்யப்பட்டுள்ளார் என்பது நிரூபண மானதும் விசாரணை தீவிரமானது. முப்பது சாட்சிகளின் வாக்கு மூலங்கள் சேகரிக்கப்பட்டன. அதில் அவரது மகன் மற்றும் மகனின் வாக்குமூலமும் அடங்கும். புலனாய்வு அலுவலர் காவல்துறை உதவி ஆணையர் பிஸ்னு மிஸ்ரா கொலை நடந்த 120 நாட்களில் 70 பக்கங்கள் கொண்ட சார்ஜ் ஷீட் சமர்ப்பித்தார்.

ஆனால், வழக்கறிஞர் அசோக் ராஜ் வாதம் வேறுவிதமாக இருந்தது. காவல்துறையின் சாட்சியங்கள் போதுமானதாக இல்லை அவர்கள் அவசரகதியில் சார்ஜ் ஷீட் கொடுத்துள்ளனர். உஷாஸ்ரீ தற்கொலை தான் செய்துகொண்டுள்ளார். அவர் இறந்த அன்று சோம்நாத் மருத்துவமனையில் பணியில் இருந்துள்ளார். அதை ஆதாரத்தோடு நீதிமன்றத்தில் சமர்ப்பிப்பேன் என்று சொன்னார் அசோக் ராஜ் . சம்பவம் நடந்த சூட்டோடு அசோக் ராஜ் மூன்று தடவை பெயிலுக்கு முயற்சித்தும் பலனின்றிப்போனது.

சோம்நாத் கொலை செய்யப் பயன்படுத்திய கத்தி ரத்தக்கறையோடு வீட்டுக்கு வெளியே வீசப்பட்டிருந்ததை காவலர்கள் கண்டுபிடித்தனர். சதைத் துணுக்கோடு உஷாஸ்ரீயின் நகை பெட்டியையும் அவர் வீட்டிலிருந்து கைப்பற்றினர். புல்லை வெட்ட பயன்படுத்தும் பெரிய அளவிலான கத்தி, கத்தரி, கத்தி போன்றவற்றையும் காவல்துறை கைப்பற்றியது.

குர்தா மாவட்ட சார்பு நடுவர் நீதிமன்றம், உஷாஸ்ரீ கொலை வழக்கை விசாரணைக்கு எடுத்துக்கொண்டது. காவலர்கள் முதல்கட்ட விசாரணையில் குறிப்பிட்டவை உண்மைதானா என்பதை அரசுத் தரப்பு வழக்குரைஞர் விசாரித்தார். மருத்துவர் சோம்நாத்தின் வழக்குரைஞர் சாட்சிகளைக் குறுக்கு விசாரணை செய்தார். அன்றைய நாள் இந்த இரண்டு நிகழ்வோடு நீதிமன்றம் கலைந்தது. அந்த மாநிலம் மட்டுமல்லாது நாடே இந்த வழக்கின் அசைவை உற்று நோக்கிக்கொண்டிருந்தது. உஷா ஸ்ரீ அவரது மகளைத் தன் வீட்டுக்கு அழைத்துவரவேண்டும் என்று கூறியதால் ஆத்திரமடைந்த சோம்நாத் அவரைக் கொலை செய்ததாக செய்திகள் கசிந்தன. கொலை மற்றும் கொலையான தடயங்களை அழிக்க முயற்சி ஆகிய இரண்டு

குற்றங்களுக்காக சோம்நாத்தை நீதிமன்ற காவலில் வைத்து விசாரிக்க நீதிபதி சந்தோஷ் குமார் தாஸ் ராய் உத்தரவிட்டார்.

நான் என் மனைவியைக் கொலை செய்யவில்லை. அவள் தற்கொலை செய்துகொண்டாள். அப்படியே நான் தான் கொலை செய்தேன் என்றால் என்னை தூக்கில் போடுங்கள் என்று பத்திரிகையாளர்களிடம் சோம்நாத் கூறினார்.

காவல்துறை துணை ஆணையர் நிதின் சிங் அவர்களின் விசாரணையில் இருந்து சில உண்மைகள் தெரியவந்தது. அதன்படி, சோம்நாத்துக்கும் மற்றொரு பெண்ணுக்கும் தொடர்பு இருந்தது. அதை மனைவி கண்டித்ததால் ஆத்திரமடைந்து மனைவியை சோம்நாத் கொலை செய்தார். அவருக்கும் இன்னொரு பெண்ணுக்கும் தொடர்பிருந்த விஷயம் தன் சகோதரிக்கும் தெரியும் என்று சோம்நாத்தின் மைத்துனரும் உறுதிப்படுத்தினார்.

மனைவியின் உடலை அவரின் கடைசி ஆசையின்படி ஷிர்டியில் எரிப்பதுதான் அவரது திட்டம். அதற்கு சாய்பாபாவின் பிறந்த நாள்தான் உகந்தது என்று பிணத்தை வைத்துக்காத்துக் கொண்டிருந்தாராம். அதேபோல போகும் வழியில் துண்டு துண்டுகளாக வெட்டி வைத்துள்ள மனைவியின் உடலை வழியெல்லாம் வீசிவிட்டு கொஞ்ச நாளுக்கு பிறகு காவல் நிலையத்தில் மனைவியை காணவில்லை என்று புகார் கொடுக்கும் திட்டத்தையும் வைத்திருந்திருக்கிறார் சோம்நாத்.

மருத்துவர் சோம்நாத் வெளி ஆட்கள் யாரிடமும் அதிகம் பேசமாட்டார். எப்போதுமே அவர் ஒரு டெரர் மாதிரிதான். அவர் பேசி பழகும் நபர்களில் ஒருவர் அவர்களின் தோட்டக்காரர் சோனு. முதலாளியம்மா கொலை செய்யப்பட்டது காவலர்கள் விசாரணைக்கு வந்தபோதுதான் தனக்கு தெரியவந்ததாக சோனு தெரிவித்தான். சோம்நாத் பலசரக்கு அங்காடியில் பணிபுரியும் விற்பனையாளர் ஒருவரின் சிபாரிசின் பேரில் தான் சோனு சோம்நாத்தின் வீட்டில் தோட்டக்காரராக நியமிக்கப்படுள்ளான் என அறிந்ததும் சோனுவை விசாரித்தால் உள்ளுக்குள் புதைந்து கிடக்கும் ரகசியம் வெளியே வரும் என்று காவல்துறை நம்பியது. அதோடு நில்லாமல் விற்பனை யாளரிடமும் விசாரித்தது. சிறு துரும்பு கிடைத்தாலும் அதைப் பிடித்துக்கொண்டு அடுத்தகட்ட விசாரணையை காவல்துறையினர் நடத்தினர்.

கொலை நடந்த ஜூன் 3 ஆம் தேதி வேலைக்கு வந்த சோனுவிடம் முந்தைய நாள் வேலைக்கு வராததற்காகக் கடிந்துகொண்டுள்ளார் சோம்நாத். மறுநாள் அவரே தோட்டக்காரருக்கு போன் செய்து

வேலைக்கு வரச் சொல்லியிருக்கிறார். முதலாளி அம்மா துபாய்க்குச் சென்றிருக்கிறார். வேலையாள் வரவில்லை என்று சொல்லி சோனுவை அவனது வீட்டில் சமைக்கச் சொல்லியிருக்கிறார். வீட்டிலிருந்து எந்த நாற்றமும் வராததால் அவருக்கு முதலாளி அம்மா கொலையாகி இருப்பார் என்ற சந்தேகத்துக்கே இடமில்லாமல் போனதாம். மருத்துவர் சோம்நாத் சின்ன சின்ன தவறுக்குக்கூடக் கடுமையாகத் தண்டிப்பார். நான்கு மாதத்துக்குள் 15 வேலையாட்களை மாற்றியுள்ளார். தோட்டக்காரரின் சாட்சியமும் பெரியளவில் காவல்துறைக்கு உதவவில்லை என்றே சொல்லலாம்.

சோம்நாத் மனைவியைக் கொல்லவில்லை என்று பொய் சொல்கிறார். அதை நிரூபிக்க அவருக்கு பாலியோகிராப் என்னும் பொய்யை கண்டறியும் சோதனைக்கு அனுமதிக்கவேண்டும் என்ற காவல்துறையின் வேண்டுகோளை ஏற்று கொலை நடந்த மாதத்தில் ஒருநாள் வெள்ளிக்கிழமை மாலை பொய்யைக் கண்டறியும் பரிசோதனைக்கு நீதிமன்றம் அனுமதியளித்தது. மாநில தடய அறிவியல் ஆய்வுக்கூடத்தில் கைதேர்ந்த நிபுணரால் பரிசோதனை நடத்தப்பட்டது. காவல்துறையினரிடம் கலந்தாலோசித்து 20 கேள்விகள் கேட்கப்பட்டன. இதற்கெல்லாம் அசந்துவிடுவாரா சோம்நாத். பொய்யைக் கண்டுபிடிக்கும் இயந்திரமும் இவர்முன் தோற்றுவிட்டது.

அடுத்ததாக, உண்மையைக் கண்டறியும் நார்கோ டெஸ்ட்க்கு சம்மதம் கேட்டு காவல்துறை நீதிமன்றத்தை நாடியது. நார்கோ டெஸ்ட் என்பது ஒருவரின் உடலில் மருந்தைச் செலுத்தி அவரது மூளையை இயங்கவிடாமல் அவரது மனதைப் பேசவைப்பது. இந்தப் பரிசோதனையில் செலுத்தப்படும் மருந்தால் சோதனைக்கு உட்படுத்தப்படும் நபருக்கு உடலளவிலும் மனதளவிலும் ஆபத்தும் உள்ளது. அதனால்தான் உச்சநீதிமன்றத்தில் கே.ஜி பாலகிருஷ்ணன் அடங்கிய அமர்வு நார்கோ டெஸ்ட் ஒருவரின் சம்மதத்தின் பேரில் நடந்தாலும் அதை உண்மை என்று ஏற்றுக்கொள்ளக்கூடாது. அடுத்தகட்ட விசாரணைக்கு வேண்டுமானால் பயன்படுத்தலாம் என ஒரு வழக்கில் தெரிவித்தது. உச்சநீதிமன்றமே நார்க்கோ பரிசோதனையில் இந்த நிலைப்பாட்டில் இருக்கையில் சார்பு நடுவர் மன்றம் மட்டும் அதற்க்கு எப்படி அனுமதியளிக்கும்? மருத்துவர் சோம்நாத்தின் வயது, உடல்நிலையைக் கருதி அவருக்கு நார்கோ டெஸ்ட் செய்ய நீதிமன்றம் அனுமதியளிக்க மறுத்துவிட்டது.

சோம்நாத் மாலை ஆறுமணிக்கே தூங்கப் போவார்; அதிகாலை மூன்று மணிக்கே எழுந்துவிடுவார். இயல்பான மனிதர்களில் இருந்து சற்று விலகியே இருந்துள்ளார் என்பதற்கு இது ஒரு உதாரணம். அக்கம்

பக்கம் உள்ளவர்களிடம் சின்ன சின்ன விஷயத்துக்கும் சண்டை போடுபவர். சண்டையின் முடிவில் உங்களை கைது செய்துவிடுவேன் என்று மிரட்டல் விடுவதும் உண்டு.

ஜூன் 3 ஆம் தேதி உஷாஸ்ரீயைக் கொலை செய்திருக்கிறார். ஜூன் 21-தான் வெளிச்சத்துக்கு வந்தது. இடைப்பட்ட இந்த நாட்களில் யாருக்கும் அவர்மீது எந்த சந்தேகமும் வரவில்லை. இந்த நாட்களில் வழக்கம்போல மருத்துவமனைக்குச் சென்றுவந்துள்ளார். ஜூன் 11 ல் அவர் வேலைபார்க்கும் மருத்துவமனையில் கேக் வெட்டித் தன் பிறந்தநாளைக் கொண்டாடியுள்ளார்.

கொலை நடந்த அன்றிரவு மலரும் நினைவுகளில் மூழ்கிக்கிடந்து விடிந்ததும் மனைவியின் உடலைத் துண்டுகளாக வெட்டியுள்ளார். தலையை மட்டும் மேசையின் மீது வைத்துவிட்டு தினமும் அதனுடன் பேசுவாராம். தரையைச் சுத்தப்படுத்த பயன்படுத்தும் நிம்மேலி என்ற திரவியத்தை மனைவியின் உடலை வெட்டிய துண்டுகளின் மீது பூசி நாற்றம் வராமல் பத்திரப்படுத்தி வைத்துள்ளார்.

சிறையில் இருக்கும்போதும் உடனிருக்கும் நபர்களுடன் சண்டை யிட்டுள்ளார். தற்கொலை செய்துகொள்வேன் என்று சிறை அதிகாரிகளை மிரட்டியிருக்கிறார்.

கொலையான உடலை சுலபமாக மறைப்பதற்காக முன்கூட்டியே யோசனை செய்து அவரது காரில் 45000 செலவழித்து ஏ சி யைப் பொருத்தியுள்ளார். இந்த ஒரு விஷயமே கொலை எதேச்சையாக நிகழ்ந்ததல்ல; ஆற அமரத் திட்டமிட்டு தெள்ளத்தெளிவாக ஒவ்வொன்றாக நிறைவேற்றப்பட்டிருக்கிறது என்பதைப் புரியவைக்கிறது.

ஜரப்பாடா சிறை ஒரிசா மாநிலத்தில் இருக்கும் மிகப் பெரிய சிறைச்சாலை. அங்கு தான் சோம்நாத் விசாரணைக் கைதியாக அடைபட்டுள்ளார். அங்கு விசாரணைக் கைதிகள், தண்டனைக் கைதிகள், அரசியல் பெரும்புள்ளிகள் என்று 700 க்கும் மேறபட்ட பலதரப்பட்ட சிறைவாசிகள் தங்கியுள்ளனர். கைதிகளுக்கு மருத்துவம் பார்க்கும் புற மருத்துவர் 12.00 மணிக்கு வருவார். ஒரு மணிக்குச் சென்றுவிடுவார். பிறகு மாலை 4.30 க்கு வருவார். 5.30 க்கு கடையை அடைத்துவிட்டு அவரது சொந்த மருத்துவமனைக்குச் சென்றுவிடுவார். ஒரு நாளைக்கு 700 பேரில் குறைந்தது நூறு பேருக்காவது மருத்துவரின் தேவை இருக்கும். சிறைச்சாலைக்கென்று பிரத்யேகமாக நியமிக்கப்பட்ட மருத்துவர் இந்த வருமானம் போதாதென்று, சொந்த கிளினிக்கில் கவனம் செலுத்த ஓடும்போது

சிறைச்சாலையில் இருக்கும் நோயாளிகளின் கதி என்ன ஆகும்? விசாரணைக் கைதியாக சிறையில் இருக்கும் சோம்நாத் வைத்தியம் செய்வதை ஏற்றுக்கொள்ள வேண்டிய கட்டாயத்துக்கு சிறைவாசிகள் தள்ளப்பட்டனர். மருத்துவருக்கு உதவியாக மருந்தாளுனர் அல்லது செவிலியர் பணி செய்ய உதவியாள் ஒருவன் வந்தான். அவனும் அதே சிறையில் இருப்பவன் தான். நகரத்தில் ஒரு மருத்துவமனையில் துப்புரவு தொழிலாளியாக இருந்த அவன் அந்த மருத்துவமனையின் முதலாளியைக் கொலை செய்துவிட்டு சிறைக்கு வந்தவன்!

மருத்துவர் சோம்நாத் அவரது மனைவியை 300 துண்டுகளாக வெட்டிக் கொலை செய்த கொடூரம் தெரிந்திருந்தும் அவருடைய மனநிலை புரிந்தும் வேறு கதியில்லாத சிறைவாசிகள் அவரிடமும் இன்னொரு கொலையாளியிடமும் தங்களின் உடல்நலனை ஒப்படைத்தனர்.

அகாந்த் என்ற மனித உரிமை ஆர்வலர் கொடுத்த புகாரின்படி தேசிய மனித உரிமை ஆணையம் தலைமை செயலர் ஜரப்பாடா சிறைச்சாலையின் உண்மை நிலவரத்தை அறிந்து அறிக்கை தாக்கல் செய்யவேண்டும் என்று உத்தரவிட்டுள்ளது. சோம்நாத்துக்கு இதயக் கோளாறு, சர்க்கரை நோய் போன்றவை உள்ளதென்று வழக்கறிஞர் அரசு மருத்துவமனைக்கு மாற்றக்கேட்டார். அதற்கும் நீதிமன்றம் மறுத்துவிட்டது.

குற்றத்தில் எந்த வகையிலும் தொடர்பில்லாத அவரது மகன், மகள், மைத்துனர் ஆகியோரைப்பற்றிய விவரங்களை எழுதி சமுதாயத்தில் கண்ணியமாக வாழும் அவர்களின் நற்பெயரைக் களங்கப்படுத்தக் கூடாதென்று அவர்கள் பெயரை இங்கு குறிப்பிடவில்லை. மருத்துவர் சோம்நாத்துக்குத் தற்போது 74 வயதாகிறது. இதற்கு மேல் உஷாஸ்ரீ யின் வழக்கை விசாரித்து, தீர்ப்பு வெளியாகி, அதற்குப் பிறகு தண்டனை கிடைத்து, அந்தத் தீர்ப்புக்கு முறையீடு செய்து, உச்சநீதிமன்றம்வரை போராடி இறுதியில் எஞ்சி இருக்கப்போவது எது? இத்தனை தடைகளைத் தாண்டுவதற்குள் ஆயுள் காலத்தை முழுவதுமாக முடித்துவிட்டிருப்பார். கௌரவமான மருத்துவத்துறையில் உயிர் காக்கும் உன்னத சேவையை பணி ஓய்வு காலம் வரை செவ்வனே செய்து, அதற்குப் பிறகும் ஓய்வை நாடாமல் மருத்துவத்தின் மீது ஈடுபாட்டோடு இருந்திருக்கிறார். சிறையில் அடைக்கப்பட்ட பிறகும் சிறைவாசிகளுக்கு மருத்துவம் பார்த்திருக்கிறார். இப்படிப்பட்ட ஒருவரின் மனநிலை இவ்வளவு கொடூரமாக மாறிப்போனதற்கு எது காரணமாக இருந்திருக்கும்? 42 வருடங்கள் இனிதாக இல்லறம் நடத்திவந்த அவர் திட்டம் போட்டு மாமிசத்தை நறுக்குவதைப் போலக் கொடூரமாக துண்டு துண்டாக வெட்டிக் கொலை செய்தது உண்மை என்றால் அவர் மன்னிக்கப்படக்கூடாதவர். அவராகவே முன்வந்து பேசினால் தவிர உண்மைகள் வெளிவரப்போவதில்லை.

6

'சயனைட்' மல்லிகா

லட்சுமி, ஜெயாம்மா, சாவித்திரியம்மா, சிவமோகா, கெப்பம்மா இந்த ஐந்து பெயர்களை கொண்டவர் ஒரே பெண்மணிதான்! அவர் வீட்டில் செல்லமாக இத்தனை பெயர்களை வைத்திருப்பார்களோ என்று எண்ண வேண்டாம். ஏனென்றால் மாட்டிக்கொள்ளாமல் தப்பிக்க அவருக்கு அவரே வைத்துக்கொண்ட பெயர்கள்தான் இத்தனையும். இருக்கும் பேர்கள் போதாதென்று சயனைட் மல்லிகா என்று காவல்துறை வட்டாரத்தால் சுட்டப்படும் மல்லிகா காஞ்சிபுரம் பட்டுடுத்தி தலைநிறைய பூவைத்து, பளிச்சென குங்குமமிட்டு பக்திப் பழமாகக் காட்சியளிப்பார். 45 வயது மதிக்கத்தக்க நடுத்தர வயதுடையவர். கர்நாடக மாநிலத்தை சேர்ந்தவர். இந்தியக் கொலை வரலாற்றில் முதல்முறையாக எந்தப் பெண்ணும் செய்யத் துணியாத மாபெரும் கொடூரத்தை 1999 முதல் 2007 வரையுள்ள காலத்தில் நிகழ்த்தியுள்ளார்.

சர்வ சாதாரணமாக யாருடைய துணையும் இல்லாமல் தனி ஒருத்தியாக ஆறுகொலைகளைச் செய்துள்ளாள். கணவனுடனும் மூன்று குழந்தைகளுடனும் சந்தோஷமாக வாழாமல் சராசரி பெண்ணுக்குரிய இலக்கணத்தைத் தகர்த்து குடும்பத்தை விட்டு வெளியேறி வாழ்ந்துவந்த மல்லிகாவைக் கொலை செய்யத் தூண்டிய காரணி எது ? பணம் இதைத்தவிர வேறொன்றும் இல்லை. அதிலும் அற்ப மதிப்புலான பணம்.

கொலை என்றாலே கொதிக்கிற உலையை போல மனசு தகிக்க ஆரம்பித்துவிடும். கேள்விப்படுபவர்களுக்கே அப்படியிருக்கையில்

அதை செய்பவர்களுக்கு எப்படி இருந்திருக்கும். எதிர்பாராமல் நடக்கும் விபத்தைப்போல நிகழ்ந்துவிட்ட கொலையைச் செய்தவருடைய தரப்பில் ஒரு சதவீதமாவது நியாயம் இருக்கும். அது அந்த நபருடைய வழக்கைக் கொஞ்சம் பரிவுடன் பார்க்கும் வாய்ப்பை ஏற்படுத்திக்கொடுக்கும். ஆனால் மல்லிகாவைப் பொறுத்தவரை ஒவ்வொரு கொலையையும் நிதானமாகத் திட்டமிட்டுச் செய்திருக்கிறார். அவர் என்னதான் அழுது புரண்டாலும் அவர் செய்த குற்றத்தைப் பொறுத்துக்கொள்ளவே இயலாது.

தண்டனையின் உச்சகட்டம் மரணதண்டனை. குற்றத்தின் அளவைப் பொறுத்து ஒரே வழக்கில் இரண்டு ஆயுள்தண்டனை வழங்கித் தீர்ப்பளித்துள்ள வழக்குகள் உள்ளன. மரணம் என்பது ஒரு தடவைதான். முனியம்மா மற்றும் நாகவேணி ஆகிய இரண்டு பெண்மணிகள் மல்லிகாவின் கொடூரத்தால் உயிரை இழந்தவர்கள். இவர்களின் வழக்கு வெவ்வேறு நீதிமன்றங்களில் விசாரிக்கப்பட்டு இரண்டு வழக்குக்கும் தனித்தனியாக இரண்டு மரண தண்டனை வழங்கப்பட்டுள்ளது. ஒரே உயிருக்கு இரண்டு மரண தண்டனைகள் பெற்ற இவரின் தலை தப்புமா? பெங்களூரு பரப்பன அக்ரஹாரா சிறையில் கைதியாக தண்டனை அனுபவித்துவரும் சயனைடு மல்லிகா மரணத்திலிருந்து தப்பித்துக்கொள்ள எந்தவிதமான நடவடிக்கைகளை மேற்கொண்டிருப்பார். இரண்டு மரணங்கள் தலைமேல் அமர்ந்து கிடுக்கிப்பிடி போட்ட பிறகு வாழும் நாட்களை நீட்டிக்க மல்லிகா மேற்கொண்ட முயற்சிகள் அவருக்கு பலனளித்ததா.

கத்தி, துப்பாக்கி போன்ற சராசரி கொலைகாரர்கள் பயன்படுத்தும் ஆயுதத்தை மல்லிகா பயன்படுத்தவில்லை. அவள் கையில் எடுத்த முதல் ஆயுதம் பக்தி. வயதானவர்கள் அல்லது தனிமையில் இருக்கும் பெண்கள் இவர்கள்தான் மல்லிகாவின் இலக்கு. குடும்ப பாரத்தையும் மன பாரத்தையும் தூக்கிச் சுமந்துகொண்டிருக்கும் பெண்கள், தனிமையில் வாடுபவர்கள், குழந்தையில்லை என்று வருந்துபவர்கள் இதுபோன்ற குடும்பக் கஷ்டத்திலிருந்து விடுதலை கிடைக்காதா என்ற மனநிலையில் உள்ளவர்களுடன் தனக்கு ஒரு புதுப் பெயரை வைத்துக்கொண்டு அறிமுகமாவாள் மல்லிகா. அவர்களுக்கு ஆறுதல் கொடுக்கும் விதமாகப்பேசித் தன் மீது நம்பிக்கையை ஏற்படுத்திக் கொள்வாள். பிறகு அவர்களின் கஷ்டம் போக்கும் தீர்வை இவளே சொல்வாள். கிராமப்புறங்களில் ஒதுக்குபுறமான கோவில்களுக்கு பரிகார பூஜை செய்யச் சொல்லி அவர்களைத் தனியாக அழைத்து செல்வாள். கடவுளை தரிசிக்கப்போகும்போது நகைகளை அணிந்து வரவேண்டும் என்றும் சொல்வாள்.

மக்கள் நடமாட்டம் குறைவாக உள்ள கோவில்களுக்கு அல்லது கிராமக் கோவில்களுக்கு அவள் தேர்ந்தெடுத்த பெண்ணை அழைத்துச்செல்வாள். கண்களை இறுக மூடி இறைவனிடம் பிராதனை செய்யச்சொல்வாள். பிரச்னைகளைத் தீர்த்து வைக்க கடவுள் கண்திறப்பார் என்ற நம்பிக்கையில் கண்களை மூடி பிராத்தனையில் இருக்கும் சமயத்தில் பக்தையின் வாயை பொத்தி பக்தை எதிர்பாராத நேரத்தில் வலுக்கட்டாயமாக அவரின் வாயில் கையோடு கொண்டுவந்திருக்கும் சயனைடு விஷத்தை ஊற்றுவாள். கண் இமைக்கும் முன் பக்தை அதே இடத்தில் தன் உயிரை விட்டுவிடுவார். அவர் இறந்ததும் கழுத்தில் காதில் மூக்கில் என்று அணிந்திருக்கும் நகைகளைக் கழற்றிக்கொள்வாள். பிறகு வந்த சுவடு தெரியாமல் அங்கிருந்து அகன்றுவிடுவாள்.

கோயில் மற்றும் அவள் பக்தையோடு தங்கிய இதர இடங்களில் சொந்த முகவரியைக் கொடுத்திருக்கமாட்டார். கிராமப்புறக் கோவில்களில் கண்காணிப்பு கேமிரா இருக்கவும் வாய்ப்பில்லை. பெங்களூருவைச் சுற்றியுள்ள கிராமக் கோவில்களைத்தான் அவள் கொலைக்கான தளமாகத் தேர்ந்தெடுத்திருக்கிறாள். தமிழகக் கோவிலும் ஒரு கொலைக்குத் தளமாக இருந்திருக்கிறது. ஆதாரத் தோடு நிரூபிக்கப்பட்ட கொலைகள் ஆறு. கணக்கில் வராதது எத்தனையோ. கேட்பாரில்லாமல் தனியாளாக வசித்து வந்த பெண்களையே இவள் அழைத்துசென்று கொலை செய்திருக்கிறாள். அந்தப் பெண்களைத் தேடி யாரும் புகார் கொடுக்க வாய்ப்பில்லை. எனவே, இவளுடைய பட்டியலில் மறைந்திருக்கும் கொலைகள் எத்தனையோ.

குடும்பத்தைவிட்டு பத்து ஆண்டுகளுக்கு முன்பே பிரிந்துவந்து விட்டார் மல்லிகா. சிறு சிறு வேலைகளைச் செய்தார். பிறகு உழைக்காமல் சம்பாதிக்கத் தீர்மானித்துத் தனியாக இருக்கும் பெண்களை நம்பவைத்து அவர்களை வெளி இடங்களுக்கு அழைத்து வந்து கொலை செய்வது என்ற மகா கொடூரமான பாவத்தை சர்வ சாதாரணமாகச் செய்திருக்கிறாள். தனி ஒருவளாகத்தான் இவற்றை அரங்கேற்றியுள்ளாள் என்பதை அறியும்போது அதிர்ச்சி கலந்த ஆச்சரியமே மிஞ்சுகிறது. பணம் இப்படியெல்லாமா ஆட்டிப் படைக்கும். உடலளவில், மனதளவில் பலவீனமான குறிப்பாக தனித்து வாழும் பெண்களை இலக்காகக்கொண்டால் யாருக்கும் சந்தேகம் வராது என்ற தந்திரத்தை எப்படித்தான் கற்றுக்கொண்டாளோ, படுபாவி.

உலகில் நடக்கும் கொலைகளில் பல பெண்ணுக்காகவும் பணத்துக்காகவும்தான் நடக்கின்றன என்பதை மறுப்பதற்கில்லை.

என்றாலும் காதில் போட்டிருக்கும் கம்மல், மூக்கில் துளியளவு அலங்கரிக்கும் மூக்குத்தி இவற்றை விற்றால் அதிகபட்சமாக முப்பதாயிரம்வரைதான் கிடைக்கும். ஆறு உயிர்கள் இந்த சொற்ப பணத்துக்காகக் கொல்லப்பட்டிருக்கிறது என்னும்போது நெஞ்சில் வேதனை ஈட்டியைப் பாய்ச்சுகிறது.

கொலையாளிகள் யாருமே கொலையைச் செய்தது நான்தான் என்று ஒப்புக்கொண்டு ரத்தம் சொட்டும் கத்தியைக் கையில் பிடித்துக் கொண்டு காவல்நிலையத்துக்கு வந்து சரணடைவதில்லை. கொலையைச் செய்துவிட்டு மக்களோடு மக்களாகக் கலந்து விடுவார்கள். உதாரணத்துக்கு கொலையானவர் வடமாநிலத்தைச் சேர்ந்தவர். அவர் சென்றிருப்பதோ கர்நாடகாவில் உள்ள ஒரு கோவில். அழைத்துச் சென்றவருக்கும் அவருக்கும் சம்பந்தம் இல்லை. கொலை சம்பவத்தை நேரில் கண்டவர்களும் இல்லை. மிக முக்கியமாக கொலையானவரைத் தேடி எவரும் புகார் அளிக்க வில்லை. இறந்தவரின் சடலத்தை எரித்துவிட்டு அதோடு அவரின் விவரமும் மறக்கடிக்கப்பட்டுவிடுவதுதான் சர்வசாதாரணமாக நடக்கக்கூடியது.

கொலை செய்து விட்டுத் தடயமில்லாமல் தப்பித்துக்கொள்ளும் தந்திரத்தில் மல்லிகா கை தேர்ந்தவளாக இருந்திருக்கிறாள். கொலையை நேரில் கண்ட சாட்சியங்கள் இல்லாதது கொலை யாளிக்கு வசதியானது. காவல் துறை சந்தேக கேஸ், திருட்டு கேஸ் என்று அவர்களிடம் பிடிப்படும் நபரை முட்டியில் தட்டி வாயைத் திறக்கவைக்கும்போது எலிக்கான பொறியில் புலி வந்து சிக்குவதைப்போல மல்லிகா மாதிரியான பெரும் குற்றவாளிகள் சிக்குவதுண்டு. உண்மையைத் துப்பு துலக்கி, முதல் தகவல் அறிக்கையை சமர்பித்து, சார்ஜ் ஷீட் தயாரித்து, தப்பிக்க முயலும் போது முட்டிக்கு மேல் சுடலாமா முட்டிக்கு கீழா என்று உயரதிகாரியிடம் அனுமதி வாங்கி, உண்மை கண்டறியும் சோதனை, பொய் கண்டறியும் சோதனை செய்ய நீதிமன்றத்தில் மனு செய்து, அனுமதி பெற்று குற்றம் சுமத்தப்பட்டவரின் வாயைத் திறக்க வைத்து அப்போதும் அவர்கள் நான் கொலை செய்யவில்லை என்று ஜகா வாங்கும்போது சந்தர்ப்ப சூழ்நிலை சாட்சியங்களை சமர்ப்பித்து தண்டனை வாங்கிக் கொடுக்கிறார்கள். மல்லிகா விஷயத்திலும் அவள் செய்த எந்தக் கொலைக்கும் நேரடி சாட்சியங்கள் இருக்கவில்லை. அதனால் சூழ்நிலை சாட்சியங்களை வைத்தே தண்டனை வழங்கப்பட்டது.

தும்கூர் மாவட்ட விரைவு நீதிமன்றம் -1 ல் வழக்கு எண் 164/ 2008 என்ற வழக்கு பலதரப்பட்ட விசாரணைகளைக் கடந்து 28.03.2009 அன்று

தீர்ப்புக்காக ஒத்திவைக்கப்பட்டிருந்தது. அதே மாதம் 24 மற்றும் 28 ஆகிய இரு தினங்களில் தீர்ப்பிடப்பட்டது. இந்திய தண்டனைச் சட்டம் பிரிவு 302 ன் கீழ் கொலைக்குற்றம் சுமத்தப்பட்டிருக்கும் இந்த வழக்கின் கொலையாளி மல்லிகாவுக்கு மரணதண்டனை விதிக்கப் படுகிறது என்று தீர்ப்பு வழங்கப்பட்டது.

மல்லிகா தனக்கு வழங்கப்பட்ட மரணதண்டனை தீர்ப்பை மாற்றக்கோரி உயர்நீதிமன்றத்தில் மனு தாக்கல் செய்தாள். கீழமை நீதிமன்றம் வழங்கிய தீர்ப்பை அணு அணுவாக ஆராய்ந்த உயர்நீதிமன்றம் கீழமை நீதிமன்றம் கொடுத்த தீர்ப்பு நியாயமானது என்று மல்லிகாவுக்கு மரணதண்டனை வழங்க பச்சைக்கொடி காட்டியது. இருந்தும் மல்லிகா தளரவில்லை. உச்சநீதிமன்றக் கதவுகளைத் தட்டினார். சிறையில் தண்டனை கைதியாக இருக்கும் மல்லிகாவின் சார்பாக வாதாட கீழமை நீதிமன்றம், உயர்நீதிமன்றம், உச்சநீதிமன்றம் ஆகிய மூன்று நீதிமன்றங்களில் வழக்கு நடத்த உண்டான செலவுகளை உறவுகளை துறந்து வாழும் மல்லிகாவுக்காக யார் ஏற்றிருப்பார்கள். சிறையில் இருக்கும் அவருக்காக மனித உரிமை ஆட்களோ இலவச சட்ட மையமோ உதவி இருக்குமோ.

முனியம்மா என்ற பெண்ணை 15.12.2007 ல் கொலை செய்கிறாள். பெங்களூரு அருகே சிக்கபொம்மசந்திரா என்ற ஊரைச் சேர்ந்த முனியம்மாவை எடியூர் என்ற இடத்தில் அட்டிலகம்மா என்ற கோயிலுக்கு அழைத்து செல்கிறாள் மல்லிகா. அங்கு தரிசனம் முடித்துக்கொண்டு அதே ஊரில் சித்தலிங்கேஸ்வரசாமி கோயிலுக்கும் அழைத்துச் செல்கிறாள். அந்த கோயிலில் பார்வதி பிளாக் அறை எண் - 28 ல் இருவரும் தங்குகிறார்கள். மதியம் சுமார் 12.30 மணியளவில் முனியம்மாவை கண்களை மூடி இறைவனை பிராத்திக்கும்படி கேட்டுக்கொள்கிறாள் மல்லிகா. கண்களை மூடி இறைவனிடம் வேண்டிக்கொண்டிருக்கும்போது முனியம்மாவின் வாயில் சயனைடைத் திணித்து அவருடைய வாயை இறுக்கமாக மூடிவிடுகிறாள். முனியம்மா இறந்தது உறுதியானதும் அவர் அணிந்திருந்த தாலி, சங்கிலி மற்றும் மூக்குத்தியைக் கழற்றி எடுத்துக் கொண்டு அறைக்கு வெளியே வந்து அறையின் கதவை பூட்டி சாவியை எடுத்துக்கொண்டு வந்த சுவடு தெரியாமல் அந்த இடத்தை விட்டே அகன்றுவிடுகிறாள்.

நான்கைந்து நாட்களுக்குப் பிறகு, பூட்டிய அறையிலிருந்து நாற்றம் வந்ததால் கோவில் நிர்வாகத்தினர் காவல்நிலையத்தில் புகார் கொடுக்கிறார்கள். காவல்துறையினர் வந்து பூட்டிய அறையை உடைத்து உள்ளே சென்று இறந்துகிடந்த முனியம்மாவின் சடலத்தை மீட்டார்கள். அறையைப் பதிவு செய்யும்போது பொய்யான

பெயரையும் ஏதோ ஒரு பொய்யான முகவரியையும் கொடுத்திருந்தாள். அப்படியிருக்க காவல்துறை முனியம்மாவை கொன்றது மல்லிகா தான் என்பதை எப்படிக் கண்டுபிடித்தது?

உச்சநீதிமன்றத்தில் மல்லிகாவின் மேல் முறையீட்டு மனுவை விசாரித்த நீதிபதிகள், தீர ஆலோசித்து இதற்கு முன்பு இதேபோல நடந்த வழக்குகளை உதாரணம் காட்டி, இந்த வழக்கில் விடுபட்ட பகுதிகளை நிரப்பியது. மல்லிகாவுக்கு தூக்குதண்டனை கொடுக்க வேண்டாம். அவளது தண்டனையை ஆயுள் தண்டனையாகக் குறைக்கிறோம் என்ற தீர்ப்பை மல்லிகாவின் மனது குளிர அறிவித்துள்ளது. மல்லிகா தற்போது சிறையில் சுதந்திரமான காற்றை சுவாசிப்பாள்.

இப்போது சொல்லப்போவது ஒரு வழக்கின் விசாரணையோ திரித்துக் கூறப்பட்ட கதையோ இல்லை. இறந்தவரின் பிரிவால் வாடும் குடும்பத்தாரின் கண்ணீர் பிசுபிசுப்புகள்:

பேருந்து நிலையத்தில் செல் போன் விற்றுக்கொண்டிருந்த மல்லிகாவை காவலர்கள் கைது செய்தார்கள்.

முனியம்மாவின் மகன் அஞ்சனப்பா 2.1.2008 ல் முனியம்மா கொலை செய்யப்பட்டதாக புகார் கொடுக்கிறார். அந்த சமயத்தில் மல்லிகா கலசிபாளையம் காவல்நிலையத்தில் கைதியாக இருந்திருக்கிறார். காவலர்களின் கட்டுப்பாட்டில் அடைபட்டிருந்த மல்லிகா அதே நேரத்தில் பார்வதி பிளாக்கில் தங்கியிருந்த முனியம்மாவை கொலை செய்ததாக சொல்வது ஏற்றுக்கொள்ள முடியாது என்று அதிரடியாக தனது வாதத்தை ஆரம்பித்தார் மல்லிகாவின் வழக்கறிஞர் ஆனந்தா. காவல் அதிகாரிகள் மல்லிகாவை பொய்யாக இந்த வழக்கில் சிக்கவைத்துள்ளனர் என்பதுதான் அவரது வாதம்.

முனியம்மாவை மல்லிகாதான் கொலை செய்தாரா என்பதை உறுதிப்படுத்த நேரில் கண்ட சாட்சிகள் யாரும் இல்லை. முனியம்மாவும் அவரோடு வந்த இன்னொரு பெண்மணியும் கோயிலில் அறை எடுத்துத் தங்கியிருக்கிறார்கள். முனியம்மாவுடன் வந்தது மல்லிகாதானா என்பதையும் நிரூபிக்கவேண்டியிருந்தது.

கோயில் லெட்ஜரில் அறையின் சாவியை வாங்கும்போது மல்லிகா கையெழுத்து போட்டிருந்தாள். அந்தக் கையெழுத்துக்கும் மல்லிகாவின் கையெழுத்துக்கும் வித்தியாசம் இருந்தது. முனியம்மா விடம் களவாடிய நகைகளை அடகு வைக்கும்போது அவள் அங்கும் கையெழுத்து போட்டிருக்கிறாள். நகை அடகு கடை நோட்டில் உள்ள கையெழுத்தும் மல்லிகாவின் கையெழுத்தும் பொருந்தவில்லை.

மல்லிகாவை கலசிபாளையம் பேருந்து நிலையத்திலிருந்து கைது செய்து காவல்நிலையத்துக்கு கொண்டுவந்தபோது அவளிடம் 15 க்கும் மேற்பட்ட உடைமைகள் இருந்ததாக ஆவணங்கள் சொல்கின்றன. தனிப்பட்ட சாட்சியங்களின் கூற்றுகள் ஆவணங்களின் சாட்சியத்தோடு ஒத்துப்போகவில்லை. காவலர்கள் கலசிபாளையம் பேருந்து நிலையத்துக்குச் சென்றபோது அங்கு மல்லிகா தான் முதல் ஆளாக இருந்தாள். அப்படியிருக்கையில் அவளிடம் களவாடிய பொருட்கள் இருக்க வாய்ப்பில்லையே என்ற சந்தேகமும் எழுந்தது.

மல்லிகாவின் வழக்கறிஞரின் வாதத்துக்கு அரசுதரப்பு வாதம் சளைத்ததல்ல என்ற ரீதியில் அவர்கள் தரப்பு வாதத்தை முன்வைத்தனர். மல்லிகாவை கலசிபாளையம் பேருந்துநிலையத்தில் காவலர்கள் கைது செய்தபோது, சித்தேஸ்வர சாமி கோயிலில் முனியம்மா தங்கியிருந்த பார்வதி பிளாக்கில் அறை எண் 28 ன் சாவியை மல்லிகாவிடமிருந்து காவல்துறை கைப்பற்றியது. முனியம்மாவுக்கும் மல்லிகாவுக்கும் என்ன தொடர்பு. எந்த சம்பந்தமும் இல்லையென்றால் அவர் தங்கியிருந்த அறையின் சாவி மட்டும் மல்லிகாவுக்குத் தெருவில் நடந்துபோகும்போது கிடைத்ததா. கொல்லப்பட்ட முனியம்மாவின் தங்க ஆபரணங்களை அவருடைய மகன் அடையாளம் காட்டினார். மல்லிகா அடகு வைத்த நகையும் அந்த நகைகளும் ஒன்றுபோல இருந்தன.

விவசாயப் பல்கலைக்கழகத்தில் வேலை பார்த்து ஓய்வுபெற்றவரான முனியம்மா கோயில்களுக்குச் செல்வதில் ஆர்வம் மிக்கவர். மூன்று நான்கு நாட்களுக்குப் பிறகு வருவேன் என்று குடும்பத்தாரிடம் தகவல் கூறிவிட்டு வீட்டை விட்டு வெளியேறியுள்ளார். காவலர்கள் முனியம்மாவின் வீட்டுக்கு வந்து அவர் அணிந்திருந்த ஆடைகள் மற்றும் புகைப்படத்தை அவர் குடும்பத்தாரிடம் காண்பித்து அடையாளத்தை உறுதி செய்த பிறகு முனியம்மா கொலை செய்யப்பட்ட விவரத்தைத் தெரிவித்துள்ளனர். முனியம்மா தங்க மாங்கல்யம் அணிந்து சென்றார் என்ற விவரத்தை அவரது மகன் தெரிவித்தார் ஆனால் குறுக்கு விசாரணையின்போது அவர் அம்மா அணிந்திருந்த நகையைப் பற்றி எனக்குத் தெரியாது என்றார்.

பெண்கள் இருவரும் லட்சுமி என்ற பேரில் அறை எண் 28 ஐ பதிவு செய்திருக்கிறார்கள். பிறகு ஒரு நாளைக்கு வாடகை 80 ரூபாய் வீதம் மூன்று நாட்கள் தங்கப்போவதாக இருநூறு ரூபாய் முன்பணம் செலுத்தினார்கள். கெட்ட வாடை வந்த பிறகு காவல்நிலையத்தில் தெரிவித்து அவர்கள் கோயிலுக்கு வந்து கதவை உடைத்துப் பார்த்த பிறகு அங்கு வயதான பெண்மணி இறந்துகிடப்பது தெரியவந்தது. சித்தேஸ்வரசாமி கோயில் செகரட்டரி மாதவாவுக்குக்கு அவர்கள்

கோயிலில் அறை எடுத்து தங்கியிருந்த இருவரில் ஒருவரை உடன்தங்கியிருந்தவரே கொலை செய்துவிட்டார் என்பது சில நாட்களுக்குப் பிறகுதான் அவருக்கே தெரிந்தது.

காவலர்கள் முனியம்மா தங்கியிருந்த அறைக்கதவை உடைத்துத் திறந்தபோது அங்கு அந்த நேரத்தில் அதே ஊரைச் சேர்ந்த இன்ஜினியர். மற்றும் சடலத்தை கோயில் அருகே உள்ள பொது இடத்தில் எரித்த நபர் ஆகியோரும் காவல்துறை சாட்சிகளாக வந்தனர். ரேணுகா பிரசாத், கிருஷ்ண கௌடா, சந்துரு ஆகிய மூன்று சாட்சிகளின் கூற்றும் விவாதிக்கப்பட்டது.

கோயில் கிளார்க் குமார் சாட்சியளிக்கும்போது, இரு பெண்மணிகள் கோயிலுக்கு பூஜை செய்ய வந்ததாகவும் வயதானவர் அம்மா என்றும் தான் அவரது மகளென்றும் மல்லிகா கூறியுள்ளார். பிறகு இருவரும் ஒரு நாள் மட்டுமே அந்த அறையில் தங்கப்போவதாகத் தெரிவித்துள்ளனர். உடன் வந்த பெண்மணிக்கு 70 வயதுக்குள் இருக்கும் என்றும் கிளார்க் தெரிவித்தார். இரண்டு நாட்களுக்குப் பிறகு அந்த அறையைத் திறந்தபோது காவலர்கள் மல்லிகாவை கோவிலுக்கு அழைத்துவந்தனர். அப்போது மேற்சொன்ன சாட்சியங் களை அளித்த கோயில் கிளார்க்கைக் கண்டதும் அவர்தான் தங்களுக்கு அறையை தெரிவு செய்து கொடுத்தவர் என்று மல்லிகாவே சொன்னார். ஆதலால் கிளார்க்கின் சாட்சி நம்பகமானது.

அடுத்த கட்ட விசாரணையில் கிளார்க்கின் கூற்று வேறுவிதமாக இருந்தது. அவர்களை இரண்டடி தூரத்தில் இருந்துதான் பார்த்தேன். அவர்களை அடையாளம் தெரியவில்லை. முன்பணம் செலுத்தியதும் முகவரியைக் கொடுத்துவிட்டு கோயில் நிர்வாக உதவியாளோடு அவர்கள் அறைக்குள் சென்றுவிட்டார்கள் என்றார்.

அதனால் முனியம்மாவுடன் வந்தது மல்லிகாதான் என்பதை நிரூபிக்க வேண்டிய கட்டாயம் அரசுத் தரப்புக்கு எழுந்தது. குமார் அந்தக் கோயிலில் வேலை செய்பவர் அல்ல என்று இன்னொரு குண்டையும் தூக்கிபோட்டார்கள். ஆனால் அதை அவர் மறுத்தார்.

வெங்கடேஷ் என்ற ஊழியரின் சாட்சியப்படி, மல்லிகா வயதான ஒரு அம்மாவுடன் காலை 11.30 க்கு வந்தார்கள். பணம்கட்டிய ரசீதைக் காண்பித்துவிட்டு பதிவேட்டில் கையொப்பமிட்டார்கள். அதில் அந்தப் பெண்மணி லட்சுமி என்றும் ஊர் பாண்டவபுரா என்றும் எழுதினார். அவர்களை அறை எண் 28 வரை அழைத்துச் சென்று விட்டுவிட்டுத் திரும்பி வந்துவிட்டேன். இரண்டுநாட்களாக அறை பூட்டியே இருந்தது. பிறகு இறந்த சடலத்தை மீட்கும்போது காவல்துறையிடம் அடையாளம் சொல்லி அதன்படி மல்லிகா

கோவிலுக்கு வந்ததும் வெங்கடேஷ்தான் அவர்களை அறை வரை கொண்டுவந்துவிட்டதை ஒப்புக்கொண்டார்.

மல்லிகா தரப்பு இதையும் மறுத்தது. வெங்கடேஷ் கோவிலின் ஊழியர் இல்லை என்றும் நிறைய மக்கள் கோவிலுக்கு வந்து செல்கிறார்கள். யார் எப்போது எந்த தேதியில் எந்த நேரத்தில் வந்தார்கள் என்று நினைவுவைத்து அடையாளம் சொல்ல முடியாது என்று கூறியது. அதே சமயம் அவர் நீண்ட காலமாக கோவிலில் பணி செய்பவர் என்பதை ஒப்புக்கொண்டனர்.

ராமச்சந்திரையா என்பவர் முனியம்மாவின் மகன். அம்மா ஓய்வுக்குப் பிறகு கோவிலுக்கு செல்வதை வழக்கமாக கொண்டுள்ளவர் என்றும் அவருடைய உடமைகளையும் அவரும் அடையாளம் காட்டினார். இறந்தவரின் மகள் அவருடைய அம்மா கெப்பம்மா (மல்லிகா) என்பவருடன் கோவிலுக்குச் சென்றதை உறுதிப்படுத்தினார். குறுக்கு விசாரணையிலும் அதை உடைக்முடியவில்லை. அவருடைய பேரன் பேசும்போது பாட்டி கோவிலுக்குப் போகும்போது தாலி, மூக்குத்தி போன்றவற்றை அணிந்துதான் செல்வார் என்பதைத் தெளிவு படுத்தினார். அவரிடம் காண்பித்த புகைப்படத்தில் முனியம்மா நகைகளை அணிந்திருக்கவில்லை. மல்லிகா திருடியபிறகு எடுத்த புகைப்படத்தில் நகைகள் இருக்க வாய்ப்பே இல்லையே.

ஆறு கிராம் எடையுள்ள நகையை அடகு வைத்து ரசீதை வாங்கிக் கொண்டு மூன்றாயிரம் ரூபாய் பணமும் பெற்றுக்கொண்டார். அதற்கான விவரங்கள் பெறப்பட்டுள்ளது. மல்லிகா எங்களின் குறிப்பேட்டில் கையெழுத்திட்டுள்ளார்.

மல்லிகா நகைக்கடைக்கு வரவேயில்லை. அடகு பத்திரத்தில் கையெழுத்திடவில்லை என்ற வாதம் மல்லிகா தரப்பில் முன்வைக்கப் பட்டது, நகைக்கடை முதலாளி அதை மறுத்தார். அவருடைய கடையில் இருவர் ஊழியர்களாக இருக்கிறார்கள். அவர்கள் வாடிக்கையாளர்களை அணுகுவார்கள். பிறகு நகைகளைச் சரி பார்த்த பிறகுதான் அதில் தான் கையெழுத்து போட்டதாகவும் கூறினார்.

பிரேத பரிசோதனையில் சயனைட் சாப்பிட்டு அதனால் நுரையீரல் பாதிக்கப்பட்டது என அறிவிக்கப்பட்டது. இறந்தவர் சடலத்தை எரித்ததாக வாட்ச்மேனும் சொன்னார். பெங்களூரு தடைய அறிவியல் ஆய்வுக்கூடத்திலும் கொடுக்கப்பட்டு பரிசோதனை செய்ததில் சயனைட் கொடுக்கப்பட்டது உறுதியானது.

சிக்கா கொரடாகிரி என்ற இடத்தில் தங்களுக்குச் சொந்தமான கோயிலுக்கு பதினைந்து நாட்களுக்கு ஒருதரம் செல்வது வழக்கம். அங்கு மல்லிகாவைப் பார்த்திருக்கிறேன். ஒரு நாள் வயதான ஒரு

பெண்மணியுடன் பார்த்தேன். அந்த பெண்மணி பக்திப்பாடல்களைப் பாடிக்கொண்டிருந்தார் என்று கோவில் நிர்வாகி சாட்சியம் அளித்தார்.

அரசுத் தரப்பு சாட்சிகள் சிலதை மல்லிகா தரப்பு உடைத்தது. அப்படியானவற்றில் ஒன்றுதான் கோவில் நிர்வாகத்தில் வேலை பார்த்த பெண் அளித்த சாட்சியம். இருநூறு ரூபாய் முன்பணமாகப் பெற்றுக்கொண்டு மலிகாவுக்கு கம்பியூட்டரில் பதிவேற்றி ரசீது கொடுத்துவிட்டு பிறகு அறை சாவியைக் கொடுத்ததாகவும் தெரிவித்த அந்தப் பெண் குறுக்கு விசாரணையில் நேரடியாக மல்லிகாவிடம் சாவியை கொடுக்கவில்லை என்றார். ஆனால் காவலர்கள் கோவிலுக்கு மல்லிகாவை அழைத்துவந்தபோது கொடுத்தேன் என்று சொல்லியிருந்தார். அதனால் இந்த சாட்சியம் அரசுத் தரப்புக்கு சாதகமாக அமையவில்லை.

கலசி பாளையம் காவல்துறை உதவி ஆய்வாளர் கூறும்போது அவர்களுக்குக் கிடைத்த தகவல்படி கலாசிபாளையம் பேருந்து நிலையத்துக்குச் சென்றார்கள். அப்போது அங்கு செல் விற்றுக் கொண்டிருந்த மல்லிகாவைக் கைது செய்து அடைத்தார்கள். அதன்தொடர்ச்சியாக அவரின் வாக்குமூலம் பதியப்பட்டது.

காவலர்கள் முன்வைக்கும் செய்தி உண்மையானதல்ல. எல்லா சாட்சியங்களும் பொய்யானவை அவர்கள் குறிப்பிடும் நாளில், மல்லிகா பேருந்துநிலையத்துக்கு வரவில்லை என மல்லிகா தரப்பு வழக்கறிஞர் காவல்துறையின் சட்சியங்களை மறுத்தார். அரசு தரப்பு முனியம்மாவைக் கொலை செய்தது மல்லிகா தான் என்று ஒரு சாட்சியை கொண்டுவந்து நிறுத்துவதும் அவர்கள் சம்பவத்தை விளக்குவதும் பிறகு குற்றவாளியின் தரப்பு விசாரிக்கும்போது மாற்றிச் சொல்வதும் என வழக்கு விசாரணை நகர்ந்தது.

அதே ஊரைச் சேர்ந்த பசவராஜ், ரங்கநாதன் ஆகியோரின் முன்னிலையில் கைப்பை, கோயிலில் கொடுக்கப்பட்ட ரசீது, அறைச்சாவி, கொஞ்சம் பணம், விசிட்டிங் கார்ட் ஆகியவை கைப்பற்றப்பட்டன. ஆனால் குறுக்கு விசாரணையில் அந்த நேரத்தில் பேருந்து நிலையத்தில் இந்த இரண்டு நபர்களும் இல்லை என்றும். தொலைக்காட்சியில் செய்தி வெளியிட்டபோதுதான் அவர்கள் மல்லிகாவைப்பற்றி அறிந்ததாகத் தெரியவந்தது.

கைப்பற்றப்பட்ட பொருட்களை நீதிமன்றத்தில் ஒப்படைத்ததாக உமேஷ் ஒப்புக்கொண்டார். இவர் கலாசிபாளையம் காவல் நிலையத்தில் ஆய்வாளராக சம்பவத்தின் போது பதவியில் இருந்தார். அவர் முன்னிலையில் குற்றவாளியான மல்லிகா கொலை செய்ததை ஒப்புகொண்டார். தான் நிறைய இடங்களில் தனியாக இருக்கும்

பெண்களை விஷம் கொடுத்துக் கொன்றதாக வாக்குமூலம் கொடுத்தார் என்பதுதான் வழக்கு சூடுபிடிக்கக் காரணமானது.

பெங்களூருவில் தலைமை மெட்ரோ பொலிடின் நீதிமன்றத்தின் முன்பு ஆஜர்படுத்தப்பட்டார். அம்ரதூர் காவல்நிலைய எல்லைக்குள் இந்தக் கொலை நடதுள்ளதால், கலசிபாளைய காவல்நிலையத்தி லிருந்து மல்லிகா தொடர்பான அனைத்து ஆவணங்களையும் ஒப்படைத்தனர். வழக்கு கைமாறியதும் அம்ரதூர் காவல்நிலையத்தில் துணை ஆய்வாளர் ராதா கிருஷ்ணன் சம்பவம் நடைபெற்ற கோவிலுக்குச் சென்றார். அங்கு அறை எண் 28 ல் இருந்து எலுமிச்சை பழம், மஞ்ச நிறப் புடவை, மூக்கு கண்ணாடி, சந்தன டப்பா ஆகியவை கைப்பற்றப்பட்டன. குறுக்கு விசாரணையில் இதுபோன்ற பொருட்களைக் கைப்பற்றவில்லை என்றும், இல்லை கைப்பற்றப் பட்டது என்றும் அரசு தரப்பு, குற்றவாளி தரப்பு இரண்டும் மோதிக்கொண்டன.

நீதிமன்றம் கொலையாளி யார் என்று முடிவுக்கு வர மூன்று முக்கியமான அம்சங்கள் அடிப்படையாக அமைந்தன. 1. மல்லிகாவும் முனியம்மாவும் சேர்ந்திருந்தது உறுதிப்படுத்தப்படுள்ளது. 2. முனியம்மா இறந்து கிடந்த பார்வதி பிளாக் அறை எண் 28 ன் சாவி மல்லிகாவிடம் இருந்து கைப்பற்றப்பட்டிருக்கிறது. 3. முனியம்மா வின் நகைகள் கண்டுபிடிக்கப்பட்டு மல்லிகாவால் அடகு வைக்கப் பட்டது நிரூபிக்கப்பட்டது. இவை நீதிமன்றத்தின் முன்னிலையில் அரசுத்தரப்பால் நிரூபிக்கப்பட்டன.

ஒரு பெண்ணாக இருந்தும் எந்தவித இரக்கமும் இல்லாமல் மற்றொரு பெண்ணை ஆதாயத்துக்காக கருணை இல்லாமல் விஷம் கொடுத்து கொலை செய்த செயல் அபூர்வமானது. அதனால் மரணதண்டனை கொடுக்கவேண்டிய அரிதான வழக்குகளில் இதுவும் ஒன்று என்று கீழமை நீதிமன்ற நீதிபதி தெளிவுபடுதியிருந்தார்.

மேற்கூறப்பட்ட சாட்சியங்களை அலசி ஆராய்ந்து கீழமை நீதிமன்றம் சரியான வகையில் தீர்பளித்துள்ளது. ஆகையால் மல்லிகாவுக்கு மரணதண்டனை விதித்தது சரியானதே என்று உயர்நீதிமன்ற நீதிபதி சைலேந்தர் கீழமை நீதிமன்றம் வழங்கிய தீர்ப்பை உறுதிப்படுத்தினார்.

உச்சநீதிமன்றத்துக்கு இந்த வழக்கு வந்தபோது மல்லிகாவுக்கு கொடுத்திருக்கும் தண்டனையைக் குறைக்கவேண்டும் என்றும் அவருக்கு இரண்டு மகள்கள் ஒரு மகன் இருக்கிறான். இவர்கள் மூவரும் மல்லிகாவைச் சார்ந்துதான் இருக்கிறார்கள். அதனால் இரு நீதிமன்றங்களும் உறுதிப்படுத்தியுள்ள மரணதண்டனையைக்

குறைத்து ஆயுள்தண்டனையாக வழங்கவேண்டும் என்ற கோரிக்கையை முன்னிறுத்தினர்.

மரண தண்டனை கொடுத்தால் மல்லிகா செய்த தவறுக்கான தண்டனையாக இருந்தாலும் அது சில நிமிடத்துக்குள் முடிந்துவிடும். அதுவே ஆயுதண்டனையாக இருந்தால் அவர் செய்த குற்றத்துக்குத் தண்டனையாகவும் தவறை நினைத்து பார்க்கும்விதமாகவும் இருக்கும் என்ற கோணத்திலும் நோக்கப்பட்டது.

மிகவும் அரிதான வழக்கில்தான் மரணதண்டனை விதிக்கப்பட வேண்டும் என்பதை உச்சநீதிமன்றம் வேறொரு வழக்கில் தெளிவுபடுத்தி இருந்தது. அதை இந்த வழக்கில் மேற்கோள் காட்டிய நீதிபதி இரண்டு மரண தண்டனையைப் பெற்றிருந்த மல்லிகாவுக்கு தண்டனையைக் குறைத்து ஆயுள்தண்டனையாக்கினார். மரணத்தி லிருந்து விலக்கு பெற்ற தீர்ப்பை காது குளிரக் கேட்டபிறகு நீதி மன்றத்துக்கு காவலர்கள் பாதுகாப்போடு வெளியே வந்த மல்லிகாவின் பூரிப்புக்கு அளவே இல்லை. ஆனால் இரண்டு மரண தண்டனையைவிட இது கொடுமையானது என்று அவருக்குப் புரியாது. அப்படிப் புரிந்துக்கொள்பவராக இருந்திருந்தால் அற்ப பணத்துக்காக ஆறு கொலைகள் செய்திருப்பாரா.

7

அஜ்மல் கசாப்

2008 நவம்பர் 26. எல்லா நாளையும் போல்தான் அந்த நாளின் பகலும் இருந்தது. ஆனால் அந்த நாளின் இரவு அதுவரை இருந்திராத கொடூர இரவாக, கொடூரக் கனவே பயங்கர நனவாக வந்ததுபோல் இருந்தது. இரவு ஒன்பது மணி பதினைந்து நிமிடம்... மும்பை மாநகரம் மா நரகமானது.

மும்பையில் வசித்தவர்கள் அலறித் துடித்தனர். இந்தியாவின் ஏதோ மூலையில் வாழ்ந்துகொண்டிருக்கும் அவர்களுடைய உறவினர்கள் கதறி அழுதனர். நாடே அடுத்தது என்ன நடக்குமோ என்று மனதில் திகிலோடு, தூக்கத்தைத் தொலைத்துவிட்டு, தனக்கோ தன்னை சேர்ந்த பந்தங்களுக்கோ எந்த அசம்பாவிதமும் நடந்துவிடக்கூடாது என்று பரிதவித்தது. உறவினர்களுடன் தொலைபேசியில் பேசி ஆறுதல் சொல்லிகொண்டது. நேரடி ஒளிபரப்பில் தங்களுக்குத் தெரிந்தவர்கள் யாராவது இறந்துவிட்டார்களா என்ற பதற்றத்தோடு தொலைக்காட்சியைப் பார்த்துக்கொண்டு இருந்தது.

லஸ்கர்-இ-தொய்பா இயக்கத்தைச் சேர்ந்த பாகிஸ்தான் தீவிரவாதிகளில் பத்து பேர் அரபிக்கடல் மார்க்கமாக மும்பைக்கு முன்பே வந்துசேர்ந்திருந்தனர். மும்பை நகரைச் சூறையாட வந்திருந்த அந்தப் பயங்கரவாதிகளுக்கும் நம் நாட்டு பாதுகாப்பு படையினருக்கும் இடையே சுமார் அறுபது மணிநேரம் துப்பாக்கி சூடு நடந்தது. பயங்கரவாதிகள் நடத்திய துப்பாக்கி சூட்டில் 166 நபர்கள் கொல்லப்பட்டனர். 238 பேர் காயமடைந்தனர். 150 கோடி மதிப்புள்ள பொருட்கள் நாசமாயின. காவலர்கள், உயரதிகாரிகள் பாதுகாப்புக்கு

இருந்தவர்கள் என எண்ணிலடங்கா நபர்களையும் அப்பாவிகளையும் அந்த பயங்கரவாதிகள் கொன்றுகுவித்தனர். பாதுகாப்புப்படை நடத்திய தாக்குதலில் பத்து பயங்கரவாதிகளில் ஒன்பது பேர் கொல்லப்பட்டனர். ஒரே ஒரு பயங்கரவாதியை மட்டுமே உயிருடன் கைது செய்யமுடிந்தது. அவன் ஒருவன் மட்டுமே எழுபத்தி இரண்டு பேரின் உயிரைப் பறித்திருக்கிறான். அஜ்மல் கசாப்!

அவனது காயத்துக்கு மருந்திட்டு பிறகு சிறையில் அடைக்கப்பட்டு அவனது வழக்கு விசாரணைக்கு வந்தது. குற்றவியல் நடைமுறைச் சட்டம் பிரிவு 164 ன் கீழ் அவனது ஒப்புதல் வாக்குமூலம் பதிவு செய்யப் பட்டது. இந்தியாவின் மீது தாக்குதல் நடத்த அல் கொய்தா அமைப்பினர் தீட்டிய திட்டங்கள், அவற்றை மும்பையில் நடை முறைப்படுத்தியவிதம் ஆக்கியவற்றைத் தெளிவாக விளக்கினான் அஜ்மல். யாருடைய தூண்டுதலும் நிர்பந்தமும் இல்லாமல் மும்பை தாக்குதலுக்குக் காரணமாக இருந்ததைப்பற்றி வாக்குமூலம் கொடுத்தான்.

அஜ்மல் மும்பை மாநகர தலைமை நீதிபதி முன்பு கொண்டுவந்து நிறுத்தப்பட்டான். அவர் கூடுதல் நீதிபதி திருமதி. சவந்த் அவர்களுக்கு பரிந்துரை செய்தார். அஜ்மல் ஒப்புதல் வாக்குமூலம் அளிக்க வேண்டி யாராவது நிர்பந்தம் செய்தார்களா என்பதைத் தெளிவுப்படுத்திக் கொள்ள கூடுதல் தலைமை நீதிபதி முயற்சி செய்தார். காவலர்களின் கட்டுப்பாட்டில் அவன் இல்லை; அதனால் அவன் நினைப்பதைத் தாராளமாக வெளிப்படுத்தலாம் என்ற உறுதியை அவனுக்குக் கொடுத்தார். காவலர்கள் அத்துமீறி நடந்துகொண்டார்களா துன் புறுத்தினார்களா என்பதையும் கேட்டறிந்தார்.

குற்றவாளிடம் வாக்குமூலம் வாங்கி முடித்தால் வேலை முடிந்தது என்றில்லாமல் அஜ்மலுக்கு இருபத்தி நான்கு மணிநேரம் அவகாசம் கொடுத்தார் நீதிபதி. கூடவே காவலர்களின் கட்டுப்பாட்டுக்குள் அவனை அனுப்பாமல் நீதிமன்றக் காவலில் வைத்தார். மறுநாள் காலை அவன் நீதிபதி முன்பு ஆஜரான பிறகும் அவர் அவசர கதியில் விசாரணையை துவக்கவில்லை. காவலர்களோ மற்றவர்களோ அவனைத் துன்புறுத்திப் பணியவைக்கவில்லை என்பதை மீண்டும் மீண்டும் தெளிவுபடுத்திக்கொண்டார். அஜ்மல் இந்தி மொழியைப் புரிந்துகொள்பவனாக இருந்தான். அதனால் நீதிபதி சவந்த் அவனிடம் உரையாட ஏதுவாக இருந்தது.

மும்பையில் நடந்த பயங்கரவாதத்துக்கு தான்தான் காரணம் என்று ஒப்புக்கொண்டால் அதன் தொடர்ச்சியாக நிகழவிருக்கும் சட்ட விளைவுகளைப்பற்றி தெரியுமா என்றதற்கு அவன் ஆம் என்றே ஒப்புதல் அளித்தான். நிதானமாகத் தெளிவாக யோசிக்க அவகாசம்

கொடுத்து திரும்பவும் இரண்டு நாட்கள் நீதிபதி சாவந்த் நீதிமன்றப் பாதுகாப்பில் அஜ்மலைச் சிறையில் வைத்திருந்தார். அஜ்மலுக்கு கீழமை நீதிமன்றத்தில் கொடுத்த தீர்ப்புக்கு மேல்முறையீடு செய்ய கசாப் முன்வரவில்லை, நீதிமன்றமே அவனுக்காக மூத்த வழக்கறிஞர் ஒருவரையும் அவருக்கு உறுதுணையாக மற்றொரு வழக்கறிஞரையும் நியமித்தது. அஜ்மலுக்கோ அவன் சார்பாக வாதிட பாகிஸ்தான் வழக்கறிஞர் நியமிக்க வேண்டுமென்ற ஆவல் இருந்தது.

★

பாகிஸ்தானில் பரித்கோட் என்ற கிராமத்தில் 1987 ல் பிறந்தவன் அஜ்மல். உருதுமொழிக் கல்வி வழியில் நான்காம் வகுப்பு வரை படித்திருந்தான். அவனுடைய ஒரு அண்ணனுக்கும் அக்காவுக்கும் திருமணம் முடிந்திருந்தது. அவனுக்கு இளைய தங்கையும் தம்பியும் உண்டு. அவனுக்கு அப்பா வழியில் உடன்பிறந்தவர்கள், அம்மா வழியில் உடன்பிறந்தவர்கள் என்று ஏராளமான உறவுகள் பாகிஸ்தானில் வசிக்கின்றனர். அஜ்மலுக்கு இந்திப்படங்கள் பிடிக்கும். நிறைய இந்திப்படங்களை தொலைக்காட்சியில் கண்டு ரசித்திருக்கிறான். அவனுக்கு நல்ல நண்பர்கள் பரித்கோட் கிராமத்தில் இருந்துள்ளனர். அதில் மருத்துவ நண்பர்களும் உண்டு.

2001 ஆம் வருடத்தில் வேலை தேடி அவன் கிராமத்தை விட்டு வெளியூருக்கு சென்றான். அவனது அப்பாவும் அவனும் சேர்ந்து அங்கு வாடகைக்கு வீடெடுத்துத் தங்கினர். அஜ்மலின் தந்தை ஆசைப்படி மஜ் தூரன்கா அதா என்ற இடத்தில் அவன் கூலி வேலைக்குச் சென்றான். அங்கு ஐந்து வருடங்கள் வேலையில் நீடித்திருந்தான். அவனது அப்பா சொந்த ஊருக்குத் திரும்பிச் சென்ற பிறகு அஜ்மல் மட்டும் தனியாக வாடகை வீட்டில் தங்கியிருந்தான். அந்த சமயத்தில் அவ்வபோது சொந்த ஊருக்குச் சென்றுவருவான். ஒரு சமயம் வீட்டில் உள்ளவர்களுக்கும் அவனுக்கும் பண விஷயத்தில் வாக்குவாதம் ஏற்பட்டு கோபித்துக்கொண்டு வந்தவன் அதன் பிறகு அவன் ஊர் பக்கம் போவதை நிறுத்திக்கொண்டான். வேலை பார்த்த இடத்தில் மசூதி ஒன்றிலும் தங்கி இருந்தான்.

அஜ்மலுக்கு முஸ்தபர் என்பனுடன் நட்பு ஏற்பட்டது. அப்பாவும் உடன் இல்லை. கேட்பாரின்றித் தனியாகத் தங்கிவந்த அவன், தற்போது செய்யும் வேலையில் திருப்தி இல்லாமல் நல்ல வேலை தேடி நண்பனுடன் ராவல்பிண்டிக்குச் சென்றான். அங்குதான் விதி அவனது வாழ்க்கையை மாற்றியது. ராவல்பிண்டியில் அல் கொய்தா அமைப்பைச் சேர்ந்தவர்கள் வீடு வீடாக சென்று ஆடு இனாமாகக் கொடுக்கும்படி கேட்டனர். காஷ்மீரின் விடுதலைக்குத் தாங்கள் போராடுவதாகவும் தெரிவித்தனர். அல் கொய்தா அமைப்பினரின்

வீரப் பேச்சில் நண்பர்கள் ஈர்க்கப்பட்டனர். அஜ்மல்லுக்கும் அவனது நண்பனுக்கும் காஷ்மீரின் விடுதலைக்காகப் போராடும் அவர்கள் மீது மிகுந்த மரியாதை உண்டானது. பயங்கரவாத அமைப்பினர் எங்கு உரை நிகழ்த்தினாலும் அதை மோப்பம் பிடித்து ஆர்வமுடன் கேட்க நண்பர்கள் இருவரும் அங்கு செல்வதை வழக்கமாக்கிக் கொண்டனர்.

ராவல்பிண்டியில் பங்காஸ் காலனியில் அவர்களின் அலுவலகம் இயங்கி வந்தது. முஸ்தபர், அஜ்மல் இருவரும் அங்கு சென்றார்கள். தாங்கள் அங்கு சேரவிரும்புவதாகத் தெரிவித்தார்கள். பிறகு அவர்களின் முகவரி எழுதிவாங்கப்பட்டது. துணிமணிகளோடு அடுத்த நாள் வரச் சொல்லி அனுப்பிவைக்கப்பட்டனர். துண்டு காகிதத்தில் முருட்கி என்ற இடத்துக்கான முழு விலாசம் எழுதப் பட்டிருந்தது. அவர்கள் அங்குபோக வேண்டும் என்று அலுவலரால் பணிக்கப்பட்டதும் இருவரும் ஆறுமணி நேரப் பயணத்துக்குப் பிறகு முருட்கி பேருந்து நிலையம் வந்தடைந்தனர். அங்கிருந்து சுமார் ஒரு கிலோமீட்டர் தூர நடைக்குப் பிறகு அந்த இடம் வந்தது. அவர்கள் கொண்டுவந்திருந்த காகிதத்தைக் காண்பித்தனர். வந்தவர்கள் அவர்களுடைய ஆட்களால் அனுப்பப்பட்டுள்ளனர் என்று உறுதியானதும் அஜ்மல் மற்றும் முஸ்தபரின் முகவரி குறித்துக் கொள்ளப்பட்டது. பிறகு பயிற்சிக்கு அனுமதிக்கப்பட்டனர்.

இருபத்தியொரு நாட்கள் நடந்த பயிற்சி வகுப்பில் இவர்களோடு சேர்த்து முப்பது இளைஞர்களும் கலந்துகொண்டனர். காஷ்மீர் விடுதலைக்காகப் போராடுவோம் என்ற முழக்கத்தை தீவிரவாதிகள் அவர்களுள் விதைத்தனர். காஷ்மீர் விடுதலைக்காக பதினைந்து வருடங்களாகப் போராடி வருகிறோம். ஆனால், இந்திய அரசாங்கம் நமக்கு எதிராக உள்ளது என்று ஜக்கி ரஹ்மான் என்பவன் முதல் சொட்டு விஷத்தை இவர்கள் மனதில் ஊற்றினான். காஷ்மீரைக் கைப்பற்றவேண்டும் என்றால் இந்தியாவுடன் போரிட வேண்டும் போருக்கு நீங்கள் தயாரா என்று பயிற்சியளித்தவர்களை உசுப்பேற்றினான் ரஹ்மான். இந்தியாவில் முக்கியமான நகரங்களில் தாக்குதல் நடத்தவேண்டும் அப்படிப் போரிடும்போது உங்கள் உயிர் போக நேரிட்டால் நீங்கள் நேரடியாக சொர்க்கத்துக்கு செல்வீர்கள் என்றான். பயற்சி பெற்றவர்கள் மகுடிக்கு மயங்கியதைப்போல கோரஸாக, ‘போரிடத் தயார்’ என்றனர்.

பயிற்சி வகுப்புகள் ஒரே இடத்தில் நடைபெறவில்லை. இடம் ஒன்றாக இருந்தால் எளிதில் அகப்படுவோம் என்பதினாலேயே பல இடங்களில் சுற்றியடித்தனர். இந்தப் பயிற்சிக்கு அடுத்தகட்ட பயிற்சி டொவ்ரா. அந்த பயிற்சிக்கு மன்செரா என்ற இடத்துக்கு பனிரெண்டு மணி நேர பேருந்து பயணம் மேற்கொண்டனர். முன்பைப் போலவே

பேருந்து நிலையத்திலிருந்து அவர்கள் கேம்ப் இருக்கும் இடம் நோக்கி நடந்து சென்றனர். மலைப்பாதையைக் கடந்து அவர்கள் சொன்ன இடம் வந்ததும் இவர்கள் பரிசோதிக்கப்பட்டனர். முந்தைய பயிற்சியாளர்கள் கொடுத்த கடிதத்தைக் கொடுத்ததும் மகிழ்ந்து அவர்களின் விவரத்தை எழுதிக்கொண்டனர். அடுத்த நாள் புத்தேள் என்ற கிராமத்துக்கு வேனில் அழைத்துசென்றனர். அங்கிருந்து முப்பது நிமிடப் பயணமாக மலையேறினர். இங்கும் இருபத்தியொரு நாட்கள் பயிற்சி மலையேறுதல், துப்பாக்கி சுடுதல், துப்பாக்கியைப் பிரித்துத் திரும்பவும் சேர்த்தல் ஆகிய பயிற்சிகள் அளிக்கப்பட்டன. ஏகே 47 துப்பாக்கியைக் கையாளும் பயிற்சி அளிக்கப்பட்டது.

இதற்கிடையே முஸ்தபரின் சகோதரன் கேம்ப் நடக்கும் இடத்தைக் கண்டுபிடித்து வந்து அவனை அழைத்துச் சென்றுவிட்டான். நண்பன் சென்றானே என்று அஜ்மலும் உடன் சென்றிருந்தால் அவன் ரத்தக் கறைபடிந்தவனாகி இருக்கமாட்டான். இந்தியர்களின் சாபத்துக்கும் ஆளாகி இருக்கமாட்டான். இரண்டாவதுகட்டப் பயிற்சி முடிந்ததும் அவரவர் வீட்டுக்கு போகலாம். ஆனால் அஜ்மல் பயற்சிக்கு வருபவர்களுக்கு சமைத்துப்போட்டு அங்கேயே தங்கியிருந்தான்.

அடுத்தகட்டப் பயிற்சியும் துவங்கியது. பனிரெண்டு மணிநேர பேருந்து பயணத்துக்குப் பிறகு ஓர் இடத்தை வந்தடைந்தார்கள். அங்கிருந்து முஜாபராபாத் என்ற இடத்துக்கு அனுப்பிவைக்கப் பட்டனர். பதினேழு மணிநேர பயணம் அங்கிருந்து ஒரு மணிநேர நடை பயணத்தை முடித்த பிறகு பயிற்சி கேம்ப் வந்தது. அங்குதான் மூன்று மாதப் பயிற்சி அளித்தார்கள். மேப் படிப்பது, ஜி பி எஸ் கையாள்வது, சாட்டிலைட் போன் பயன்படுத்துவது போன்ற பயிற்சி களைக் கொடுத்தார்கள். அறுபது மணிநேரம் பட்டினி போட்டுக் கனமான பொதியை முதுகில் ஏற்றி, மலையேறப் பயிற்சி கொடுத்தார்கள். பயிற்சி முடிந்ததும் ஆயிரத்து ஐநூறு ரூபாய் கொடுத்து அவரவர் வீடு திரும்பும்படி அறிவித்தனர்.

ஒரு வாரம் சொந்த கிராமத்தில் தங்கியிருந்துவிட்டு பிறகு அவர்கள் வரச்சொல்லிக் குறிப்பிட்டு இடத்துக்குச் சென்றான் அஜ்மல். அங்கு ஏற்கெனவே பயிற்சி பெற்றவர்கள் சுமார் இருபது பேர் வந்திருந்தனர். மடி கணினியில் சிடியைப் பொருத்தி காஷ்மீரில் தாக்குதல் நிகழ்த்திய வீடியோவைத் திரையிட்டுக் காண்பித்தனர். அமீர் என்பவன் பயிற்சியில் தேர்வான இளைஞர்களுக்குப் புதுப் பெயர்களைச் சூட்டினான். அஜ்மலின் பெயர் அபு முஜாயித் என வைக்கப்பட்டது. அன்றைய தினமே பைத்துல் என்ற இடத்தில் உள்ள அலுவகத்துக்கு அழைத்துச் செல்லப்பட்டனர். பதினைந்து நபர்கள் தேர்ந்தெடுக்கப் பட்டிருந்தனர். அபு என்பவர்தான் பயிற்சியாளராக இருந்தார்.

இந்தப் பயிற்சி ஒருமாத காலம் நடைபெற்றது. இந்த மூன்றாவது சுழற்சி அறிவுக்கு வேலைகொடுப்பதாக அமைந்தது. புத்தி கூர்மையை எவ்வாறு சமயோஜிதமாக பயன்படுத்துவது என்பவை தான் பயிற்சியின் மையக்கருத்தாக இருந்தது. அவர்களின் புகைபடத்தில் போலியான பேர், முகவரி பொருந்திய அடையாள அட்டையைப் பயன்படுத்தும் யுக்தியும் கற்பிக்கப்பட்டது. இவர்கள் போகும்போது சந்தேகமான நபர்கள் இவர்களைப் பின்தொடர்கிறார்கள் என்று தெரிந்துக்கொண்டால், அதை உறுதி செய்ய ஒரு திட்டம் வைத்திருந்தார்கள். வண்டியில் வலது பக்கம் செல்வதாக லைட்டை ஆன் செய்துவிட்டு, இடது பக்கம் வண்டியை ஓட்டுவார்கள். இவர்கள் சந்தேகிக்கும் நபர்கள் இவர்களைப் பின்தொடர்பவர்களாக இருந்தால் சற்றுத் தடுமாறி இவர்கள் பயணிக்கும் இடது பக்கம் வண்டியை இயக்குவார்கள். அப்போது அவர்கள் இவர்களிடம் சுலபமாகச் சிக்குவார்கள்.

இறுதிக்கட்டப் பயிற்சியில் தேர்வாகி இருக்கும் இளைஞர்களில் நீச்சல் தெரியாதவர்கள் பலர் இருக்கிறார்கள் என கண்டுபிடிக்கப் பட்டதும் நீச்சல் பயிற்சியும் அளிக்கப்பட்டது. இந்தப் பயிற்சி வகுப்பு முடிந்ததும் அங்கிருந்து ரயிலில் கராச்சிக்கு அழைத்துச் செல்லப் பட்டனர். பதினைந்து பேரில் இருவர் விலகிக்கொண்டனர். மீதமுள்ள 13 பேரும் அஜீஜாபாத் என்பவரின் வீட்டில் தங்கவைக்கப் பட்டனர். அடுத்தகட்டப் பயற்சி கடலில். கடற்பயிற்சியில் மீன்பிடித்தலும் கற்பிக்கப்பட்டது. ஏதாவது ஒரு சந்தர்ப்பத்தில் இவர்கள் கடற்படையினரிடம் அகப்பட்டுக்கொண்டால் மீனவர்கள் என்று தப்பித்துக்கொள்ள முன் எச்சரிக்கையாக மீன்பிடித்தல் கற்பிக்கப்பட்டது!

எல்லா பயிற்சியும் முடிக்கப்பட்டதும் இந்தியாவைத் தாக்கும் திட்டத்துக்கு வந்தார்கள். இந்தியாவின் பொருளாதாரத்தில் வலுப்பெற்ற நகரமான மும்பைதான் சரியான இடம் என்று தேர்ந்தெடுக்கப்பட்டது. கடற்பயிற்சி அளிக்கப்பட்டிருந்ததால் கடல் மார்க்கமாகச் செல்வது என்று முடிவானது. சுடு என்று ஒரு தடவை அறிவித்தால் ஒரே குண்டில் இலக்கை வீழ்த்தவேண்டும். சுடு என்று இரண்டு முறை அறிவிப்பு வந்தால் தொடர் குண்டுவெடிப்பை நிகழ்த்தவேண்டும். குண்டுவெடிப்புப் பயிற்சியின்போது சரியாகச் சுடாதவர்களை தனித்துக் கடிந்துகொண்டார் அதிகாரி. இலக்கை நோக்கி சரியாகச் சுட்டு முடித்தவர்களுக்குப் பாராட்டு வழங்கப் பட்டது. அஜ்மலுக்கு குறிபார்த்துச் சுடத் தெரியவில்லை. ஆனால், அதி வேகமாக தாறுமாறாகச் சுடத் தெரிந்திருந்தது. அவனுக்குத் தரப்பட்ட அசைன்மெண்ட்டில் அதுவே அவனுக்கு பலமாகவும் இருந்தது!

இறுதியாகப் பத்து பேர் தெரிவு செய்யப்பட்டனர். இரண்டு இரண்டு பேராகப் பிரித்துவிடப்பட்டனர். அஜ்மலின் ஜோடி இஸ்மாயில் கான். மும்பை தாக்குதல் நடைபெற்றது நவம்பர் இருபத்தியாறு 2008. மும்பையைத் தாக்க முதலில் செப்டம்பரில் வருவதாகத்தான் திட்டம் தீட்டியுள்ளனர். கடலில் படகுக் கோளாறால் ஆயுதங்களைத் தொலைத்துவிட்டு வெறும் கையோடு திரும்பிவிட்டனர். அடுத்து அக்டோபரில் இரண்டாவது தடவையாகப் புறப்பட்டபோதும் அந்தத் திட்டமும் தோல்வியிலே முடிந்தது. கடைசியாகத்தான் நவம்பர் மாதம் அவர்களுக்குக் கை கொடுத்தது. இங்கு வருவதற்கு முன்பாகத் தீவிரவாதிகள் முன்னோட்டம் கண்டுள்ளனர். காகிதத்தில் திட்டம் தீட்டினால் அதை அப்படியே நிறைவேற்றுவது என்பது சாத்திய மில்லை என்பது அவர்களுக்கும் தெரியும். வெள்ளோட்டம் காண அவர்கள் அனுப்பிவைத்தவர்களில் ஒருவன் டேவிட் ஹெட்லி. அமெரிக்காவில் வசிக்கும் பாகிஸ்தானி. தாக்குதல் நிகழ்வதற்கு முன்னர் ஏழு தடவை இந்தியாவுக்கு வந்துள்ளான். ஓட்டல் தாஜில் வந்தமர்ந்து வேவு பார்த்திருக்கிறான். இந்தியா கேட், குடியரசுத் தலைவர் இல்லம், சி பி ஐ தலைமை அலுவலகம் ஆகியவைதான் இவர்களின் இலக்கு என்று பிடிபட்ட இவன் ஒப்புக்கொண்டான். மும்பை தாக்குதலில் இவன் தொடர்புடைய காரணத்துக்காக முப்பத்தைந்து வருட சிறைத்தண்டனையை அமெரிக்க நீதிமன்றம் இவனுக்கு வழங்கியுள்ளது. இதுமட்டுமல்ல செல்லிட பேசியில் தீவிரவாதிகளை வழிநடத்த அவர்களின் தலைமை போலியான எண்களைப் பயன்படுத்தியுள்ளது. இதைப்பற்றி விரிவாகப் பின்பகுதியில் தெரிந்துகொள்வோம்.

மும்பையில் மக்கள் அதிகம் புழங்கும் இடமான ஆறு இடத்தைத் தேர்ந்தெடுத்தனர் அவற்றில் முக்கியமானவை ஓட்டல் தாஜ். அமெரிக்கர்கள், இஸ்ரேல் மற்றும் பிரிட்டிஷ் ஆகியவர்களைக் குறிவைப்பதுதான் அவர்களின் தீர்மானம். ஏனென்றால் அவர்கள் இஸ்லாமியர்கள் மீது வெறுப்பை கக்குபவர்கள். இந்தத் தாக்குதலில் முஸ்லீம்கள் ஒருவரையும் கொல்லக்கூடாது. அதே சமயம் குறிப்பிட்ட பிரிவினரைத்தான் வேரறுக்க வந்தோம் என்று யாருக்கும் சந்தேகம் வந்துவிடக்கூடாது என்பதையும் முதன்மைப்படுத்தினர். ஓட்டல் தாஜ் மற்றும் ஒபிரோ இரண்டும் பெரிய இலக்கு. முதலில் தேர்ந்தெடுத்த இடங்களில் ஆர் டி எக்ஸ் பாம் வைப்பது; பிறகு அங்கு கிளம்பும் களேபரத்தைப் பயன்படுத்தி சிதறி ஓடும் மக்களையும் தடுக்க வரும் காவலர்களையும் சுட்டுத்தள்ளுவது. இரவு நேரத்தில் தான் மக்கள் நடமாட்டம் அதிகமிருக்கும். அதனால் தாக்குதல் நடத்தும் நேரம் இரவு ஏழு முப்பது என்று நிர்ணயமானது.

போலியான அடையாள அட்டை அவர்களின் கைக்கு வந்துவிட்டது. அதேபோலக் காவலர்கள் கண்ணில் மண்ணைத் தூவ, இவர்கள் இந்துக்கள் என்று கண்டதும் நம்பும்படியாக சாமிக்கயிறை கையில் கட்டிக்கொண்டனர். இத்தனை வலுசேர்த்த பின்னும் எங்காவது அகப்பட்டுவிட்டால், பாகிஸ்தானியர்கள் என்ற சந்தேகம் யாருக்கும் வராதபடி இவர்கள் இந்திய முஸ்லீம்கள் என்ற ஜோடனையை உருவாக்கினார்கள். எங்கிருந்து வந்தார்கள் என்று யாரும் கண்டுபிடிக்காதவகையில் எங்கோ இறங்குவார்கள்; அங்கிருந்து வேறொரு இடத்துக்கு போவார்கள்; அவர்கள் எங்கிருந்து ஏறினார்கள் என்று டாக்சி ஓட்டுனரே கூடச் சொல்ல இயலாது.

வி டி எஸ் மற்றும் மலபார் மலை ஆகிய இரண்டு இடங்கள்தான் அஜ்மல் ஜோடியின் இலக்கு. பாகிஸ்தானில் இருந்து வந்திறங்கி யிருக்கும் இவர்களுக்கு இந்த இரண்டு இடமும் பழக்கமானதல்ல. அதனால் மடிக்கணினியில் குறுந்தட்டைப் பொருத்தி அவர்கள் தகர்க்கவிருக்கும் இடங்களும் அவற்றை அடைவது பற்றியும் திரையிட்டு விளக்கமாகத் தெரிவிக்கப்பட்டது. முடி திருத்தம் செய்து, புதிய ஆடை உடுத்தி புதிய காலணி அணிந்து, கட்டியிருந்த கடிகாரத்தின் முள்ளை இந்திய நேரப்படிச் சுற்றிவிட்டு பலி மேடை களுக்குச் செல்லத் தயாரானார்கள். அந்த பலிமேடை அவர் களுக்கானது மட்டுமல்ல. அவர்கள் கண்ணில் பட்ட அனைவர்களுக்கு மானது. தானும் அழிந்து தன்னை நெருங்குபவர்களையும் அழிக்கும் பெருந் தீ போல் புறப்பட்டனர். பத்தாயிரத்து எட்டுநூறு ரூபாயை இந்தியப் பணமாக மாற்றிக்கொண்டனர்.

பாகிஸ்தானிலிருந்து கிளம்பும்போதே அவர்களிடம் செல்லிடப் பேசிகள் ஒப்படைக்கப்பட்டன. ஏற்கெனவே இந்தியாவில் இருக்கும் அவர்களின் ஆட்கள் மூலம் பொய்யான முகவரியை சமர்ப்பித்து இந்திய எண்களை வாங்கிவைத்திருந்தனர். மும்பை சென்றதும் அந்த செல்லிடப்பேசி உயிர்பெறும். அதற்கு பிறகு தகவல் தெரிவிக்க வேண்டும் என்றும் கூறப்பட்டது.

சின்ன படகு, பிறகு பெரிய படகு என மாறி மாறி கடைசியாக ரப்பர் படகில் வந்து இந்திய கடற்கரையில் கால்நனைத்தார்கள். கோதுமை மாவு, எண்ணெய், பிரஷ், ஷேவிங் செட், பால் பவுடர் , ஊறுகாய் என்று அத்தியாவசிய தேவைகளுக்கான அனைத்து பொருட்களும் எடுத்துவைக்கப்பட்டன. படகில் ஒருவனுக்கு சமைக்கும் பணியும் மற்ற ஒன்பது பேருக்கும் இருவர் இருவராக காவல் காக்கும் பணியும் என்று நியமனமானது. குபேர் என்ற இந்தியரின் படகை பிடித்தார்கள், படகோட்டியைத் தங்களது வசமாக்கினார்கள், அவரின் கைகளையும் கண்களையும் கட்டிவிட்டு படகு யந்திரத்தின் பக்கத்தில் அவனை

உட்காரவைத்தார்கள். அவனுடைய உதவியோடு படகை இயங்கினார்கள். மும்பை வந்ததும் தயவு தாட்சண்யம் கொஞ்சமும் இல்லாமல் கோரமான முறையில் அவனைக் கொன்று படகிலேயே கிடத்திவிட்டு வந்தனர்.

மும்பையில் இவர்கள் இறங்கிப் போகும்போது யார் எங்கிருந்து வருகிறீர்கள் என்று கேட்டதற்கு மாணவர்கள் என்றார்கள்.

படுகொலைக்கான நேரமும் ஆரம்பித்தது. இருவர் இருவராக அவர்களுக்கு ஒதுக்கப்பட்ட இடத்துக்கு வாடகை வண்டியில் பயணித்தார்கள். இறங்குவதற்கு முன்பு ஓட்டுனரின் இருக்கைக்குப் பின்பக்கம் அமர்ந்திருந்தபடியே அவருக்குத் தெரியாமல் அவர் அமர்ந்திருக்கும் இருக்கையில் அரைமணி அல்லது ஒரு மணிநேரத்துக்குப் பின்பு வெடிக்கும்படி நேரத்தை நிர்ணயித்து வெடிகுண்டை வாடகை வண்டியில் வைத்துவிட்டு இறங்குவதுதான் இவர்களின் முதல் திட்டம்.

வாடகை வண்டியில் ஏறியதும் இஸ்மாயில் முன்னே ஓட்டுனருக்கு பக்கத்தில் உட்கார்ந்துக்கொண்டான். அஜ்மல் பின்பக்கம் உட்கார்ந்தான். முன்னே உட்கார்ந்திருந்தவன் ஓட்டுனரிடம் பேச்சுக் கொடுக்க அஜ்மல் பின்னே வெடிகுண்டைப் பொருத்தினான். அது ஒரு மணிநேரத்துக்கு பிறகு வெடிக்கக்கூடியது. வி டி எஸ் ரயில்நிலையத்தை வந்தடைந்தார்கள். வந்துசேர்ந்த விவரத்தைப் பாகிஸ்தானுக்குத் தெரிவிக்க முயற்சித்தார்கள். அப்போது இருவர் போனிலும் சிக்னல் இல்லை. இஸ்மாயில் அங்கிருந்த கழிவறைக்கு சென்றான். அவனிடமிருந்த வெடிகுண்டில் பேட்டரியைப் பொருத்தி விட்டு வெளியே எடுத்து வந்தான். பிறகு நடைபாதையில் பொது மக்களின் உடமைகளில் கலந்துவிட்டான். வெடிகுண்டின் பீப் சப்தம் கேட்டு பொதுமக்கள் அரண்டனர். அந்த சமயத்தில் இருவரும் கண்ணசைத்து ஒரே நேரத்தில் துப்பாக்கி சூடு நடத்தினார்கள். பொது மக்கள் இதைச் சற்றும் எதிர்ப்பார்க்கவில்லை சற்று நேரத்தில் அந்த இடமே காலியானது. காவலர்கள் இவர்களையும் இவர்கள் காவலர் களையும் சுட்டனர். சேதமின்றி இருவரும் அங்கிருந்து வெளியேறினர்.

ரயில்வே பாலம் மீதிருந்து இறங்கியவர்கள் வாடகை வண்டியைத் தேடினார்கள் அவர்களுக்கு எதுவும் தட்டுப்படவில்லை. உடனடியாக அங்கு நிறுத்தி வைக்கப்பட்டிருந்த வாகனங்களைத் திறக்க முயன்றார்கள். ஆனால் எல்லா வாகனங்களும் பூட்டியிருந்தது. மும்பை மாதிரியான பெருநகரங்களில் வெட்டவெளியில் நிறுத்தும் வாகனத்தை பூட்டாமல் யாராவது விட்டுப்போவார்களா. இந்தச்

சின்ன விஷயம்கூட பயங்கரவாதிகளுக்குத் தெரியவில்லை. தாமதப் படுத்தாமல் எதிர்பக்கம் இருந்த கட்டடத்துக்குள் நுழைந்தார்கள். அந்த மடையர்களுக்கு அது மருத்துவமனை என்று பிறகுதான் தெரிந்திருக்கிறது. அவர்களின் பட்டியலில் கேமா மருத்துவமனை இல்லை. ஆனால் அஜ்மலும் இஸ்மாயிலும் காவலர்களிடமிருந்து தற்காத்துக்கொள்ள அங்கு நுழைந்தார்கள்.

கேமா மருத்துவமனையின் மதில் சுவர் மீது ஏறி இருவரும் மருத்துவமனை கட்டடத்துக்குள் நுழைந்தனர். அவர்கள் பார்வையில் பட்ட பணியாள் ஒருவரைச் சுட்டனர். துப்பாக்கி வெடி சப்தம் கேட்டு ஜன்னலைத் திறந்து கவனித்த செவிலியர் உடனடியாக இந்தத் தகவலை மருத்துவர்களுக்கும் நோயாளிகளுக்கும் தெரிவித்தார். மருத்துவர்களும் நோயாளிகளும் ஜாக்கிரதை உணர்வோடு உள்பக்கம் தாளிட்டு உட்கார்ந்திருந்தனர். பொதுப் பிரிவில் தங்கியிருந்த இருபது நோயாளிகள் சரக்கு அறையில் தங்கவைக்கப்பட்டனர். இரண்டு மணிநேரம் குண்டு வெடி சப்தமும் ஆரவாரமும் கேட்டபடி இருந்தது. எந்த நேரத்தில் தாங்கள் தங்கியிருக்கும் அறைக்கதவு உடைபடுமோ என்ற பீதியில் அனைவரும் இருந்தனர். மறுநாள் விடியற்காலை நான்கு மணிக்கு மருத்துவர்கள் வந்துதான் அவர்களை மீட்டனர்.

மும்பையில் வசிக்கும் ஸ்ரீவர்தங்கர் அன்றிரவு பணியை முடித்துக் கொண்டு உள்ளூர் ரயிலில் வீடு திரும்ப வந்தபோது ரயில் நிலையத்தில் வெடிகுண்டு வெடித்ததில் உயிருக்கு பயந்து மக்கள் ரயில்நிலையத்தை விட்டு முண்டியடித்து வெளியேறிக் கொண்டிருந்தனர். ஸ்ரீவர்தங்கரும் தப்பித்தால் போதுமென்று அருகே இருந்த மருத்துவமனையில் தஞ்சம் புக உள்ளே நுழைந்தார். அங்குதான் தீவிரவாதிகளும் அவர்களை காப்பாற்றிக்கொள்ள உள்ளே சுவரேறிக் குதித்திருந்தனர். வாசலில் பிணமாக ரத்தத்தில் கிடைத்த வரைப் பார்த்து உறைந்தவர் மருத்துவமனைக்குள் ஓடினார். எல்லா அறைக்கதவுகளையும் தட்டிப்பார்த்தார். எதுவும் திறக்காததால் நான்கு மாடிகள் வரை எந்த அறையாவது திறக்குமா என்று தட்டிப் பார்த்தார். மனம் தளராமல் ஐந்தாவது மாடிக்கு சென்றார். அங்கு அவர் சற்றும் எதிர்பாராத பேரதிர்ச்சி காத்திருந்தது. துப்பாக்கியும் கத்தியுமாக தீவிரவாதிகள் அங்குதான் பதுங்கியிருந்தனர். அவர் சுதாரிப்பதற்குள் தீவிரவாதியின் கத்தி இவரது கழுத்துக்கு வந்திருந்தது.

ரயில் நிலையத்தில் ஏதாவது ஒரு மூலையில் ஸ்ரீ நின்றிருந்திருந்தால், இப்படி மரண முனைக்கு வந்திருக்கமாட்டார். விதிதான் அவரை ஐந்து மாடிகள் வரை இழுத்து வந்திருக்கிறது. எப்படியும் சாகப்போகிறோம் என்பது உறுதியாகிவிட்டது. உயிரைவிடுவதற்கு முன்பு தப்பிக்க முயற்சி செய்து பார்க்கலாமே என நினைத்தார். தமிழ்ச்சினிமா

கதாநாயகிகள் வில்லனிடம் இருந்து தப்பிக்க கையாளும் கலையை இவரும் கையாண்டார். அவர் கால்முட்டியை கொண்டு எதிராளியைத் தாக்குவார் என்று சற்றும் எதிர்பாராத தீவிரவாதி தடுமாறி சுதாரிக்க முயன்றான். அந்த ஜீவ மரணப் போராட்டத்தில் தீவிரவாதியின் கத்தி மூன்று தடவை அவரைப் பதம் பார்த்தது. ஸ்ரீயின் கழுத்தை பிடித்துக் கீழே தள்ளினான். எப்படியோ அவனிடமிருந்து தப்பித்து ஓடினார். துப்பாக்கி தோட்டா துளைத்தது. அப்படியும் பயங்கரவாதிகள் கையில் அகப்படாமல் தப்பினார். நான்கு நாளைக்கு பிறகு மருத்துவமனையில் தான் அவருக்கு சுயநினைவு திரும்பியது. மூன்றுமாதங்கள் மருத்துவனையில் தங்கியிருந்து சிகிச்சைபெற்றார்.

சந்திரகாந்த் கேமா மருத்துவமனையில் லிப்ட் ஆபரேட்டர். இரண்டு ஆட்கள் மருத்துவமனையைத் துப்பாக்கி முனையில் ஆக்கிரமித் திருந்தனர். ‘அருகே வா இல்லையென்றால் சுட்டுவிடுவேன்’ என்ற அஜ்மலின் எச்சரிக்கை சந்திரகாந்துக்கு கிலியை உண்டாக்கியது. அவர்களுக்கு அருகே சென்றார். மருத்துவமனையிலிருந்து வெளியேற வேறு ஏதாவது வழி இருக்கிறதா என்றனர். படிக்கட்டு வழியாகத்தான் வெளியேறமுடியும் என அறிந்துகொண்டார்கள்.

காவலர்கள் சூழ்ந்திருப்பதைப் பார்த்த இஸ்மாயில் காவலர்கள் என்று உரத்த குரலில் எச்சரித்து படிக்கட்டை நோக்கிச் சுட்டான். அப்போது அவர்கள் வசம் தப்பிக்க இருந்த துருப்பு சீட்டு சந்திரகாந்த். அவரை துப்பாக்கி முனையில் கடத்திக்கொண்டு படிக்கட்டு ஏறினார்கள். குவிந்திருந்த காவலர்களைக் கண்டதும் இவர்கள் இருவரோடு சந்திரகாந்த்தும் தவித்துப்போனார். தீவிரவாதிகளுடன் இருக்கும் அவரையும் தீவிரவாதியென்று நினைத்து இரையாக்கிவிட்டால் என பயந்தவர் இரு கையை உயர்த்திநின்றார். காவல்துறை கூடுதல் ஆணையர் சதானந்த் மருத்துவமனைக்குப் படையோடு வந்திருந்தார். மொட்டைமாடியில் சந்திரகாந்தைப் பிணையமாக வைத்துள்ள தீவிரவாதிகளைத் தாக்க நேரடியாக ஓடாமல் அவர்கள் எங்கிருக்கிறார்கள் என்று கச்சிதமாகத் தெரிந்துகொள்ள, அங்கிருந்த இரும்பு ஆயுதத்தை மொட்டை மாடியை நோக்கி வீசினார். அதே வேகத்தில் அங்கிருந்து குண்டும் வந்தது. மாடிப்படியிலிருந்து சந்திரகாந்த் தப்பித்து இறங்கிவந்தார். நல்ல காலம் காவலர்களோடு அதே மருத்துவமனையைச் சேர்ந்த ஒருவரும் இருந்ததால் அஜ்மல் மீது காவல்துறை நிகழ்த்திய துப்பாக்கி சூட்டில் இருந்து சந்திரகாந்த் தப்பித்தார்.

ஆனால், அருகே இருந்தபோது தொடாத அஜ்மலின் குண்டு தூரத்திலிருந்த சந்திரகாந்தைத் தொட்டுப்பார்த்தது. காயத்தோடு சந்திரகாந்த் மருத்துவமனையில் சேர்க்கப்பட்டார். அங்கே காவலுக்கு

நின்றிருந்த காவலரைச் சுட்டு அங்கிருந்து தூக்கி வீசினார்கள். கதவருகே குதித்து அங்கிருந்து படிக்கட்டில் ஏறினார்கள். அந்த நேரத்தில் காவலர்கள் அங்கு ஆக்கிரமித்து துப்பாக்கி சூடு நடத்தினர். அஜ்மலுக்கு எதிரான துப்பாக்கி சூடு நிறுத்தப்பட்டதும், ஒருமணி நேரம் அங்கே பதுங்கியிருந்தார்கள். பெண்ணின் கதறல், குழந்தைகளின் அழுகுரல் தொடர்ந்து கேட்ட பிறகுதான் அவர்கள் இருக்கும் இடம் மருத்துவமனை என்று தெரிந்துகொண்டார்கள். பெண்கள், குழந்தைகள் என்றால் அரக்கனே இரக்கப்படுவான். இவர்களும் மனிதர்கள் தானே இவர்களுக்கும் மனிதாபிமானம் இருக்கும் என்று தப்பு கணக்கு போட்டுவிடவேண்டாம். மருத்துவமனையின் ஒவ்வொரு அறையாகத் திறந்து அங்கிருக்கும் குழந்தைகளையும் பெண்களையும் சுட்டுவீழ்த்துவோம் என்ற முடிவுக்கு வந்தனர். அதை உடனே செயல்படுத்த அறைக்கதவை திறக்க முயன்றனர். எந்த அறையையும் அவர்களால் திறக்க முடியவில்லை. அறைக்கு உட்புறம் தாளிடப்பட்டிருந்தது. அதிர்ஷ்டவசமாக அங்கு அன்று சிகிச்சைக்கு வந்தவர்கள் உயிர்தப்பினர். எல்லா அறைகதவுக்கு முன்னிருக்கும் இரும்பு கதவும் தாளிடப்பட்டிருந்தது. இங்கு யாரையும் கொல்ல முடியாது என்று தெரிந்ததும் மதில் சுவரேறி அங்கிருந்து தப்பித்து சென்றனர்.

தப்பித்து சாலையோரம் சென்றுகொண்டிருந்தபோது எதிரே வந்த காவலரைச் சுட்டு வீழ்த்தினர். நடந்து போகும்போது எதிரே தென்படுபவர்களைச் சுட்டு வீழ்த்த இவர்கள் தவறவில்லை. அந்த நேரம் அங்கு நின்றிருந்த கார் பின்னோக்கி நகர காரைச் சுட்டனர். காருக்கு மிக அருகே சென்று மீண்டும் துப்பாக்கிச் சூட்டை நிகழ்த்தினர் அவர்களின் இலக்கு காரை கைப்பற்றுவது. அந்த வாகனம் மருத்துவ கல்வித்துறையின் செயலர் ஐஏஎஸ் அதிகாரிக்கு அரசாங்கம் ஒதுக்கியிருந்த வாகனம்.

மாருதி மாதவராவ் என்பவர்தான் அந்த காரின் ஓட்டுனர். தீவிரவாதிகள் தாக்குதல் நடத்தியதால் மும்பையே கலவரப்பட்டு கிடந்த அன்றைய இரவு அவசர கூட்டத்துக்குச் செல்லவேண்டும் அதனால் வாகனத்தை எடுத்து வரும்படி பணித்திருந்தார் உயரதிகாரி. வாகனத்தை எடுக்கப் பின்னோக்கி அவர் ஓட்டியபோதுதான் தப்பித்து ஓடிய தீவிரவாதிகள் அரசு வாகனத்தை மறித்தனர். மாதவராவ் நிறுத்தாமல் பின்பக்கம் இயக்க ஆத்திரமடைந்தவர்கள் காரை நோக்கி சரமாரியாக சுட்டனர். அந்த பொழுதில் கார் கதவு திறக்க இயலாதபடிக்கு இறுகிக் கொண்டது. மாதவ ராவை இரு பக்கக் கைகளிலும் சுட்டனர். அவர் சீட்டிலேயே சாய்ந்தார். கதவைத் திறக்க போராடினார்கள். வாகனத்தின் கதவு திறக்காது என்று உறுதியானதும் சுற்றும் முற்றும் நோக்கியபடி நின்றனர்.

மாதவ ராவின் உயரதிகாரி பலதடவை முயற்சி செய்தும் ஓட்டுனர் இணைப்பில் வராததால் அவருடைய சொந்த வாகனத்திலேயே அவசரக்கூட்டத்துக்குச் சென்றார். ஓட்டுனருக்கு அழைப்புவிடுத்தார்; இருந்தும் பலனில்லை. ஒரு கட்டத்தில் மாதவ ராவ் தீவிரவாதிகளால் தாக்கப்பட்டு கிடப்பது தெரிந்ததும் உடனடியாக காவல்துறையைத் தொடர்புகொண்டார். தொடர்பு வெகு நேரமாக கிடைக்காததால், ஜிடி மருத்துவமனையின் உயரதிகாரியிடம் விவரம் தெரித்தார். அதனடிப்படையில் ஒரு மணிநேரத்துக்குப் பிறகு மாதவராவ் சிகிச்சைக்காக மருத்துவமனையில் அனுமதிக்கப்பட்டார்.

மாதவ ராவ் ஓட்டி வந்த அரசு வாகனத்தில் நுழையமுடியாமல் நின்றிருந்த தீவிரவாதிகள் எதிரே ஒரு வாகனம் வருவதைப் பார்த்ததும் அதைப் பறித்துக்கொள்ள வேண்டும் என்ற திட்டத்தில் அருகே இருந்த புதருக்குள் ஒளிந்துகொண்டார்கள். வெளிச்சம் அருகே வர வர புதரிலிருந்து வெளிவந்து துப்பாக்கியால் சுட்டார்கள். ஆனால், அவர்கள் சற்றும் எதிர்பாராதவிதமாக எதிரிலிருந்த வாகனத்தி லிருந்தும் புறப்பட்டுவந்த தோட்டா அஜ்மலைப் பதம்பார்த்தது. அப்போதுதான் அவர்களுக்கு உரைத்தது எதிரே வந்தது காவலர் வாகனம் என்று!

மருத்துவமனையில் கண்ணாமூச்சி ஆட்டம் காண்பித்து காவலர்கள் கண்ணில் மண்ணைத் தூவிவிட்டுத் தப்பித்த மிதப்பில் இருந்தவர் களை நோட்டமிட்டு அவர்களைப் பிடிக்க வந்த காவல்துறை வாகனம் தான் அது. காவல் துறையினர் துப்பாக்கிச் சூடு நடத்தியும், அஜ்மல் காயப்பட்ட பிறகும் காவல்துறையின் மூன்று உயரதிகாரிகளும் மற்றும் மூன்று காவலர்களும் அதே இடத்தில் பலியாயினர். காயம்பட்ட அஜ்மலை காரருகே அழைத்து சென்றான் இஸ்மாயில். இறந்த நபர்களைத் தூக்கிவீசினான் இஸ்மாயில். அஜ்மல் வாகனத்தில் ஏறி அமர்ந்தான், பின் இருக்கையில் தீவிரவாத தடுப்பு பிரிவைச் சேர்ந்த அருண் ஜாதவ் மயங்கியநிலையில் கிடந்தார். தீவரவாதிகளின் துப்பாக்கி பதம் பார்த்ததில் இரண்டு கைகளிலும் காயம்பட்டு வண்டியில் நழுவி விழுந்த துப்பாக்கியைக்கூட அவரால் எடுக்க இயலவில்லை.

ஜாதவ் இறந்துவிட்டார் என்று தீவிரவாதிகள் நினைத்தனர். ஜாதவ் கதவைத் திறந்து வெளியேற முயற்சி செய்தார். இஸ்மாயில் ஓட்டுனரின் இருக்கையை ஆக்கிரமித்திருந்தான். காயம்பட்ட அஜ்மலை அமர்த்திக்கொண்டு வேகமாக காரை இயக்கினான். வண்டியில் இறந்துகிடப்பவர்களை வெளியேற்ற அவகாசம் இல்லாததால் துரிதமாகச் செயல்பட்டனர். ஜாதவ் பிணமாகத் தன்னை இருத்திக்கொண்டு மூச்சுவிடாமல் இருக்கையில் கிடந்தார். அவர்

மடிமீது இன்னொரு காவலர் பிணமாகக் கிடக்க தீவிரவாதிகள் உயிரோடு இருக்கும் ஜாதவை இறந்தவராக நினைத்துக் கடத்திக் கொண்டு சென்றனர். காவலர் ஒருவரின் கையிடப்பேசி ஒலி எழுப்ப ஆத்திரமடைந்த அஜ்மல் பின்நோக்கி துப்பாக்கி சூடு நடத்தினான். அப்போதும் அதிர்ஷ்டவசமாக ஜாதவ் உயிர் பிழைத்தார். முன்னிருக்கையில் உயிரைப் பறிக்கும் எமன், உயிரைவிட்ட காவல்துறை நண்பன் மடியில், காற்றை சுவாசித்துக்கொண்டு பிணமாக ஜாதவ். அந்த நேரத்தில் அவருக்குத் தும்பலோ இருமலோ வந்திருந்தால் அவரது கதி?

மக்கள் திரளாகக் கூடியிருக்கும் சந்தைப்பகுதிக்கு கார் வந்தது. நிராயுதபாணியாக நிற்கும் பொதுமக்களைச் சுட்டுத் தள்ளுவது இவர்களுக்கு கசந்ததில்லையே. அதை முடித்துக்கொண்டு எப்போதும் போல அவர்களின் துப்பாக்கி தோட்டா அங்கிருந்த காவலர்களைப் பதம் பார்த்தது. அந்த இடத்தைவிட்டு கார் வேகமாக பயணப்பட்டது. அப்போதுதான் காரின் பின்சக்கரம் பழுதடைந்தது இரண்டு எமன்களுக்கும் தெரியவந்தது. அதற்கும் இஸ்மாயில் எள்ளளவும் தளரவில்லை அதிவேகமாக காரை இயக்கினான். ஏற்கெனவே திட்டமிட்டு வைத்ததைப்போல எதிரே ஒரு கார் வருவதை தூரத்திலிருந்தே குறிவைத்தார்கள். அந்த காரில் பயணித்தவர்கள் கிளம்பும்போது பிராத்தனை செய்துவிட்டு கிளம்பியிருக்கக்கூடும். இல்லாவிட்டால் அஜ்மலின் தோட்டா அவர்களின் உயிரை உருவி வெளியே போட்டிருக்குமே.

அந்த நொடியில் அவர்களுக்கு எதிரே வந்த வாகனம் மட்டும்தான் இலக்காக இருந்தது. அஜ்மல் வெட்டவெளியில் சுட்டான். எதிரே வந்த காரை நிறுத்தச் சொன்னான். கார் தனது வேகத்தைக் குறைத்ததும் அஜ்மலும் இஸ்மாயிலும் அவர்களின் பழுதடைந்த வாகனத்திலிருந்து இறங்கினர். எதிரே நின்றிருந்த வாகனத்துக்கு பக்கத்தில் சென்று அஜ்மல் துப்பாக்கியைக் காட்டி மிரட்டினான். அந்த காரில் ஷரன் சமித், விஜய் அவருடைய மனைவி ஆகிய மூன்று பேர் பயணம் செய்தனர்.

ஒபராய் ஓட்டலில் மேலாளராகப் பணிபுரிபவர் உமாசங்கர். தீவிரவாதிகளில் அப்துல் ஜோடி ஓபராய் ஓட்டலில் துப்பாக்கி சூடு நடத்த அனுப்பி வைக்கப்பட்டிருந்தனர். தீவிரவாதிகளின் தாக்குதலில் இருந்து தப்பித்து அருகே இருந்த வேறொரு கட்டடத்தில் தஞ்சம் அடைந்த உமாசங்கர் தன்னை மீட்கும்படி நண்பர்களுக்கு தகவல் அனுப்ப, உமா சங்கரை மீட்க காரை வேகமாக ஓட்டிக்கொண்டு வந்தவர்கள்தான் அஜ்மல் ஜோடியிடம் பிடிபட்டனர். வாகனத்தை இயக்கியவரைப் பிடித்திழுத்து வெளியேற்றினான் அஜ்மல். பின்

இருக்கையில் உட்கார்ந்திருந்த கணவன் மனைவி இருவரும் ஏற்கெனவே பிளாட்பார்முக்கு இடம்மாறியிருந்தனர். ஷரன் மறதியில் வண்டியின் சாவியையும் கையோடு கொண்டுவந்து விட்டான். சாவியைக் காணாது வண்டியிலிருந்து அஜ்மல் இறங்கிய போதுதான் ஷரனுக்கு விவரம் புரிந்தது. அடுத்த கணமே சாவியை அஜ்மலை நோக்கி வீசினான். அது தரையில் விழுந்தது. பிறகு பவ்யமாக அதை எடுத்துக் கையில் கொடுக்கவும் செய்தார் ஷரன். அஜ்ம ஜோடியின் அடுத்த இலக்கு மலபார் மலை. இஸ்மாயில் காரை வேகமாக மலபார் மலையை நோக்கி இயக்கினான்.

கடற்கரையோடு ஒட்டி ஓடும் தார்சாலையில் அதிவேகமாக இஸ்மாயில் காரை ஓட்டினான். தூரத்தில் சாலைநடுவே வேகத்தடுப்பு போடப்பட்டிருந்தது. இஸ்மாயில் வேகத்தைக் குறைத்தான். வேகத் தடுப்புக்கு மரியாதையை கொடுத்தல்ல, வேகத்தடுப்பை ஒட்டி அங்கு குவிந்திருந்த காவலர்களுக்கு கொடுத்த மரியாதை, பயம். காரை வேகமாக ஓட்டி வேகத் தடுப்பைத் தகர்த்துவிட்டு போகமுடியாது என்பதை இஸ்மாயில் புரிந்துகொண்டான். அதே நேரத்தில் வேகமாக வந்த இவர்களின் வாகனத்தை நிறுத்தக் கட்டளையிட்டு காவலர் கையை உயர்த்தினார். அப்போதும் இவர்கள் வேகத்தைக் குறைக்காததால் விசிலை ஊதினார். இதற்குள் அஜ்மலிடமிருந்து ஒரு யோசனை வந்தது. அதன்படி வேகத் தடுப்புக்கு அருகே காரை நிறுத்தி வாகனத்தின் விளக்குகளை எரியவிட்டான். கண்கூச்சத்தால் காவலரால் காரில் அமர்ந்திருப்பவர்களையோ வாகனத்தின் எண்ணையோ அடையாளம் காணமுடியவில்லை.

காவலர்கள் குழம்பிய இடைவெளியில் தப்பிக்க வாகனத்தை கிளப்பினான், வலது பக்கம் போவதா இடது பக்கம் போவதா என்று யோசித்து முடிவெடுக்க முடியாமல் ஏதாவது ஒரு பக்கம் போவோ மென்று அவன் நினைத்து வண்டியைத் திருப்பியபோது கொஞ்ச தூரத்திலேயே வேகத்தடையைத் தாண்டி நகராமல் கார் நின்றது. காவலர்கள் இவர்களை நோக்கிச் சுட்டப்படியே ஓடிவந்தனர். சூழ்நிலைகள் இவர்களுக்கு சாதகமாக இல்லை. ஆனால் அதை எப்படி சாதகமாக்கி கொண்டார்கள் என்பதில் தான் இவர்களின் சாமார்த்தியம் மறைந்திருக்கிறது.

அதன் முதல்கட்ட நடவடிக்கையாக இருவரும் நிராயுதபாணியைப் போல இரு கையையும் உயர்த்தினர். இஸ்மாயிலின் துப்பாக்கி அவனுக்குத் தட்டுப்படவில்லை. அவர்கள் அருகே வருவதற்குள் அஜ்மல் அமர்ந்திருந்த இருக்கைக்கு பக்கத்திலிருந்த துப்பாக்கியை எடுத்துச் சுட ஆரம்பித்தான். காவலர் ஒருவர் அவனைக் கீழே தள்ளிவிட்டார். அந்த கணப்பொழுதிலும் அஜ்மலின் விரல்

இறுக்கமாக துப்பாக்கியின் விசையை அழுத்தியது. காவலர் அதே இடத்தில் விழுந்தார். இன்னொரு காவலர் அஜ்மலிடமிருந்து துப்பாக்கியைப் பறிக்க முயன்றார். தடி அடியும் நடந்தது. இந்த தடவை இஸ்மாயிலுக்குக் காயம் ஏற்பட்டது. இருவரும் காயம் பட்டனர். துப்பாக்கியைக் கையில் எடுத்தவனுக்கு தோட்டாதானே பரிசாகக் கிடைக்கும்.

சுடப்பட்ட இருவரும் அவசர உதவி வாகனத்தில் கொண்டு செல்லப் பட்டனர். மருத்துவமனையில் கிடந்தபோது தான் காவலரின் துப்பாக்கி குண்டு துளைத்து இஸ்மாயில் மாண்டுபோன விவரம் அஜ்மலுக்கு தெரியவந்தது. இதனோடு அவனுக்கு இன்னொரு அதிர்ச்சியும் காத்திருந்தது. இவர்கள் பாகிஸ்தானைச் சேர்ந்தவர்கள் என்று மருத்துவர் தெரிவித்ததுதான் அது. அஜ்மல் உடுத்தியிருந்த ரத்தம் படிந்த ஆடையை அப்புறப்படுத்தி மருத்துவமனையின் சீருடை கொடுக்கப்பட்டது. அவனது காயத்துக்கு வைத்தியமும் பார்க்கப் பட்டது.

மும்பை தாக்குதலுக்காக அனுப்பப்பட்ட பத்து நபர்களில் ஒன்பது பேர் வீழ்த்தப்பட்டனர். காவல்துறையால் அஜ்மலை மட்டுமே உயிரோடு பிடிக்க முடிந்தது. ரத்தம் சதை மூளை மூச்சு என நாடி நரம்பெல்லாம் ரத்த வெறி உள்ளவர்களால்தான் இப்படி ஒரு கோரதாண்டவத்தை அரங்கேற்ற முடியும். மும்பையின் தரையில் ரத்தத்தையும் மனிதர்களின் கண்ணில் கண்ணீரையும் வரவழைத்துக் கொக்கரிக்க இங்கிருந்தே ஏகப்பட்ட சதிதிட்ட முன்னேற்பாடுகள் நடந்துள்ளன.

தீவிரவாதிகள் இந்தியாவில் மும்பையைக் குறிவைத்த பிறகு கடல்மார்க்கமாகப் பயணித்து மும்பையில் பத்வார் பார்க் என்ற இடத்துக்கு வந்து இறங்கவேண்டும் என்று தீர்மானித்தனர். திருட்டுத்தனமாக மும்பைக்குள் ஊடுருவக் கண கச்சிதமான இடம் பத்வார் பார்க். தீவிரவாதிகளுக்கு சதிகாரர்கள் இந்த இடத்தைத்தான் தேர்ந்தெடுத்துக்கொடுத்தனர். அவர்கள் நம் இந்தியக் காற்றை சுவாசிப்பவர்களாக இருந்தால் அவர்களைவிடப் பெரிய தேச துரோகி வேறு யாரும் இருக்க முடியாது. மீனவர்கள் வசிக்கும் காலணி தான் பத்வார். அந்த இடத்துக்குப் படகில் வந்து இறங்குபவர்கள் மீது பெரிய அளவில் யாருக்கும் சந்தேகம் வராது. சந்தேகித்து விசாரிக்கவும் அங்கு யாரும் இருக்கமாட்டார்கள். கடலிலிருந்து சாலையைச் தொட மரப்பலகை உதவியோடு பத்தடி எடுத்து வைத்தால் வாகனங்கள் பறந்து கொண்டிருக்கும் தார்சாலையை தொட்டுவிடலாம். அங்கிருந்து வாடகை வாகனத்தில் ஏறி அமர்ந்தால் மும்பை ஜனதிரளுக்குள் ஐக்கியமாகிவிடலாம். இவை

எல்லாவற்றுக்கும் மேலாக தாக்குதல் நிகழ்த்த தேர்ந்தெடுக்கப் பட்டிருந்த வி டி எஸ் இரயில்வே ஸ்டேஷன், ஓட்டல் தாஜ், நாரிமன் இல்லம் இப்படி எல்லாமே பத்வார் பார்க்கிலிருந்து அரைமணி நேர அவகாசத்துக்குள் சென்றடைந்துவிடலாம். சில இடங்களுக்கு வண்டியில் பத்துநிமிடத்திலும் சில இடங்களுக்கு நடந்தும் செல்லலாம்.

பரத் மீனவர் பகுதியில் வசிப்பவர். தாஜ் ஓட்டலில் வேலை பார்க்கும் அவர் தினமும் கடலை ஒட்டிய பாதையில்தான் செல்வார். அன்று இரவு நேர பணிக்காகச் சென்றுகொண்டிருந்தார். அப்போது இருபது இருபத்தைந்து வயது மதிக்கத்தக்க இளைஞர்கள் கைப்பை மற்றும் இதர சாமான்களைத் தூக்கிக்கொண்டு படகிலிருந்து இறங்கி வந்தனர். அவர்கள் மும்பைக்கு புதிது என்பது பரத்துக்குப் புரிந்தது. யார் என்று விசாரித்தார். மாணவர்கள் என்றார்கள். மறுநாள் காலை காவலர்கள் அந்தப் படகைப்பற்றிப் பேசிக்கொண்டிருந்தபோது நேற்று அவர் அந்த இடத்தில் சில இளைஞர்களைச் சந்தித்ததைச் சொன்னார். இறந்துபோன தீவிரவாதிகளின் சடலத்தையும் அடையாளம் காட்டினார்.

பிரசாந்த் என்பவரும் அதே மீனவர் பகுதியில் வசிக்கும் மீன்பிடிக்கும் தொழிலாளி. தீவிரவாதிகள் மும்பைக்கு வந்திறங்கிய அதே நாள் பிரசாந்த் சில மீனவர்களுடன் கடலுக்குள் மீன்பிடிக்கச் சென்றார். நாரிமன் பாயிண்டில் ரப்பர் படகும் அதில் உயிர்காக்கும் கவச உடையும் இருந்தது. உடனடியாக ரப்பர் படகு பற்றிய விவரத்தை பிரசாந்த் கடலோர காவல்படையினருக்குத் தெரிவித்தார். நாரிமன் பாயிண்டிலிருந்து இவர்கள் வசிக்கும் இடம்வரை கொண்டுவந்து சேர்த்த ரப்பர் படகு காவல்துறையினரிடம் ஒப்படைக்கப்பட்டது.

வி.டி.எஸ்ஸில் 52 கொலைகள் நிகழ்ந்திருக்கிறது. 109 பேர் காயமடைந்துள்ளனர். பயங்கரவாதிகள் ஐந்து குழுக்களாகச் சென்று திட்டமிட்ட இடத்தை தாக்கி நாசம் செய்த ஒவ்வொரு நிகழ்வையும் பதிவு செய்து வைத்திருந்தனர். தாக்குதல் நடத்தும்போது ஆங்காங்கே பாதுகாப்புக்காகப் பொருத்தப்பட்டிருந்த உடைப்படாத கேமிராக்கள் தீவிரவாதிகளின் துவம்ச காட்சிகளை உள்வாங்கி வைத்திருந்தன. இந்த ஆவணங்கள் அனைத்தும் நீதிமன்றத்தில் சமர்பிக்கப்பட்டன.

தீவிரவாதியாகவே இருந்தாலும் அது தெள்ளத்தெளிவாகத் தெரிந்தாலும் சட்டத்துக்கு சாட்சிகள் மிக முக்கியம். அஜ்மல் ஆடிய கோரதாண்டவத்தை நேரில் கண்டவர்கள் சிலர் சாட்சி அளித்தனர். குண்டு வெடிப்பு, துப்பாக்கி சூடு என்னும்போதே அந்த இடத்தில் இருந்ததைப் போன்றதொரு பதற்றம் தொற்றிக்கொள்கிறது. அதே

இடத்தில் இருந்தவரின் மனநிலை எவ்வாறு இருந்திருக்கும். உயிர் தப்பித்தால் போதுமென்று ஓடிவிடாமல், எல்லா உயிரையும் காக்க வேண்டிய பொறுப்பில் இருந்தால், அவரும் பொறுப்பை தட்டிக் கழிக்காதவராக இருந்தால்... அவர்தான் பரத் ராமச்சந்திரன். காவல் துறை உதவி ஆய்வாளர். அன்றைய இரவு பணியிலிருந்தார். காவலர் களுக்கான அலுவலகம் ரயில் நிலையத்திலேயே இருந்தது. வெளிப்பக்கம் துப்பாக்கி சுடும் சப்தம் வந்ததும் அந்த இடத்தை நோக்கி விரைந்துள்ளார் பரத். அதற்குள் பணியிலிருந்த காவலர்கள் துப்பாக்கி குண்டுபட்டு அடிபட்டுக் கிடந்ததைக் கண்டதும் ரயில்வே பாதுகாப்பு அமைப்பிடம் அறிவிக்க தொலைபேசியை உபயோகிக்க முயன்றவரின் தோளை உரசிக்கொண்டு குண்டு பாய்ந்துள்ளது. மக்களின் அழுகுரலையும், ரத்த வெள்ளத்தில் மிதப்பவர்களையும் நேரடியாகப் பார்த்திருக்கிறார். மற்றவர்களை காப்பாற்ற உதவ அவருக்கு அவகாசம் இல்லை. காயப்பட்டவர்கள் சிகிச்சைக்காக மருத்துவமனையில் அனுமதிக்கப்பட்டபோது, அவரையும் அனுமதித்தனர். தீவிரவாதிகள் இருவரையும் இவர் அடையாளம் காட்டினார்.

உயிரை கையில் பிடித்துக்கொண்டு தன் இரத்தமல்லாத இன்னொரு உயிரைக் காக்கத் துரும்பளவாவது உதவியாக இருப்பது பெரும் விஷயம். 'தோடி தேர் மே பிளாட்ஃபார்ம் நெம்பர் தீன் மே சென்னை ஜானே வாலி காடி ரவானா ஹோகி' இந்த வாசகம் இந்தி தெரியாதவர் களுக்கும் மனப்பாடமாகியிருக்கும். ரயிலின் விவரத்தை பயணிகளுக்கு ஒலிப்பெருக்கியில் அறிவிக்கும் அறிவிப்பாளர்களை நேரில் யாரும் பார்த்திருக்க மாட்டார்கள். ரயில் நிலையங்களில் ஓர் அறைக்குள் அமர்ந்திருக்கும் அவர்கள் குரல் மட்டுமே பொது மக்களுக்குக் கேட்கும். சி எஸ் டி ரயில்வே நிலையத்தில் அன்றைய நாள் இவர் குரலைக் கேட்டு உயிர் தப்பியவர்கள் நிச்சயம் இவர் முகத்தையும் காணவேண்டும் என்ற ஆவல் கொண்டிருப்பார்கள். அவர் விஷ்ணு. ரயில் நிலைய அறிவிப்பு அறையில் இருந்தவருக்கு வெளியே அசம்பாவிதம் நிகழ்வதை கண்ணாடி தடுப்பு வழியாகப் பார்க்கமுடிந்தது. உயிருக்கு பயந்து பிளாட்ஃபார்ம்களில் ஓடும் மக்களைக் கண்டதும் துப்பாக்கி சூடு நடப்பதைப் புரிந்துகொண்டார். துப்பாக்கி சுடு பட்டு காயத்தோடு ஓடுபவர்களையும் அசைய முடியாமல் கிடக்கும் உடன்வந்த உறவை தாங்கிப்பிடித்து ஓடுபவர் களையும் கண்டு தானும் ஓடிவிடலாம் என்று நினைக்காமல் தீவிரவாதிகள் தாக்குதல் நடத்தும் இடத்தைக் குறிப்பிட்டு அங்கு யாரும் பயணிகள் செல்லவேண்டாம் என்ற அறிவிப்பைத் தொடர்ந்து அறிவித்தார். நிலையத்துக்குள் நுழையும் இரயிலுக்கும் தாக்குதல் நடக்கும் இடத்துக்கு வராமல் இருக்கும்படி எச்சரித்தார்.

அஜ்மல் மற்றும் இஸ்மாயில் இருவரும் தரையில் அமர்ந்து தங்கள் கைப்பையிலிருந்து குண்டெடுத்து துப்பாக்கியில் நிரப்பிக் கொண்டிருந்தனர். அவர்களின் குண்டு அறிவிப்பு அறையின் கண்ணாடிச் சுவர்களைத் தகர்த்தது. விஷ்ணு மற்றும் மற்றொரு அறிவிப்பாளரும் வெளிப்பக்கம் இருப்பவர்களின் பார்வையில் படாதபடி தரையில் சுமார் ஒன்றரை மணி நேரம் தரையோடு அமர்ந்திருந்தனர். அந்தநேரத்திலும் அலுவலர்களைத் தொலை பேசியில் தொடர்பு கொண்டு நிலைமையை அறிவித்தனர்.

சி எஸ் டி ரயில்வே நிலையத்துக்கு எதிரிலேயே அமைவிடமாகக் கொண்டுள்ள பத்திரிகை அலுவலகம் நவம்பர் இருபத்தியாறாம் தேதி இரவு எப்போதும் போலவே இயங்கிக்கொண்டிருந்தது. இரண்டு பத்திரிகையாளர்கள் அலுவலகத்துக்குள் பரபரப்பாக வந்தனர். ஓட்டல் தாஜில் இரண்டு நபர்கள் துப்பாக்கி சூடு நடத்துவதாகத் தெரிவித்தனர். இதைக் கேள்விப்பட்டதும் புகைப்படக்காரர் செபாஸ்டியன் உட்பட சிலரும் ஓட்டல் தாஜுக்கு விரைந்தனர். அப்போது ரயில் நிலையத்திலிருந்து வெடிசத்தம் கேட்டதும், அங்கிருந்து ரயில்வே நிலையத்தை நோக்கி ஓடினர். உள்ளூர் ரயில் நிலைய நடை மேடை ஒன்றில் நுழைந்தபோது அங்கு ஆட்கள் எவரும் இல்லை. அங்கு நிறுத்திவைக்கப்பட்டிருந்த ரயில் பெட்டியில் ஏறி உள்ளுக்குள்ளேயே நடந்து சம்பவம் நடைபெறும் நடைமேடைக்கு வந்தனர்.

தீவிரவாதிகள் இருவரும் வெறிகொண்டவர்களாக துப்பாக்கிச் சூடு நடத்திக்கொண்டிருந்ததைக் கண்டனர். உடனடியாக அதைப் படம் எடுக்க நடை மேடை ஆறில் நிறுத்திவைக்கப்பட்டிருந்த ரயில் பெட்டிக்குள் ஏறினார் செபாஸ்டியன். காவலர் ஒருவரும் அவருக்கு பின்னே சாதாரண ஆடையில் மற்றொரு காவலரும் தீவிரவாதிகளைச் சுட தயாரான நிலையில் துப்பாக்கியை உயர்த்திப் பிடித்து தயார் நிலையில் நின்றனர். தீவிரவாதிகள் உங்களைக் கவனித்துவிட்டால் ஆபத்து. அதனால் ரயில் பெட்டிக்குள் வந்துவிடுங்கள் என்று இரண்டு காவலர்களையும் எச்சரித்தார் செபாஸ்டியன்.

ரயில் நிலையத்திலிருந்து தப்பிக்கும் பரபரப்பில் அங்கு புத்தகக்கடை வைத்திருந்த ஒருவர் அவரது கடையின் இரும்புக் கதவை இழுத்து மூடும் சமயத்தில் எங்கிருந்தோ வந்த குண்டு அவரைத் தரையில் வீழ்த்தியது. யுத்தகளமாகக் காட்சியளித்த ரயில்வே நிலையத்தில் நூற்றுக்கும் மேற்பட்ட புகைப்படங்களை எடுத்தார் செபாஸ்டியன். நீதிமன்றத்தில் அவர் சாட்சியம் அளித்தபோது அந்த புகைப் படங்களும் அலசப்பட்டன. இரவு நேரம் கேமிராவில் ஒளி விளக்கை இயக்கினால் அந்த வெளிச்சம் தீவிரவாதியிடம் சிக்கவைத்துவிடும்.

எனவே வெளிச்ச ஒளியை இயக்காமல் எடுக்கப்பட்ட புகைப்படம் என்பதால் பாதிக்கும் மேற்பட்ட புகைப்படங்கள் இருள் படர்ந்து தெளிவாகத் தெரியவில்லை.

ஸ்ரீராம் என்பவர் அதே பத்திரிகையில் புகைப்படக்காரர். வெடி சப்தம் ரயில்வே நிலையத்திலிருந்து வந்ததும் அங்கு தனது கேமிராவை எடுத்துக்கொண்டு விரைந்தார். ரயில் நிலையத்தைச் சுற்றியுள்ள கட்டடங்களில் இருந்தவர்கள் தீவிரவாதிகளின் துப்பாக்கியிலிருந்து வெளியேறும் குண்டு என்று எந்த நேரத்திலும் தங்களைத் தாக்கலாம் என்று அஞ்சிக்கொண்டிருந்தனர். ஏனென்றால் தீவிரவாதிகளின் நோக்கம் மக்களைக் கொல்வதுதான். அதனால் திரும்பிய பக்கமெல்லாம் குண்டைப் பொழிந்தார்கள். பாலத்தின் மீதேறி அஜ்மலும் இஸ்மாயிலும் நடந்துவந்தனர். அவர்களின் துப்பாக்கி குண்டு பத்திரிகை அலுவகத்தை நோக்கிப் பாய்ந்தது. அந்த நிமிடத்தைத் தன் கேமிராவுக்குள் கொண்டுவர விரும்பிய ஸ்ரீராம் பத்திரிகை அலுவகத்தின் இரண்டாவது தளத்துக்கு விரைந்தார். அங்கிருந்து இருவரையும் புகைப்படம் எடுத்தார். அவர்கள் இருவரும் தூரத்தில் இருந்ததால் புகைப்படம் தெளிவாக வரவில்லை. அதனால் கேமிராவின் விளக்கு ஒளியை இயக்கி புகைப்படமெடுத்தார். கேமிராவிலிருந்து கிளம்பிய வெளிச்சதைக்கண்டு சுதாரித்த அஜ்மல் நான்கு ஐந்து தடவை பத்திரிகை அலுவகத்தின் கட்டடத்தை நோக்கிச் சுட ஆரம்பித்தான். ஸ்ரீராம் கைவண்ணத்தில் தெளிவாக எடுத்த புகைப்படம் நீதிமன்றத்தில் சமர்பிக்கப்பட்டது.

தீவிரவாதிகள் மும்பையை ஆக்கிரமித்து அழித்துக்கொண்டுள்ளனர். அவர்களின் நடவடிக்கைகளை உடனுக்குடன் அந்தந்த இடங்களில் பணியில் இருந்த காவலர்களுக்குத் தெரிவித்து மக்களைக் காப்பாற்றத் தீவிரமாக இறங்கியது காவல்துறை. அஜ்மலும் இஸ்மாயிலும் சென்ற காரை மடக்கிபிடித்திருக்கிறார்கள் என்றால் அது அவ்வளவு எளிதாக நடந்ததில்லை. தாக்குதலில் உயிரை ஈந்த காவலல்படையினர், திட்டத்தைச் செயல்படுத்தும்போது காயப்பட்டவர்கள் என பல பேரின் உழைப்பின் விளைச்சல்தான் அஜ்மலை பிடித்தது. அஜ்மலும் இஸ்மாயிலும் வெள்ளை நிற வண்டியில் தப்பித்து மலபார் மலையை நோக்கிப் பயணப்பட்டிருக்கின்றனர் என்ற அறிவிப்பைத் தொடர்ந்து ஒரு குழுவை அமைத்து காவல்துறை அந்த இடத்துக்குச் சென்றது. ஓட்டுநர் இருக்கையிலிருந்த இஸ்மாயிலைச் சுட்டது காவல்துறை ஆய்வாளர் காதம்.

விதி வலியது என்பதற்கான அர்த்தத்தை தீவிரவாதிகள் மும்பையைத் தாக்கியபோது அதிலிருந்த மீண்டவர்களும் அதில் எதேச்சையாகச் சிக்கி உயிர் துறந்தவர்களின் உறவுகளும் நிச்சயம் உணர்வார்கள். உமர்

வாடகை டாக்ஸியின் ஓட்டுநர். அன்று அவரின் கடைசி நாளை விதி குறித்து வைத்திருக்கும் என்று அவருக்குத் தெரியாது. கடல் மார்க்கமாக பத்வார் பார்க்கில் வந்திறங்கிய தீவிரவாதிகளில் அஜ்மல் மற்றும் இஸ்மாயில் இருவரும் உமரின் வண்டியில் ஏறினார்கள். வெடிகுண்டில் நேரத்தை நிர்ணயித்துப் பொருத்திவிட்டு இரயில் நிலையத்தில் இறங்கிக்கொண்டனர்.

ஹதராபாத்திலிருந்து வழக்கு நிமித்தமாக வழக்கறிஞர் ஒருவர் மும்பைக்கு வந்திருந்தார். அவருடைய தங்கையின் குடும்பமும் மகளின் குடும்பமும் மும்பையில்தான் வசித்தனர். கலவரம் நிகழ்ந்த அன்று ஹதராபாத்துக்குப் புறப்பட ரயில் நிலையம் வந்த பிறகுதான் ரயில் ரத்தான விவரம் அறிந்தார். உடனடியாக அவரது தங்கையை செல்லிடப்பேசியில் தொடர்புகொண்டு வீட்டுக்குத் திரும்பி வருவதாகவும் பயணம் ரத்தான விவரத்தையும் சொன்னார். உள்ளூர் ரயிலில் வந்தால் ஆபத்து ஏற்படும். அதனால் வாடகை வண்டியில் வந்துவிடுங்கள் என்ற தங்கையின் கனிவான கருத்தை ஏற்று உமர் ஓட்டிவந்த காரை அணுகினார். தீவிரவாதிகளின் கலவரத்தால் வரமறுத்தார் உமர். ஆனாலும் வழக்கறிஞரின் வற்புறுத்தலால் அவரை பத்திரமாக அவரது தங்கை வீட்டில் கொண்டு சேர்க்க சம்மதித்தார் உமர்.

வழக்கறிஞர் வண்டியில் ஏறி அமர்ந்ததும் அவரது தங்கைக்குக் கிளம்பிவிட்ட தகவலைத் தெரிவித்தார். திரும்பவும் அரை மணிநேரத்தில் அவரது தங்கையிடமிருந்து அழைப்புவந்தது. தாதர் என்ற இடத்தில் பயணிப்பதாக அறிவித்தார். கொஞ்சநேரத்தில் வழக்கறிஞரின் மகள் அவரது அத்தையிடம் பேசும்போது அப்பாவிடம் ஒரு மணி நேரத்துக்கு முன்பு செல்லிடப்பேசியில் பேசினேன்; அதற்குப் பிறகு அவரை தொடர்பு கொள்ள முடியவில்லை என்று சொல்லியிருக்கிறார். வழக்கறிஞர் அவருடைய மகளிடம் பேசியதுதான் அவர் பேசிய கடைசி வாக்கியமாக இருந்திருக்கும். பாதுகாப்பாக இருப்பதாக நினைத்து பூட்டிய வாகனத்துக்குள் அமர்ந்திருந்த இருவரும் அவர்களுக்கான எமன் அந்த வண்டியில்தான் வெடிகுண்டு வடிவில் காத்திருக்கிறான் என்பததை நினைத்துப் பார்த்திருக்கவேமாட்டார்கள். அஜ்மல், இஸ்மாயில் இவர்கள் இருவரையும் வண்டியில் ஏற்றிய பிழையைத் தவிர அந்த ஓட்டுனர் வேறெந்தத் தவறையும் செய்யவில்லை. தங்களை அடையாளம் கண்டு சொல்லிவிடக்கூடாது என்பதற்காகவே இறங்கிச் செல்லும் முன் வெடிகுண்டைப் பொருத்திவிட்டுப் போயிருக்கிறார்கள் பாவிகள். ஓட்டுநர் மற்றும் வழக்கறிஞர் இருவரின் சடலங்களும் மருத்துவமனையில் இருந்து அவரது உறவினர்கள் மறு நாள் பெற்றுக்கொண்டனர்.

சிசிடிவி, தொலைபேசி அழைப்பு பதிவுகள், ரயில்வே நிலையத்தின் குறிப்பேடு என தீவிரவாதிகள் தொடர்புடைய அனைத்து ஆவணங்களும் இவர்களின் தாக்குதல்களைத் திட்டவட்டமாக நிரூபிப்பன. இந்தியாவில் பயங்கரவாத செயலில் ஈடுபட்ட அல் கொய்தா இயக்கத்தை சேர்ந்த தீவிரவாதியான அஜ்மல் கசாப் இந்தியாவின் சட்டங்களான இந்திய தண்டனைச்சட்டம், சட்ட விரோதமாக தீவிரவாதத்தில் ஈடுபடும் நடவடிக்கைகளை தடுக்கும் சட்டம் *1967*, எக்ஸ்புளோசிவ் சட்டம் (Explosive Act) *1984*, எக்ஸ்புளோசிவ் சப்ஸ்டேன்சஸ் சட்டம் (Explosive Substances Act) *1908*, ஆர்மஸ் சட்டம் (Arms Act) *1959* இந்தப் பிரிவுகளின் கீழ் அஜ்மல் குற்றவாளியாகிறான்.

பத்வார் பார்க்கில் துவங்கிய இவனது நடவடிக்கை வினோலி சௌபதியில் முற்றுப்பெற்றது. பயங்கரவாதிகளில் இரண்டு இரண்டு நபர்களாக ஐந்து குழுவாகப் பிரிந்து வந்த பத்து பேரில் அஜ்மல்தான் உயிரோடு பிடிபட்டான். மற்றவர்கள் கொல்லப்பட்டனர். அஜ்மல் தனித்து ஈடுபட்ட குற்றச்செயலை மட்டுமே அளவிட்டு அவனுக்குத் தண்டனை கொடுக்கவேண்டும். அவனுடைய கூட்டாளி அல்லது இதர குழுவினர்களின் குற்றச் செயல்களுக்கு இவன் பொறுப்பாக மாட்டான் என்றார் இவன் தரப்பில் வாதாடிய வழக்கறிஞர்.

மலபார் மலையை நோக்கிய அவனது பயணம் இடையிலேயே தடைப்பட்டது. பாதிவழியில் இவன் பிடிபடாமல் இருந்திருந்தால் இவர்களின் கொலைப்படலத்தில் இன்னும் எத்தனை உயிர்கள் மாண்டிருக்குமோ. மலபார் மலையில் தாக்கும் இலக்கு எங்கெங்கு என்று அவன் தெளிவுபடக் கூறவில்லை. மும்பை மாநகர ஆளுநர், முதல்வர், உயர்நீதிமன்ற தலைமை நீதிபதி ஆகிய பெரும்புள்ளிகள் வசிக்கும் இடம் மலபார் மலை. அதை வைத்துப் பார்க்கும்போது அடுத்த இலக்கு இவர்களாக இருந்திருக்குமோ என்ற சந்தேகம் வலுக்கிறது. அஜ்மல் ஜோடியைத் தவிர இதர நான்கு ஜோடிகளின் தாக்குதல்களும் நீதிமன்றவிசாரணையில் தெரியவந்தது.

பத்வார் பார்க்கிலிருந்து இறங்கி பொடிநடையாக இம்ரான் அபு ஜோடி நாரிமன் இடத்துக்கு வந்தனர். வாடகை வாகனத்தை இவர்கள் பயன்படுத்தாத காரணத்தால் நடந்துவரும்போது அவர்களின் முன்னேற்பாட்டின் படி அருகே பெட்ரோல் பம்பில் யாரும் கவனிக்காதபோது வெடிகுண்டைப் பொருத்திவிட்டு வந்தனர். அது வெடித்து அந்த தீ பெட்ரோல் மீதுபட்டு அதனால் எத்தனைபேர் மடிந்திருப்பார்களோ. தரைத்தளத்தோடு சேர்த்து ஆறு மாடி கட்டடம் நாரிமான். அங்கு இஸ்ரேலை சேர்ந்த பாதிரியார் குடும்பத்தோடு தங்கியிருந்தார். அதே கட்டடத்தில் பிராத்தனைக்கூடமும் உண்டு.

விருந்தினர்கள் இருவர் உடனிருந்தனர். பாதிரியாருடன் இரு வேலையாட்களும் அதே கட்டிடத்தில் அந்த நேரத்தில் உடனிருந்தனர். எதேச்சையாக இரவு உணவுக்குப் பிறகு கீழ் தளத்துக்கு வந்த வேலையாட்கள் தீவிரவாதிகள் துப்பாக்கியோடு வருவதைக்கண்டு பயந்து பலசரக்கு அறைக்குள் மறைந்துக் கொண்டனர். மறுநாள் காலை பதினோரு மணிவரை அவர்கள் அறையை விட்டு வெளியே வரவில்லை. இந்த இடைப்பட்ட நேரத்தில் அந்த கட்டடத்தில் ஒன்பது கொலைகள் அரங்கேறி விட்டன. கண்மூடித்தனமாகத் தீவிரவாதிகள் சுட்டதில் நாரிமான் கட்டடத்துக்கு அருகே இருந்த வீட்டில் வசித்த தம்பதிகளும் துப்பாக்கிக்கு பலியாகினர். பாதிரியாரின் இரண்டு வயது குழந்தையின் அழுகுரல் பலசரக்கு அறையில் அடைபட்டிருந்த வேலையாட்களை உலுக்கியது. தங்களது உயிரைக் காப்பாற்றிக்கொள்வதை விட முதலாளியின் குழந்தையின் உயிரைக் காப்பது அவசியம் என நினைத்தவர்கள் விசுவாசத்தோடு அந்த குழந்தையை மீட்டு காவல்நிலையத்தில் ஒப்படைத்தனர். இறுதியாக இம்ரான் ஜோடி பாதுகாப்புப்படையினரால் கொல்லப்பட்டனர்.

அப்துல் ரஹ்மான் ஜோடி இரவு சுமார் பத்துமணியளவில் ஓட்டல் ஒபராவில் நுழைந்தனர். வரவேற்பறையில் இருவரைச் சுட்டுவிட்டு வாடிக்கையாளர்கள் உணவருந்தும் பகுதிக்கு சென்றனர். எச்சரிக்கை யோடு உள்பக்கக் கதவைத் தாளிட்டு, அங்கிருந்து மாற்றுபாதையில் விருந்தினர்களை ஓட்டல் நிர்வாகம் ஏற்கனவே வெளியேற்றி விட்டிருந்தது. சற்றும் சளைக்காத தீவிரவாதிகள் அடைத்திருந்த கதவைத் துப்பாக்கி குண்டால் திறந்தனர். அவர்களிடம் வசமாக இரு வேலையாட்கள் அகப்பட்டனர். தப்பிக்க முயற்சித்தால் சுட்டுவிடுவேன் என்று எச்சரித்துவிட்டு அதில் ஒருவரிடம் மேசை மீது மதுவை ஊற்றி தீயைப் பற்றவைக்க ஆணையிட்டான் தீவிரவாதி. கைநடுக்கத்தால் அவரால் பற்ற வைக்கமுடியவில்லை, லைட்டர் தீயை வெளிவிடவில்லை. உடனே தீக்குச்சியால்பற்ற வைக்கச் சொன்னான். அப்போதும் உரசுவதில் கை நடுங்கி தடுமாறி அவனது கையை பொசுக்கிகொண்டான். தீ காயம் தாளாமல் அவன் கதற அதே இடத்தில் தீவிரவாதியின் துப்பாக்கி அவனைச் சுட்டது.

இன்னொரு பணியாள் அவர்களின் கட்டளையை துல்லியமாக நிறைவேற்றிய பிறகு, ஓட்டலில் பெரும்புள்ளிகள் தங்கியிருக்கும் அறைக்கு அழைத்து செல்லக் கட்டளையிட்டனர். லிப்டுக்குள் ஏறியபோது அவர்களின் கவனம் முழுவதும் கை குண்டெறிவதில் இருந்தது. இந்த அவகாசத்தை பயன்படுத்திக்கொண்ட பணியாள் உடனடியாக லிப்ட் கீழிறங்கும் பட்டனை அழுத்தினார். அவருடைய

சமயோஜித யுக்தியால் அவர் அன்று உயிர்பிழைத்தார். மறுநாள் அதிகாலை தேசிய பாதுகாப்பு படையினர் இரண்டு தீவிரவாதிகளைக் கொன்றனர். ஆனால் அதற்குள் அவர்களோ முப்பத்தைந்து பேரை வீழ்த்தியிருந்தனர்.

தீவிரவாதிகளின் நோக்கம் இந்தியாவை அழிப்பது அல்லது தாக்குதல்கள் நடத்தி தங்கள் தேவைகளை நிவர்த்தி செய்யும்படி பணிப்பது எல்லாவற்றுக்கும் மேலாக வெளிநாடுகளின் கவனத்தை ஈர்ப்பது. காஷ்மீருக்கு சுதந்திரம், நம்மை மதிக்காத நாட்டை அழிப்பது, மாட்டிக்கொள்ளும் போது உயிரைவிட இளவட்டங்களை தயார்படுத்துவது என செயல்படும் பயங்கரவாத அமைப்பினர் இதில் செலவிடும் அவர்களின் நேரத்தை புத்தியை பயனுள்ள வகையில் பயன்படுத்தியிருந்தால் அவர்களின் நாடு வல்லரசு நாட்டின் பட்டியலில் இருந்திருக்கும்.

கால்போனக்ஸ் என்ற தொலைதொடர்பு நிறுவனம் அமெரிக்காவில் நியுஜெர்சி என்ற இடத்திலிருந்து இயங்கிவருகிறது. இந்த நிறுவனம் உலகெங்கிலும் வசிக்கும் மக்களுக்கு VOIP (Voice Over Internet Protocol) என்ற சேவையை வழங்கிவருகிறது. உலகத்தில் எந்த மூலையில் வசிபவர்களாக இருந்தாலும் கட்டணத்தை செலுத்திய பிறகு செல்லிடபேசியில் அல்லது மடிகணினியில் இந்த சேவை துவங்கிவிடும். எஸ்டிடி எண்ணை வைத்து எந்த ஊரிலிருந்து அழைக்கிறார்கள் என்பதைக் கண்டுபிடிப்பதைப்போல இந்த சேவையை பயன்படுத்துபவர்களைக் கண்டுபிடிப்பது சற்று கடினமானது. தீவிரவாத அமைப்பினர் தொலைநோக்குப் பார்வையோடு மும்பைக்குப் பயிற்சியாளர்களை அனுப்பிவைக்கும் முன்பேயே கராக் சிங் என்ற இந்தியரின் இ-மெயில் முகவரியில் இருந்து அமெரிக்க நிறுவனத்துக்கு மேற்சொன்ன சேவையை பெற அவர்களின் கணக்கில் கட்டணத்தை செலுத்தியுள்ளனர். சேவை வேண்டி விண்ணப்பம் அனுப்பியது இந்தி நபரின் முகவரியிலிருந்து; பணம் செலுத்தப்பட்டது இத்தாலி மற்றும் பாகிஸ்தானிலிருந்து; அல் கொய்தா பயங்கரவாத இயக்கத்தின் தலைவனோ அல்லது இந்த சதியைச் செயல்படுத்தும் போராளியோ மும்பைக்கு அனுப்பி வைக்கப்பட்ட இந்த பத்து பேருக்கு செல்லிடபேசியில் அழைப்பு விடுத்தால் இவர்களின் தொலைபேசியில் அமெரிக்காவின் கோட் எண் தெரியும். அதேபோல அந்த அழைப்பை ஏற்பவர்களின் தொலைபேசியிலிருந்து செல்லும் எண் ஆஸ்திரேலியாவிலிருந்து அழைப்பதைப்போன்ற குறியீட்டு எண்ணைக் காட்டும். இது போன்று முப்பது இணைப்புகள் வாங்கியுள்ளனர்.

கலவரம் நிகழ்த்தும் நாளுக்கு முந்தைய இரண்டு நாட்கள் நூற்றி ஐம்பத்தைந்துக்கும் மேற்பட்ட சோதனை அழைப்புகளை மட்டுமே செய்துள்ளனர். தீவிரவாதிகள் தாக்குதலில் இருந்தபோது ஓட்டல் தாஜ், ஓபிராய், நாரிமன் இல்லம் ஆகிய இடத்திலிருந்து வெளியே சென்ற அழைப்புகள் உள்வரும் அழைப்புகள் அனைத்தையும் அலசி எடுத்தபோதுதான் எல்லா உண்மைகளும் அம்பலமாயின. போலியான முகவரியைக் கொண்டு கால்போனக்ஸ் சேவையை உபயோகித்தவர்கள் அதை மும்பையைத் தாக்கப் பயன்படுத்தி யுள்ளனர் என்பது அதன் நிர்வாகத்தினருக்கு பிறகுதான் தெரியவந்தது.

நீதிமன்றத்தில் கால்போனக்ஸ் நிறுவனத்தின் நிர்வாகி ஒளித்தோற்ற அழைப்பு மூலம் விளக்கமளித்தார். பயங்கரவாதிகள் பேசிகொண்ட குரல் பதிவை முறையான அனுமதிபெற்று வாங்கி அதை எழுத்து வடிவமாக நீதிமன்றத்தில் சமர்ப்பித்தனர். அவற்றில் ஒரு சில வாக்கியங்களே அவர்கள் எமகாதகர்கள் என்பதைப் புரியவைத்து விடும்.

பயங்கரவாதா அமைப்பினரிடம் ஈர்ப்புக்கொண்டு அவர்கள் குழுவில் சேரும் இளைஞர்களுக்கு ஆரம்பத்திலேயே மூளைச் சலவை செய்து விடுவார்கள். அதனால் தான் தலைமையின் வாக்கை தெய்வ வாக்காக ஏற்றுப் பின்பற்றுகிறார்கள். இஸ்லாமியர்களுக்கு எதிரானவர்களை அழிக்கவேண்டும், காஷ்மீருக்கு சுதந்திரம் வேண்டும், இந்தியாவைப் பூண்டோடு நசுக்கவேண்டும். இதுதான் அவர்களின் தாரக மந்திரம். தாக்குதலின்போது அமெரிக்காவிலிருந்தும் ஆஸ்திரேலியாவி லிருந்தும் உரையாற்றுவதைப் போன்ற சாட்சியை உருவாக்கிவிட்டு மும்பையில் தாக்குதலில் ஈடுபட்ட பத்து பயங்கரவாதிகளையும் பாகிஸ்தானிலிருந்து ஆட்டுவித்தனர் என்பதற்கு பதிவு செய்யப்பட்ட அவர்களின் உரையாடலே சாட்சி. நண்பரே சகோதரரே பயப்பட வேண்டாம், அல்லாவின் மீது பற்றுடையவராகிய நாம் இந்தியாவை அழித்தே ஆகவேண்டும். தளரவேண்டாம் என்பது போன்ற மூளை சலவைகளை அவ்வப்போது கால்போனக்ஸ் சேவையைப் பயன் படுத்தி அனுப்பிக்கொண்டே இருந்தனர்.

எழுத்து சுதந்திரம், கருத்து சுதந்திரம் பற்றி பரந்துபட்ட கருத்தாழத்தை உள்ளடக்கிய அரசியல் அமைப்பு சாசனம் இன்னொன்றையும் கோடிட்டுக்காட்டத் தவறவில்லை. நம் சுதந்திரம் மற்றொருவரின் சுதந்திரத்தைப் பறிக்க கூடாது என்பதுதான் அது. இந்திய ஊடகங்கள் நேரடி ஒளிபரப்பு என்று கலவரம் நடந்த அத்தனை இடங்களையும் படம்பிடித்துக் காட்டின. இந்திய ஊடகங்களின் இந்த சேவை பாகிஸ்தானில் அமர்ந்துகொண்டிருக்கும் பயங்கரவாதத் தலைமை களுக்கு வசதியாக பயன்பட்டது.

'நீ இருக்கும் ஓட்டலில் மந்திரி ஒருவர் தங்கியிருக்கிறார். அவரை மீட்க தற்போது தனிவிமானம் அங்கே வரவிருக்கிறது எச்சரிக்கையாக இரு.

'கதவை திற; மந்திரி திறக்கவில்லை என்றால் அங்கிருக்கும் ஜன்னல் திரைசீலையை கழற்று; தலையணை மற்றும் போர்வைகளைச் சேர்த்து தீப்பற்ற வை. பற்றி எரியட்டும். தன்னால் வெளியே வருவார்கள். அறையை விட்டு வந்துடாதே. பாதுகாப்புபடையினர் ஓட்டலை சுற்றி ஆக்கிரமித்திருக்கிறார்கள். நம்மில் இரண்டு சகோதரர்களைச் சுட்டுவிட்டனர். அஞ்சவேண்டாம் அல்லாவின் கட்டளையை நிறைவேற்றினால் நாம் சொர்க்கத்துக்குச் செல்வோம்.

-என நமது ஊடகங்கள் பரபரப்புடன் காட்டிய தொலைக்காட்சி நேரடி ஒளிபரப்புகளை வைத்து சதிகாரர்கள் தமது திட்டத்தை முன்னெடுத்துச் சென்றிருக்கிறார்கள். தங்கள் நிறுவனத்தை முதன்மை யானதாக முன்னிறுத்த பரபரப்பு தகவலை உடனடியாக நேரடி ஒளிபரப்பு செய்த தொலைகாட்சி நிறுவனங்களுக்கு நிதிமன்றம் தனது கண்டனத்தைத் தெரிவித்தது.

ரவி தர்மேந்தர்கார் அமெரிக்காவில் வசித்த கடற்படை வீரர். பத்து வருடத்துக்குப் பிறகு அவரது உறவினர்களைச் சந்திக்க மும்பை வந்திருந்தார். ஓட்டல் தாஜ்மகாலின் இருபதாவது மாடியில் உறவினர் களோடு அமர்ந்திருந்த ரவிக்கு ஏதோ சந்தேகம் ஏற்பட்டிருக்கிறது. உணவில் கவனம் செலுத்தாமல் ஒருவித பதற்றத்தோடு அங்கிருப்பவர்களை உற்று நோக்கினார். சற்று நேரத்தில் அவரது உறவினருக்கு தாக்குதல் செய்தி வந்தது. தீவிரவாதிகள் ஓட்டல் தாஜ்மகாலைக் குறிவைத்துவிட்டது திட்டவட்டமான சம்பவங்கள் மூலம் தெளிவாகிவிட்டது.

ரவியும் அவரது நண்பர்களும் அங்கிருக்கும் மக்களின் உயிரைக் காப்பாற்றுவது என்று முடிவெடுத்தனர். ஓட்டல் பணியாளர்களிடம் கலந்து பேசினர். அவர்கள் இருந்த இருபதாவது மாடியில் மாநாட்டு அரங்கு இருந்தது. அங்கு ஐம்பதுக்கும் மேற்பட்ட ஆட்கள் அமரும் அளவுக்கு இட வசதி இருந்தது. ரவியின் நண்பர்களில் ஒருவர் அங்கிருந்த மக்களிடம் தீவிரவாதிகளின் பிடியில் இருப்பதையும் அதிலிருந்து சேதமின்றி அவர்களை தப்பிக்க வைப்பது பற்றியும் விளக்கினார். கான்பிரன்ஸ் அறைக்கு மக்கள் அழைத்து செல்லப் பட்டனர். அந்த அறையின் கதவு தடிமனான மரபலகையால் ஆனது, உள்பக்கம் தாளிட்டுக்கொள்ளச் செய்தனர். மக்களை வெளியேற்ற முன்னேற்பாடுகளைச் செய்தனர். செல்லிட பேசிகள் மௌனமாக்கப் பட்டன. திரைசீலைகள் அகற்றப்பட்டன. சமையலறை வழியாக

கையில் கிடைக்கும் சமையலறை சாமான்களை ஆயுதங்களாகத் தற்காத்துக்கொள்ள எடுத்துக்கொண்டனர். ஒவ்வொருவராக ஒலி எழுப்பாமல், இருபது மாடிகளைக் கடந்து தரை தளத்துக்கு வந்தால்தான் உயிர்பிழைப்பது உறுதியாகும். தீவிரவாதிகள் எந்தப் பக்கத்திலிருந்தும் எப்போது வேண்டுமானாலும் தாக்கலாம். ஆறாவது மாடி தீப்பிடித்து எரிந்துகொண்டிருந்தது. அதனால் தீவிரவாதிகள் அங்கிருந்து தீ புகையிலிருந்து உடனடியாக வெளியேற மாட்டார்கள் என்று ரவி நினைத்தார் இருப்பினும் ஒவ்வொரு தளத்தைக் கடக்கும் போதும் பேச்சுவார்த்தையைக் குறைத்துக்கொண்டு நடந்துவந்தனர். எண்பத்து நான்கு வயதான மூதாட்டியை ஓட்டல் பணியாளர் ஒருவர் தூக்கிக்கொண்டுவந்து தரைதளத்தில் சேர்த்தார். ரவியோடு சேர்ந்து அவர்களின் நண்பர்களும் ஓட்டல் பணியார்களும் நூற்றி ஐம்பத்தி ஏழு உயிர்களை அன்று மீட்டுள்ளனர். துயர அரங்கில் இதுபோன்ற சில சம்பவங்கள் ஆறுதலளிப்பவை.

இந்தியாவுக்கு எதிரான போர்குற்றம், தீவிரவாதம், கொலை கொள்ளை போன்ற பல்வேறுபட்ட காரணங்களுக்காக எக்ஸ்புளோசிவ் சப்ஸ்டேன்ஸ் சட்டம் 1908 படி, அஜ்மல் முகமது கசாப் என்ற பாகிஸ்தானிய தீவிரவாதிக்கு ஐந்து மரண தண்டனை, ஐந்து ஆயுள்தண்டனை ஆகியவை இந்திய நீதிமன்றங்களால் வழங்கப்பட்டன. 2010 ல் கீழமை நீதிமன்றம் வழங்கிய தீர்ப்புக்குப் பிறகு தொடர்ந்து இரண்டு வருடங்கள் உயர்நீதிமன்றம், உச்சநீதிமன்றம் ஆகிய இரண்டு அவையையும் நாடினான் அஜ்மல். ஆனால் இரண்டு உயரிய நீதிமன்றத்திலிருந்தும் அவனுக்குக் கிடைத்த தீர்ப்புக்குப் பச்சைக்கொடியே காட்டப்பட்டது. தன் மேல் கருணைகாட்ட வேண்டி குடியரசு தலைவருக்கு கடிதம் அனுப்பினான் அவரும் அவனது கருணை மனுவை நிராகரித்துவிட்டார். பாகிஸ்தானியான அஜ்மல் கசாபை தூக்கில் இடுவதற்கு முன்னர், மும்பை தாக்குதலில் ஈடுபட்டதால் அஜ்மல் கசாப் என்ற பாகிஸ்தானியைத் தூக்கிலிடும் விவரம் பாகிஸ்தானில் உள்ள இந்திய தூதரகம் வாயிலாக பாகிஸ்தான் அரசுக்கு அனுப்பிவைக்கப்பட்டது. ஆனால் பாகிஸ்தான் அரசாங்கம் அந்த கடிதத்தை ஏற்க மறுத்து விட்டது. அதனால், தூக்கிலிடும் விவரத்தை அவர்களுக்குத் தெரிவிக்கவேண்டிய கடமையால் இந்த செய்தி தொலைநகல் மூலம் அனுப்பிவைக்கப்பட்டது. மரணத்தைத் தழுவுபவன் எதிரியாக இருந்தாலும் அவனை தூக்கில் இட்டதற்காகப் பரிதாபப்படும் ஈரமுள்ள மனதுள்ள நம் நாட்டையும் மக்களையும் தாக்கி உயிரை குடித்தே தீருவோம் என்று அல் கொய்தா அமைப்பினர் கங்கணம் கட்டிக்கொண்டுள்ளனர்.

பூனா ஆர்தூர் சாலை சிறையிலிருந்து தூக்கிலிடுவதற்கு முந்தைய நாள் விடிவதற்கு முன்பே ஏர்வாடா சிறைக்கு பலத்த பாதுகாப்போடு அழைத்து வரப்பட்டான் அஜ்மல். தூக்கு மேடை, தூக்கிடும் கயிறு ஆகியவை சிறை அலுவலர்களால் பரிசோதிக்கப்பட்டன. அவனது மனநிலை, உடல் தகுதி ஆகியவையும் மருத்துவர்களால் பரிசோதிக்கப்பட்டன. அன்றிரவு சிறை அறையில் பாட்டுப்பாடியபடி ஆனந்தமாக இருந்தான் அஜ்மல். அஜ்மல் கசாப் தூக்கிலிடுவதற்குரிய அனைத்து தகுதிகளோடும் இருக்கிறான் என்று அனைத்து தரப்பும் ஒப்புதல் அளித்தது. தூக்கிலிடும் புதன்கிழமையான 21 நவம்பர் 2012 அன்று காலைப்பொழுதில் அஜ்மலை சிறை அறையிலிருந்து அழைத்து வந்தார்கள். சாப்பிடுவதற்கு தக்காளி கேட்டான், கூடை நிறையக் கொடுக்கப்பட்டது. அதிலிருந்து ஒரு தக்காளிமட்டுமே சாப்பிட்டான். திரும்பவும் இறுதியான மருத்துவ பரிசோதனைக்கு பிறகு, சிறைசாலையின் சீருடை கொடுக்கப்பட்டது. கடைசி ஆசை ஏதாவது உண்டா என்றதற்கு குடும்பத்தாரைப் பார்க்க ஆசைப் படுவதாகச் சொன்னான். நமாஸ் செய்தான். குரான் கொடுக்கப் பட்டதும் அதைப் படித்தான். அவனது கைகள், கால்கள் கட்டப் பட்டன. கழுத்தைத் துணியால் மூடினர். அவனது உயிர் அதிகாலை ஏழரை மணிக்குப் பறிக்கப்பட்டது. ஏர்வாடா சிறைச்சாலை வளாகத்திலேயே அவனது உடல் எரிக்கப்பட்டது.

இந்தியாவில் 2004 க்கு பிறகு நிறைவேற்றப்பட்ட தூக்குதண்டனை இது தான்.

அப்பாவி மக்கள், உயரதிகாரிகள், காவலர்கள், பாதுகாப்புப் படையினர், பிணையக்கைதிகள் இத்தனை உயிர்களும் சிந்திய குருதி குளமாக அன்று மும்பையில் ஓடியது. அது இன்று வற்றி உலர்ந்து போயிருக்கலாம். அந்தக் கறைகூட இன்று மறைந்துபோயிருக்கலாம். ஆனால் அந்த தினம் விதைத்த அச்சமும் வேதனையும் கோபமும் ஒருநாளும் மறையாது.

8

நொய்டா தொடர் படுகொலை

உத்திரபிரதேச மாநிலம் நொய்டா அருகே நிதாரி என்ற இடத்தில் 2006 ஆம் ஆண்டு பஞ்சாபைச் சேர்ந்த தொழிலதிபர் மொனிந்திர சிங்கும் அவரது வேலையாள் சுரேந்திர கோலி என்பவனும் கைது செய்யப் பட்டனர். இவர்கள் எதற்காக கைதானார்கள்? தொழிலதிபரா... அவரது வேலையாளா... யார் குற்றவாளி? அல்லது தொழிலதிபர் செய்த குற்றத்தைப் பணத்திரை போட்டு சட்டத்தை மறைத்து சுரேந்திர கோலியை சிக்கவைத்தாரா. இரண்டுமே இல்லை இரண்டு பேரும் கூட்டாக சேர்ந்து பச்சிளம் மாறாத பிஞ்சுகளை, இளஞ்சிட்டுக்களை எமனிடத்தில் கொண்டு சென்று சேர்த்திருக்கிறார்கள். அன்றாடம் பிழைப்புக்காக கூலி வேலை அல்லது வீட்டு வேலை செய்து பிழைப்பை நடத்தும் ஏழைகளின் ஐம்பதுக்கும் மேற்பட்ட வாரிசுகளை படுகொலை செய்துள்ளனர். ஆதாரங்கள் தெரிவிப்பவையோ செய்திகள் கூறும் எண்ணிக்கையில் இருந்து வேறுபடுகிறது. ஆதாரத்துடன் நிருபிக்கப்பட்ட கொலைகளுக்கு காரணமான முக்கிய குற்றவாளி வேலையாள் சுரேந்திர கோலி.

நிதாரி தொடர் கொலைகள் என்ற பிரபலமான தொடர்கொலைகளில் உடல்கள் அடையாளம்காட்டப்பட்டு கொலை என்று உறுதியாகி பதினைந்து வழக்குகள் பதியப்பட்டு நீதிமன்றத்தில் விசாரணை நடைப்பெற்று வருகிறது. பதினைந்து வழக்குகளில் ஒரு வழக்கில் முதலாளி, வேலையாள் இருவருமே குற்றவாளிகள் என்று நீதிமன்றத்தில் நிருபணமானது. அந்த வழக்கில் இந்தியதண்டனை சட்டப்படி ஆள்கடத்தல், கற்பழிப்பு, கொலை ஆகிய பிரிவுகளின் கீழ் இருவருக்கும் மரணதண்டனை விதிக்கப்பட்டது.

நிதாரி என்ற பகுதியில் கடந்த இரண்டு வருடங்களாக குழந்தைகளை யாரோ கடத்திச் செல்கின்றனர் என்று அந்த பாதிக்கப்பட்ட பெற்றோர்கள் புகார் கொடுத்தார்கள். ஆனால் அதற்குப் பெரிதான பலன் எதுவும் கிடைக்காததால் ரெசிடன்ஸ் வெல்ஃபேர் அசோசியேசன் அமைப்பின் உதவியை நாடினார்கள். அதன் விளைவாக அந்த அமைப்பின் தலைவர் நிதாரியில் புகார்கொடுத்தவர்கள் சந்தேகிக்கும் இடமான தண்ணீர் சேமிப்புக் கிடங்குக்குப் பக்கத்தில் ஓடும் கால்வாயில் சோதனையிட்டனர். திடீரென அவர்களுக்கு அழுகிய நிலையில் இறந்தவர்களின் உடல் பாகங்கள் கிடைத்தன. அதன்பிறகு காவல்துறைக்குத் தெரிவித்தனர்.

யாரோ கடத்தியிருக்கிறார்கள் தங்கள் பிள்ளைகள் கிடைத்து விடுவார்கள் என்று ஐம்பது சதவீதம் நம்பிக்கொண்டிருந்த பெற்றோர்கள், கதவு எண் ஈ-5 என்ற வீட்டுக்கு அருகே ஓடும் கால்வாயில் மனித உடல் உறுப்புகள் அழுகிய நிலையில் கிடைத்ததாகத் தகவல் கிடைத்ததும் துடிதுடித்துப்போனார்கள். தங்கள் பிள்ளைகளின் புகைப்படங்களை எடுத்துக்கொண்டு அந்த இடத்துக்குப் பதறி அடித்துக்கொண்டு விரைந்தார்கள். தங்கள் குழந்தைகளின் புகைப்படத்தைக் காண்பித்து அடையாளம் கேட்டனர். பெரும்புள்ளிகளுக்குக் காவல்துறை உடந்தையாக இருக்கிறது என்று சந்தேகித்தனர். இந்தத் தகவல் மத்திய அரசு வரை சென்றது. தொடர் படுகொலை விவகாரத்தில் உள்துறை அமைச்சகம் தலையிட்டது.

இப்படியான கொடூரமான கொலைகளை இந்த உலகம் பார்த்திருக்காது என்று நிச்சயமாகச் சொல்லமுடியும். ஆறறிவோடு இருக்கும் ஒருவனால் நிதானமாக இப்படி ஒரு படுபாதகத்தில் ஈடுபடமுடியும் என்று யாரும் ஒப்புக்கொள்ளமாட்டார்கள். கொலை நடந்தவிதத்தை அறியும்போது உயிரை உருவி வெளியே எடுப்பதைப் போன்ற பதைப்பு தொற்றிக்கொள்கிறது.

குற்றவாளிகளைத் தண்டிக்கக் கோரிக்கை வைத்து நிதாரி கிராம மக்கள் கொதிப்படைந்து போராட்டத்தில் இறங்கினர். இதன் தொடர்ச்சியாக பீதியடைந்த உத்திரபிரதேச அதிகாரிகள் நார்கோ பரிசோதனைக்காக குற்றவாளிகள் இருவரையும் குஜராத் தலைநகரம் காந்திநகருக்கு அழைத்துச் சென்றனர். இதற்கு அடுத்தகட்டமாகத்தான் புலனாய்வுத் துறையினர் இந்த வழக்குக்குள் வந்தனர். கசிஜாபாத் நீதிமன்றத்துக்கு குற்றவாளிகளை அழைத்துச் சென்றபோது பொதுமக்கள் தாக்கினர்.

உத்திரபிரதேச மாநிலத்தில் கசிஜாபாத் கிரிமினல் குற்றங்களை விசாரிக்கும் விசாரணை நீதிமன்றத்தில் குற்றவாளியான மொனிந்த்திராவுக்கு தண்டனை வழங்கப்பட்டது. இந்திய தண்டனைச்சட்டம் பிரிவு 302 ல் கொலை செய்த குற்றம்

நிரூபணமானால் அதற்கு தண்டனையாக மரணதண்டனை அல்லது ஆயுள் முழுவதும் சிறைவாசம் மேற்கொள்ள வேண்டும் என்று இப்பிரிவில் விளக்கப்பட்டுள்ளது. அதேபோல மற்றொரு பிரிவான 364 ல் ஒருவரை கடத்தி கொலை செய்யும் நோக்கமும் அதில் சேர்ந்திருந்தால் அதற்கு அதிகபட்சமாக பத்து வருட சிறை தண்டனை உண்டு. மேலும் அபராதமும் செலுத்தவேண்டும்.

சுரேந்திர கோலிக்கு மேற் குறிப்பிட்ட இரண்டு சட்டப் பிரிவுகளோடு சேர்த்து பிரிவு 376 ன் கீழும் தண்டனை வழங்கப்பட்டது.

இந்திய தண்டனைச்சட்டம் 376 பாலியல் பலாத்காரம் பற்றி விளக்குகிறது இந்தப் பிரிவின் படி அத்தகைய குற்றம் நிரூபிக்கப் பட்டால் குறைந்தது ஏழு வருட சிறைத்தண்டனை கிடைக்கும். அதிகபட்சமாக பத்துவருட சிறை தண்டனையும் அபராதமும் விதிக்கப்படும். இரண்டு குற்றவாளிகளில் ஒருவனுக்கு மரண தண்டனையும் மற்றொருவருக்கு சிறைத்தண்டனையும் வழங்கப் பட்டது. இருவரில் ஒருவன் தற்போது ஏழு வருட சிறைத் தண்டனைக்குப் பிறகு பெயிலில் வெளியே வந்துள்ளான். மொனிந்திர சிங் மற்றும் சுரேந்திர கோலி இருவரும் தற்போது இருக்கும் நிலைமை என்ன இந்த வழக்கின் இறுதியில் தெரியவரும்.

நிதாரி கிராமத்தில் கௌதம் புத்தா நகரில் ஓர் இளம் பெண்ணைக் காணவில்லை என்று அவளுடைய சொந்தங்கள் காவல் நிலையத்தில் புகார் கொடுத்தனர். ஆனால், அந்தப் புகாரானது வெகுசாதாரணமாக எடுத்துக்கொள்ளப்பட்டது. 'உன் மகள் யாருடனாவது ஓடிப் போயிருப்பாள்; ஆறுமாதத்துக்குப் பிறகு வந்து புகார் கொடுங்க' என்று காவல்துறையினரால் இளம்பெண்களைத் தொலைத்த பெற்றோர்கள் விரட்டப்பட்டனர். அதேபோல இன்னொரு இளம் பெண்ணும் காணாமல் போக அவளுடைய பெற்றோரும் புகார் கொடுத்தனர். சந்தேகத்தின் பேரில் சுரேந்தர் கோலி கைது செய்யப் பட்டான். அவனிடமிருந்து உண்மைகளும் வரவழைக்கப்பட்டன. அவனைத் தொடர்ந்து சென்றதில் இறந்தவர்களின் 15 மண்டை ஓடுகளும் எலும்பு கூடும் கண்டெடுக்கப்பட்டன.

ஈ -5 என்ற வீட்டில்தான் இத்தனை கொலைகளும் அரங்கேறியுள்ளன. மொனிந்திர சிங் அந்த வீட்டின் உரிமையாளர். அந்த வீட்டில் வேலையாள்தான் சுரேந்திர கோலி.

முப்பத்தி எட்டு சாட்சிகள் விசாரிக்கப்பட்டனர். குற்றம் சுமத்தப்பட்ட இருவருமே தாங்கள் நிரபராதிகள் என்பதில் தெளிவாக இருந்தனர். ஆனால் சாட்சி சொன்னவர்கள் யாரும் அவர்களை அப்பாவிகள் என்று ஒப்புக்கொள்ளவில்லை.

நிதாரியைச் சேர்ந்த சாதாரண தொழிலாளி ஒருவர் அவருடைய மனைவி ஆறு வீடுகளில் வீட்டு வேலை செய்பவள். அவளுக்கு உடல்நலகுறைவு உண்டானதால் பதினான்கு வயதான அவளது மகளையும் ஒத்தாசைக்கு அழைத்துப்போனாள் அந்த பெண்மணி. நாளடைவில் அம்மாவுக்கு ஓய்வு கொடுத்துவிட்டு அந்த இளம் பெண் அம்மாவின் சுமையைத் தனதாக்கிக்கொண்டாள். ஒரு நாள் மாலையில் குடும்பத்தலைவன் வீடு திரும்பிய பிறகும் மகள் வீடு வரவில்லை. அவளைத் தேட பெற்றோர்கள் கிளம்பினர். அதன்பிறகு காவல்நிலையத்துக்குப் போனதும் அவர்கள் 'பேருதவி' செய்ததையும் ஆரம்பத்திலேயே நாம் தெரிந்துகொண்டதால் இன்னொரு தடவை அதை விளக்கத் தேவையில்லை.

ஆனால் கொலை எப்படி நடந்தது என்பதைத் தெரிந்துகொள்ளும் போது, திகில் தொடரை விஞ்சும் காட்சிகளைக் கண்டு தலை கிறுகிறுக்கிறது. ஐந்தாம் எண் வீட்டுக்குள் வரும் பெண்களை அவன் கொன்ற விதம் கற்பனை கதைகளில் கூடக் காண இயலாது. வீட்டு வேலை பார்க்க வந்த அந்த சிறுமியை நாசம் செய்து கொன்று, அவளை துண்டு துண்டாக வெட்டி, சமையலறைக்கு சென்று பாத்திரத்தில் வெட்டி துண்டுகளை போட்டு அதை சமைத்து ரசித்து ருசித்து சாப்பிட்டிருக்கிறான். எஞ்சிய துண்டுகளை வீட்டுக்கு முன்பக்கமிருந்த சாக்கடையில் வீசிவிட்டான். இப்படித்தான் இவன் ஒவ்வொரு கொலைகளையும் செய்துள்ளான்!

காவல் துறையினரிடம் பிடிப்பட்டு சுரேந்திர கோலி அப்ரூவராக மாறினான். ஆரம்பத்தில் அவன் ஒரு வகை மன நோயால் பாதிக்கப் பட்டுள்ளான் என்ற வாதம் முன் வைக்கப்பட்டபோது கைத்தேர்ந்த மருத்துவர்கள் அவனைப் பரிசோதித்தனர். பிறகு அவன் சீரான மனநிலையில் தான் உள்ளான் என்ற மருத்துவ அறிக்கை கிடைத்த பிறகு அடுத்த கட்ட நடவடிக்கைக்கு உட்படுத்தப்பட்டான். அவன் ஒப்புதல் வாக்குமூலம் கொடுப்பதாக ஒப்புக்கொண்ட பிறகு ஒரு நாள் மதிய உணவுவேளையின்போது புலனாய்வுத் துறையினரால் அழைத்து வரப்பட்டான். அவனைத் தனி அறைக்குள் அழைத்து சென்றனர். அங்கு அவனையும் வாக்குமூலம் பெறுபவரையும் தவிர வேறு எவரும் இல்லை. சுரேந்தர் கொலை செய்ததாக ஒப்புக் கொண்டு அதை நிகழ்த்த அவன் கையாண்ட முறைகளை விளக்கினால் அதன் பிறகு சட்டப்படி அவனுக்கு கிடைக்கும் தண்டனையைப் பற்றியும் அவனிடம் விளக்கப்பட்டது அதன் பிறகு சுரேந்தரின் முழு சம்மதத்துடன் அவனுடைய வாக்குமூலம் படம்பிடிக்கப்பட்டது. வீடியோவில் அவன் பேசிய செய்திகளை எழுத்து வடிவமாக்கி அதனை அவனுக்கு படித்துக்காட்டிய பிறகு அதில் அவனது கையொப்பமும் பெறப்பட்டது.

சுரேந்திர கோலியால் கொலை செய்து வீசப்பட்டவர்கள் யார் என்று அடையாளம் காணவேண்டிய கட்டத்தில் உடல்கள் முழுவதுமாக கிடைக்காமல் ஒவ்வொரு உறுப்புகளாகக் கிடைக்கப்பட்டதால் அவை எவருடையவை என்று கண்டுபிடிக்கவேண்டி இருந்தது. காணாமல் போனவர்களின் பட்டியலும் நீண்டது. இறந்த நபர்களின் உடல் துண்டுகள் எலும்புகள், பெட்டிகளில் அடைத்து எடுத்து வரப்பட்டன. மரபணு சோதனையின் மூலம் இறந்தவர்களின் எலும்பு மற்றும் இதர பரிசோதனை செய்ய முடிவு செய்யப்பட்டது. பெற்றோர்களின் உடலமைப்பு ஐம்பது சதவீதம் அவர்களின் குழந்தைகளுக்கும் வரும். யேல் பல்கலைகழகத்தில் படித்த அறிவியல் நிபுணர் ஹைதராபாத்திலிருந்து வரவழைக்கப்பட்டார். நாற்பத்தியாறு உறவுக்கார நபர்களின் ரத்தங்கள், இறந்தவர்களின் எலும்புகள் பரிசோதனைக் காகக் கொடுக்கப்பட்டன. ஹைதராபாதிலிருந்து வந்திருந்த ஏழு அறிவியல் நிபுணர்கள் பரிசோதனையை மேற்கொண்டனர்.

ரத்தத்தைப் பரிசோதனைக்காகக் கொடுத்துவிட்டு காணாமல் போன தன் வாரிசு கொலை செய்யப்பட்டிருப்பாளோ, சோதனை முடிவுகள் தங்களின் ரத்தத்தோடு பொருந்தவில்லை என்று நிபுணர்கள் கூறிவிட்டால், தங்களின் குழந்தை எங்கோ உயிரோடு இருப்பதாக நம்பலாமே என்ற நப்பாசையில் பெற்றோர்கள் காத்திருந்தனர். பரிசோதனை முடிவுகளும் வெளியிடப்பட்டன. இறந்தவர்கள் உடலின் எந்த பாகம் கிடைத்தாலும் அதை சோதனை செய்து அவர்களின் பெற்றோர்களை நூறு சதவீதம் யாரென்று சொல்ல முடியும். சுரேந்தர் பிடிபடுவதற்குக் காரணமான புகார் கொடுத்த பாதிக்கப்பட்ட பெண் உட்பட எட்டு உடல் உறுப்புகள் எவருடையது என்று அடையாளம் காணப்பட்டன. கொலை நடந்த இடத்திலிருந்து கைப்பற்றி வந்த துப்பட்டா தன்னுடைய மகளுடையதுதான் என்று புகார் கொடுத்த இறந்த பெண்ணின் தாயார் அடையாளம் காட்டினார். வெள்ளை நிற துப்பட்டா எல்லா கடைகளிலும் கிடைக்கும். அதை காவல்துறையினர் திட்டமிட்டு வைத்துள்ளனர் என்று குற்றவாளிகளின் தரப்பில் தெரிவிக்கப்பட்டது.

உண்மையைக் கண்டறியும் பரிசோதனையான நார்கோ பரிசோதனை காவல்துறையினரால் மேற்கொள்ளப்பட்டது. பரிசோதனையின் முடிவை நீதிமன்றத்தில் சமர்ப்பித்தபோது, உண்மையைக் கண்டறியும் பரிசோதனை சட்ட மதிப்பீடு இல்லாதது என்று செஷன்ஸ் நீதிபதி பரிசோதனையின் முடிவை ஏற்க மறுத்துவிட்டார். அப்போதைய துணை மாவட்ட ஆட்சியர் வர்மா இவரது முன்னிலையில்தான் புகார் கொடுத்தவர்களின் ரத்தம் பரிசோதனைக்காக எடுக்கப்பட்டது.

உலகையே உலுக்கிய இந்தக் கொலைகளுக்குக் காரணமான தொழிலதிபர் மொனிந்திரசிங் மற்றும் சுரேந்திர கோலி ஆகிய இருவருக்கும் கசிஜாபாத் சிறப்பு நீதிமன்றம் வழங்கிய மரண தண்டனையை எதிர்த்து இருவரும் இருவரும் மேல் முறையீடு செய்தனர், மேல்முறையீட்டில் மொனிந்திர சிங் விடுவிக்கப்பட்டார். சுரேந்திர கோலிக்கு கொடுத்திருந்த மரணதண்டனை தொடர்ந்தது. உயர்நீதிமன்றத்திலிருந்து உச்சநீதிமன்றம் சென்று அங்கிருந்தும் வெறுங்கையோடு திரும்பியவர் குடியரசு தலைவருக்கு கருணை மனு தாக்கல் செய்தார். சுரேந்திர கோலியின் கருணை மனுவுக்குப் பல காலம் பதில் தெரியவில்லை. குடியரசு தலைவர் கருணை மனுவை நிராகரித்தார். காலம் கடந்து கிடைத்த பதில் என்ற ஒற்றை அம்சத்தைப் பிடித்துக்கொண்டு சுரேந்திர கோலிக்கு ஆதரவாக அலகாபாத் உயர் நீதிமன்றத்தில் பொதுநல வழக்கொன்று தாக்கல் செய்யப்பட்டது. இந்திய அரசியல் அமைப்பு சாசனத்தின்படி சுரேந்திர கோலி மரண தண்டனையிலிருந்து விடுவிக்க கோரி குடியரசு தலைவருக்கு அனுப்பிய விண்ணப்பத்துக்கு, காலதாமதமாக பதிலளித்தது அரசியலமைப்பு சாசனத்தை மீறுவதாகும் என்று பொதுநல மனுவில் கேட்டுக்கொள்ளப்பட்டது. இந்த வழக்கை விசாரித்த உயர்நீதிமன்றம், சுரேந்திர கோலியின் மரணதண்டனையை ஆயுள்தண்டனையாக குறைத்தது. சுரேந்திர கோலியின் மரணதண்டனை ஆயுள்தண்டனையாகக் குறைக்கப்பட்டதை அறிந்த உத்திரபிரதேச அரசு உச்சநீதிமன்றத்தில் வழக்கு தொடர்ந்தது.

நிதாரி தொடர் கொலை வழக்கில் துரோகத்துக்கு துணைப்போன கடமையை செய்யாத நான்கு காவலர்கள் பணி நீக்கமும் இரண்டு காவலர்கள் இடைக்கால பணி நீக்கமும் செய்யப்பட்டனர் என்பது ஒரு சதவீதமாவது சட்டத்தின் மீது நம்பிக்கையை ஏற்ப்படுத்தியிருக்கும் என்பது சற்று ஆறுதலான விஷயம் ஆனால் பெற்றோர்கள் புகார் கொடுத்தபோதே காவல்துறை நடவடிக்கை எடுத்திருந்தால் பல உயிர்களைக் காப்பாற்றி இருக்க முடியும். சார்ஜ் ஷீட் தாக்கல் செய்யும் போது புலனாய்வுத் துறை கொடுத்த அறிக்கையில், மொனிந்திரசிங் இந்த சம்பவங்கள் நடந்தபோது ஆஸ்திரேலியாவில் இருந்ததாகக் குறிப்பிட்டனர். ஆனால், நீதிமன்றம் இருவருக்குமே தண்டனை வழங்கியது. நிதாரி கொலை வழக்கில் ஏழு வருட சிறை தண்டனை அனுபவித்த பிறகு அப்போது ஐம்பத்தி ஏழு வயதான மொனிந்திர சிங் செய்த கொலை குற்றங்களை நிரூபிக்கும் சாட்சியங்கள் சூழ்நிலை சாட்சியங்கள் மட்டுமே. அதனால் அவர் குற்றவாளியாக இருந்த பல வழக்குகளில் இருந்து அவர் தளர்த்தப்பட்டு பிணையத்தில் விடுவிக்கப்பட்டார்.

நிதாரி கொலை வழக்கு உச்சநீதிமன்றத்துக்கு வந்தப்போது உச்சநீதிமன்ற நீதிபதி இரவு ஒரு மணிக்கு அவரது இல்லத்தில் சிறப்பு வழக்காக எடுத்து விசாரணை நடத்தியுள்ளார். உச்சநீதிமன்றத்தின் வரையறைப்படி தூக்கு தண்டனை வழங்கப்பட்ட குற்றவாளியின் மனநிலை சீரானதாக சராசரி மனிதனுக்குரிய மனநிலையில் இருக்கிறாரா என்பதை மனநல மருத்துவர்களைக் கொண்டு பரிசோதிக்க வேண்டும். தன்னுடைய முதலாளி அவரது வீட்டுக்கு தினமும் அழைத்து வரும் பலதரப்பட்ட பெண்களைக் கண்டுதான் தனக்கு புத்தி தடுமாறியது. பணத்துக்காக தினமும் அவரது இல்லம் வரும் பெண்களுக்கு சமைத்து போடும்போது தீராத ஆசையைத் தேக்கி வைத்துக்கொண்டேன் என்று சுரேந்திர கோலி வாக்குமூலம் கொடுத்துள்ளான். சுரேந்திர கோலி தான் நிதாரியில் நடந்த தொடர் படுகொலைகள் அனைத்தையும் செய்தான் என்பதற்கு நேரடி சாட்சியங்கள் இல்லை. அவன் நீதிமன்றத்தில் அளித்த வாக்குமூலம் மட்டுமே சாட்சியம். அதுவும் நிலையானதாக இல்லை.

தடிமனான இரும்பு கம்பியை தலையின் நடுவில் வைத்து மொத்த பலம் கொண்டு யாராவது அடித்தால் ஏற்படும் ஒரு கலக்கம் சுரேந்திர கோலியின் வாக்குமூலத்தைக் கேட்கும்போது ஏற்படும். சிறுமிகளைக் கொன்ற பிறகு கொஞ்ச நேரத்துக்கு அவனுக்கு சுயநினைவே இருக்காதாம். சற்று நேரத்துக்கு பிறகு புத்தி தெளிந்ததும் எப்படி வந்தது என்றே தெரியாமல் புரியாத புதிராகவே அறையில் படிந்திருக்கும் இரத்தக் கறை, இறந்த உடல்களின் மிச்சங்களை அப்புறப்படுத்துவானாம்.

காவலர்கள் நீதிமன்றத்தில் இப்படித்தான் சொல்லவேண்டும் என்று அவனைக் கொடுமைப்படுத்திப் பேசவைத்துள்ளனர். நாலைந்து புகைப்படங்களை என்னிடம் காண்பித்தார்கள். அந்தப் புகைப் படங்களில் இருக்கும் உருவங்களை எனக்குள் பதியவைத்தார்கள். நேரம் கொலை நடந்த முறை எதற்காகச் செய்தது என்று அவர்களே எனக்குச் சொல்லிக்கொடுத்தார்கள் என்றான். கொலையானவர்களின் சொந்தங்கள் கொடுத்த நெருக்கடியில் வழக்கு புலனாய்வுத் துறைக்கு மாற்றப்பட்டது.

பிறகு நீங்கள் என்ன நினைக்கிறீர்களோ அதை செய்யுங்கள் ஆனால் நான் எந்த கொலையையும் செய்யவில்லை என்று ஒரே கோட்டில் நின்றான் சுரேந்திர கோலி. பதினைந்து கொலை வழக்குகளைக் கையில் வைத்துக்கொண்டு காவலர்கள் நின்றபோது அதில் சிக்கிக் கொண்டான் சுரேந்திர கோலி. உத்தரபிரதேச காவலர்கள் இறந்த உடல்களின் எண்ணிக்கை பத்தொன்பது என்றனர். ஆனால் வழக்கு

புலனாய்வுத் துறைக்கு மாற்றப்பட்டபோது அவர்கள் இறந்தவர்கள் பதினாறு பேர் என்றனர்.

ஒரு வழக்கில் கொலை செய்யப்பட்டதாகச் சொல்லப்பட்ட பெண் ஒருத்தி எழுதிய கடிதம் செய்தித்தாளிலும் வெளியிடப்பட்டது. அந்தக் கடிதத்தை, கொலையானதாக அறிவிக்கப்பட்ட பெண் அவளது தந்தைக்கு எழுதியிருந்தாள். அதில் அவள் ஒருவனை திருமணம் செய்துகொண்டு நேபாளத்தில் வசிப்பதாகக் குறிப்பிட்டிருந்தாள். அந்தக் கடிதத்தை அந்தப் பெண்ணின் தந்தை காவல்துறையிடம் ஒப்படைத்ததும் அந்தக் கடிதம் பற்றிய விவரம் மழுங்கடிக்கப்பட்டு விட்டது.

குற்றம் சாட்டப்பட்ட பதினைந்து வழக்குகளில் ஒரு வழக்குக்கு மரண தண்டனை விதிக்கப்பட்டுள்ளது, மற்ற வழக்குகளின் தீர்ப்பும் வரும் வரை பொறுத்திருக்கவேண்டும். ஒரு வழக்குக்கு மரண தண்டனை நிறைவேற்றிய பிறகு இதர வழக்குகள் விசாரிக்கப்பட்டு அதன் முடிவில் தண்டனை அறிவிக்கப்பட்டால் தண்டனையை யாருக்குக் கொடுப்பார்கள். ஒருவேளை இதர கொலைகளுக்கு சுரேந்தர் மூல கர்த்தாவாக இல்லாமல் இருந்தால்..? அதனால் அவருக்கு கொடுக்கப் பட்டிருக்கும் தண்டனை உச்சப்பட்ச தண்டனை என்பதுதான் சிலரது கருத்து. பணம் கொடுப்பவர்களுக்கு சாதகமாக வாதிடும் வழக்கறிஞர் கள், பணம் கொடுக்காதவர்களுக்கு வாயை மூடிக்கொள்வார்கள். சுரேந்திர கோலிக்காக வாதிடுபவர்கள் மௌனியாக இருக்கிறார்கள் என்ற ஆதங்கமும் முன்வைக்கப்படுகிறது.

கொலையானதாக உறுதிசெய்யப்பட்ட இறந்தவர்களின் குடும்பங் களுக்கு உத்திரபிரதேச அரசு முதலில் இரண்டு லட்ச ரூபாய் இழப்பீடு என அறிவித்தது. பிறகு அதை ஐந்து லட்சமாக உயர்த்திக்கொடுத்தது.

மொனிந்திர சிங் பிணையத்தில் வெளியே வந்துவிட்டார். மற்ற வழக்குகளில் இருந்தும் அவர் விடுவிக்க அவரது வழக்கறிஞர்கள் போராடுவார்கள். ஏழையான சுரேந்திர கோலிக்கு நீதிமன்றம் அளித்த மரணதண்டனையை நீக்கி ஆயுள்தண்டனையாகக் குறைத்துள்ளது. இது கூடாது என்று உத்திரபிரதேச அரசு கேள்வி எழுப்பியுள்ளது. சுரேந்திர கோலியின் நிலை என்னவாகும் என்பதைக் காலம்தான் தீர்மானிக்கும்.

சுரேந்திர கோலி மனநிலை பிறழ்ந்து செய்த கொலை என்று எடுத்துக் கொள்ளமுடியாது. ஏனென்றால் சிறப்பு நீதிமன்றம், உயர்நீதிமன்றம், உச்சநீதிமன்றம், குடியரசுத்தலைவர் ஆகிய இத்தனை நிலைகளைக்

கடந்தபிறகும் அவனுக்கு மரணதண்டனை உறுதி செய்யப் பட்டிருக்கிறது என்னும்போது சற்றே சிந்திக்கவேண்டி இருக்கிறது. சட்டத்தின் ஏதோ ஓர் ஓட்டை சுரேந்திர கோலியின் மரண தண்டனையை ஆயுள்தண்டனையாக மாற்றியுள்ளது. இது நிலைக்குமா என்பதை காலம்தான் தீர்மானிக்கும்.